NGÔN NGỮ
TẠP CHÍ VĂN HỌC NGHỆ THUẬT
SỐ ĐẶC BIỆT – PHƯƠNG TẤN

NHÓM CHỦ TRƯƠNG:
Luân Hoán - Song Thao - Nguyễn Vy Khanh - Hồ Đình Nghiêm - Lê Hân

CỘNG TÁC TRONG SỐ NÀY:
Ben OH, Cao Nguyên, Cao Vị Khanh, Chu Nguyên Thảo, Chu Vương Miện, Công Huyền Tôn Nữ Qui Hồng, Cổ Ngư, Dan Hoàng, Dung Thị Vân, Đào Như, Đặng Hiền, Đặng Kim Côn, Điệp Nguyễn, Đinh Văn Tuấn, Đỗ Trường, Hoàng Hoa Thương, Hoàng Xuân Sơn, Hồ Chí Bửu, Huỳnh Liễu Ngạn, Kiều Huệ, Lại Văn Phong, Lâm Anh, Lâm Băng Phương, Letamanh, Lê Chiều Giang, Lê Đức Luận, Lê Hân, Lê Hữu Minh Toán, Lê Minh Hiền, Lê Thanh Hùng, Lê Thị Cẩm Hương, Lê Văn Trung, Luân Hoán, Lữ Quỳnh, Lương Thiếu Văn, M.H. Hoài Linh Phương, Ngàn Thương, Ngô Sỹ Hân, Nguyên Cẩn, Nguyễn An Bình, Nguyễn Châu, Nguyễn Đại Hoàng, Nguyễn Đình Phượng Uyển, Nguyễn Đức Nam, Nguyễn Hàn Chung, Nguyễn Kiến Thiết, Nguyễn Lê Hồng Hưng, Nguyễn Lệ Uyên, Nguyễn Nguyên Phượng, Nguyễn Phú Yên, Nguyễn Thái Dương, Nguyễn Thị Bích Nga, Nguyễn Thy, Nguyễn Ước, Nguyễn Văn Điều, Nguyễn Văn Gia, Nguyễn Vũ Sinh, Nguyễn Vy Khanh, Nhị Ngã, Phạm Cao Hoàng, Phạm Chu Sa, Phạm Văn Nhàn, Phan Ni Tấn, Phương Tấn, Song Thao, Tân Vương Huy, Thái Tú Hạp, Thanh Thanh, Thanh Trắc Nguyễn Văn, Thiếu Khanh, Thục Uyên, Thy An, Tiểu Lục Thần Phong, Tiểu Nguyệt, Tôn Nữ Thu Dung, Tôn Nữ Mỹ Hạnh, Trần C. Trí, Trần Doãn Nho, Trần Dzạ Lữ, Trần Hoài Thư, Trần Quý Trung, Trần Thanh Quang, Trần Thị Nguyệt Mai, Triều Hoa Đại, Trần Trung Thuần, Trần Vấn Lệ, Trung Chính Hồ, Trương Xuân Mẫn, Vinh Hồ, Võ Phú, Vũ Khắc Tĩnh, Vương Hoài Uyên, Xuyên Trà

BÌA: Uyên Nguyên Trần Triết
TRANH BÌA: Họa sĩ Đỗ Duy Tuấn
DÀN TRANG: Lê Hân
ĐỌC BẢN THẢO: Nguyễn Thị Bích Nga
LIÊN LẠC:
Thư và bài vở mời gởi về:
- Luân Hoán: lebao_hoang@yahoo.com
- Song Thao: tatrungson@hotmail.com
TÒA SOẠN & TRỊ SỰ:
Lê Hân: (408) 722-5626 han.le3359@gmail.com

MỤC LỤC
NGÔN NGỮ 31

Luân Hoán	7	*Thư tòa soạn*

PHẦN ĐẶC BIỆT VỀ PHƯƠNG TẤN

Nguyễn Đại Hoàng	11	*Một chút về Phương Tấn*
Nguyễn Ước	21	*Phương Tấn: thơ quá một đời người*
Thiếu Khanh	26	*Xúc động đọc "Thưa Mẹ" của Phương Tấn*
Đỗ Trường	38	*Tuyển tập 1 – với 62 năm thơ Phương Tấn*
Phạm Chu Sa	48	*Phương Tấn – nhà thơ ...*
Lâm Anh	53	*Về một bài thơ tình của Phương Tấn*
Nguyễn Phú Yên	56	*Phương Tấn, cuộc lữ hành ...*
Hoàng Xuân Sơn	65	*Phương Tấn, mãi hoài với thơ*
Công Huyền Tôn Nữ Qui Hồng	68	*Nhận định về tuyển tập thơ văn "Thưa Mẹ"*
Luân Hoán	73	*Một chút tình ăn theo "Lục bát P. Tấn"*
Phan Ni Tấn	78	*Bóng mẹ bàng bạc như thơ*
Trần Hoài Thư	88	*Đọc "Lục Bát Phương Tấn" ...*
Tôn Nữ Thu Dung	90	*Có một chàng thi sĩ ...*
Nguyễn Lệ Uyên	94	*Thơ Phương Tấn là đồng vọng ...*
Nguyễn Vy Khanh	97	*Phương Tấn*
Trần Vấn Lệ	111	*"Thơ Phương Tấn Tuyển Tập 1" ...*
Lê Văn Trung	113	*Huế của Phương, ...*
Trần Dzạ Lữ	117	*Phương Tấn, người khéo vận dụng ...*
Phạm Văn Nhàn	121	*Viết ngắn về Phương Tấn*
Dung Thị Vân	124	*Gian nan "Khổ Lụy" cùng Phương Tấn*

PHẦN VĂN THƠ NGÔN NGỮ 31

Song Thao	143	*Phan Xuân Sinh, người của mọi người*
Trần Doãn Nho	151	*Tưởng nhớ Phan Xuân Sinh*
Lê Đức Luận	160	*Buổi chiều trên biển Nha Trang*
Cổ Ngư	168	*Chờ*
Nhị Ngã	174	*Phở và cơm nguội*
Thái Tú Hạp	180	*Ba dòng thơ tiêu biểu phương đông*
Triều Hoa Đại	187	*Mưa nhòa*
Phạm Cao Hoàng	188	*Tạm biệt một căn phòng*
Lê Chiều Giang	190	*Ánh mắt trông theo*
Nguyễn Đức Nam	191	*Nửa đêm về Aberdeen Providing Ground*
Trần Thị Nguyệt Mai	192	*Cầu xin*
Lữ Quỳnh	193	*Từ em thiếu phụ*
M.H. Hoài Linh Phương	194	*Nhớ về một phương trời tuổi ngọc*
Dan Hoàng	196	*Còn mãi yêu nhau*
Ngô Sỹ Hân	197	*Tình cũ rồi bay theo gió sương*
Đặng Hiền	198	*Qua tháng tư rồi*

Lê Minh Hiền	**199**	*Như nắng tháng tư*
Nguyễn Thị Bích Nga	**200**	*Người ngồi vẽ nắng*
Đào Như	**207**	*Chiến dịch Babylift-April-1975*
Trần C. Trí	**210**	*Hoa kèn vàng một thuở*
Tiểu Lục Thần Phong	**217**	*Rocky*
Nguyễn Đình Phượng Uyển	**226**	*Xẻ nghé*
Letamanh	**229**	*Đế quốc Việt Nam*
Võ Phú	**233**	*Em gái Bình Bát*
Chu Vương Miện	**238**	*Nụ hoa*
Vinh Hồ	**239**	*Chiếc vương miện*
Vương Hoài Yên	**240**	*Mùa hạ xa*
Nguyễn Văn Gia	**241**	*Dịu dàng nỗi nhớ*
Nguyễn An Bình	**242**	*Trước đài tưởng niệm chiến tranh VN*
Trần Quý Trung	**244**	*Bàn tay em*
Trần Thanh Quang	**245**	*Ngồi hát ru tình xanh xưa*
Hoàng Hoa Thương	**246**	*Người tháng tư*
Lê Thị Cẩm Hương	**248**	*Chị*
Nguyễn Văn Điều	**249**	*Bài tình ca cho em*
Cao Nguyên	**250**	*Mưa trên thành phố Los Angeles*
Lương Thiếu Văn	**251**	*Trần Dzạ Lữ ...*
Xuyên Trà	**258**	*Mối duyên tình, không hẹn*
Thục Uyên	**263**	*Nhớ cao nguyên*
Nguyễn Kiến Thiết	**267**	*Vài nét về câu hát Huê Tình ở Nam Kỳ*
Đặng Kim Côn	**276**	*Củng Sơn, trận đánh cuối cùng*
Tiểu Nguyệt	**280**	*Một ngày chủ nhật của Liên Thi*
Tân Vương Huy	**288**	*Tiếng thở dài*
Lại Văn Phong	**289**	*Hồi ức tháng ba*
Nguyễn Nguyên Phượng	**290**	*Một chiều về thăm gác Trịnh*
Trương Xuân Mẫn	**291**	*Tiếng ve*
Ngàn Thương	**292**	*Một thoáng bên đời*
Lâm Băng Phương	**293**	*Thả chữ vào thơ*
Thanh Thanh	**294**	*Lệ Châu*
Lê Hữu Minh Toán	**296**	*Đường về, người nhớ không*
Thy An	**297**	*Hoang sơ*
Kiều Huệ	**298**	*Cho xin một góc*
Nguyên Cẩn	**299**	*Giữa đêm xuân chợt thức*
Hồ Chí Bửu	**300**	*Sau 10 năm gửi người xa xứ*
Nguyễn Châu	**301**	*Màu bông điên điển*
Nguyễn Thy	**304**	*Bước hành hương lặng lẽ*
Vũ Khắc Tĩnh	**310**	*Lan Chi và dư âm mùa thu*
Trần Trung Thuần	**317**	*Hương thơm bối rối ...*
Song Thao	**327**	*Đọc "Ngô Thế Vinh – Bằng Hữu & ..."*
Cao Vị Khanh	**332**	*Biệt xứ*
Chu Nguyên Thảo	**333**	*Dòng đời*
Điệp Nguyễn	**334**	*Chờ đợi*
Huỳnh Liễu Ngạn	**335**	*Lên tới ngọn đèo*

Lê Thanh Hùng	**336**	*Chiều trên sông Ông Đốc*
Nguyễn Thái Dương	**337**	*Nắn nót chiều Krông Pắk*
Nguyễn Vũ Sinh	**338**	*Nửa thế kỷ, nửa đời người*
Trung Chính Hồ	**339**	*Chạm phải niềm chia phôi*
Tôn Nữ Mỹ Hạnh	**340**	*Bản giao hưởng cho mùa hạ cuối*
Thanh Trắc Nguyễn Văn	**342**	*Sông sâu giờ đã cạn rồi!*
Ben OH	**343**	*Gửi vào ngày mai*
Nguyễn Hàn Chung	**344**	*Cưng anh*
Hoàng Xuân Sơn	**345**	*Nếu như tỳ vết / Thanh niên*
Lê Hân	**346**	*Tạ ơn*
Đinh Văn Tuấn	**347**	*Ý nghĩa của Vắt Nóc trong truyện Kiều*
Nguyễn Lê Hồng Hưng	**351**	*Góc biển xanh – chương 8*

THƯ TÒA SOẠN

Kính chào bạn đọc, bạn viết,

Thật vui được gặp lại quý bạn trên Ngôn Ngữ số 31 vào đầu tháng 5-2024 này.

Tuy vậy, lễ nghĩa đi trước, thư tòa soạn phải bắt đầu bằng những lời chia buồn thân tình, kính gửi đến các gia đình những bạn văn mới ra đi:

- Nhà thơ (+văn) Phan Xuân Sinh, mất ngày 28-2-2024.
- Nhà thơ (+văn) Viên Linh qua đời ngày 28-3-2024
- Nhà thơ Nguyễn Thanh Châu, rời cuộc sống vào đầu tháng 3-2024
- Nhà thơ Lê Thiên Minh Khoa, vĩnh biệt cuộc đời ngày 27-3-2024.

Cung kính tiễn biệt quý anh.

Trở lại với số báo của chúng ta hôm nay:

Phần 1, giới thiệu nhà thơ Phương Tấn, một thi sĩ đã khởi hành thi nghiệp từ thập niên 60; có thi phẩm được ấn hành trong những năm 70 và lai rai in ấn cho đến năm nay. Các bạn sẽ gặp một số sáng tác tiêu biểu của nhà thơ cùng những bài cảm nhận, giới thiệu của một số cây bút trong văn giới không xa lạ với chúng ta.

Phần 2, vẫn như những số trước, gồm thơ, truyện, biên khảo… không ràng buộc ở chủ đề nào. Các tác giả góp mặt với nhiều lứa tuổi khác nhau, từ thập niên 30 đến trẻ khỏe sung sức ở khắp mọi nơi, nhưng cùng có chung sự lý thú trong sáng tác và thích đọc. Thành thật cảm ơn tất cả.

Nhân đây, chúng tôi xin được thưa lại đôi việc đã làm xong:

Cùng với Ngôn Ngữ 31, chúng tôi vừa phát hành Ngôn Ngữ Đặc Biệt về nhà thơ Phạm Cao Hoàng. Sách dày 345 trang, khổ lớn, bìa mềm hoặc bìa cứng; được chính tác giả chọn lọc thơ, truyện, nhạc của mình, in chung với những bài nhận định, phê bình của 23 tác giả đã thành danh. Ngôn Ngữ tạp chí dưới dạng đặc biệt này đã trở thành một cuốn sách, chính xác hơn là một tuyển tập cá nhân, đúng nghĩa "tác giả tác phẩm." Và như vậy, đến hôm nay, chúng ta đã có sách về Cung Tích Biền, Ngô Thế Vinh, Phạm Cao Hoàng; xin được vui vẻ thưa thêm cùng lúc lên khuôn Ngôn Ngữ 31, chúng tôi đang layout một cuốn đặc biệt khác về nhà thơ Đỗ Nghê cũng là nhà văn bác sĩ Đỗ Hồng Ngọc. Hy vọng sách sẽ có mặt trong tháng 5-2024. Sau Đỗ Hồng Ngọc sẽ đến nhà thơ Trần Vấn Lệ, nhà thơ Phan Ni Tấn, nhà thơ nhà văn Lữ Quỳnh, nhà văn nhà báo Trịnh Y Thư...

Sự khác biệt giữa hai hình thức đặc biệt, chúng tôi xin trình lại lý do rõ hơn:

In riêng biệt, hoặc in chung tùy thuộc vào tư liệu lưu giữ của mỗi người chúng tôi giới thiệu, cộng với sở thích của tác giả đó. Việc in riêng, cần có những góp ý trực tiếp của tác giả. Chúng tôi rất thích thú thực hiện cách này, vì tác giả Ngôn Ngữ giới thiệu, sẽ nắm rõ được việc phát hành từng cuốn sách của mình cho in ra, biết được lượng bạn đọc nhiều ít, đỡ hoài nghi trước vài xuyên tạc, trước thị trường sách Việt ngữ tại hải ngoại.

Kính quí chúc tất cả các bạn vui vẻ an bình, xin hẹn gặp lại.

Luân Hoán

PHẦN ĐẶC BIỆT VỀ PHƯƠNG TẤN

VÀI HÀNG TIỂU SỬ

PHƯƠNG TẤN tên thật Nguyễn Tấn Phương, sinh năm 1946 tại Đà Nẵng.

*** Các bút hiệu đã ký:**

Phương Tấn, Nguyễn Tấn Phương, Hồ Tịch Tịnh, Thích Như Nghi, Người Thành Phố, NTP, Chị Ngọc Ngà, Phương Phương, Hồng Ân, Thái Thị Yến Phương...

*** Chủ bút các tạp chí:**

1. Sau Lưng Các Người (1963)
2. Cùng Khổ (1968)
3. Ngôn Ngữ (1973)
4. Ngôi Sao Võ Thuật (1999 đến 2010)
5. Sổ Tay Võ Thuật (1992 đến 2014)

*** Tác phẩm đã xuất bản:**

1. Rừng (thơ) * **2.** Vỡ (thơ) * **3.** Thơ Tình Của Một Thi Sĩ Việt Nam Trên Đất Mỹ (thơ) * **4.** Khổ Lụy (thơ) * **5.** Trai Việt Gái Mỹ (văn) * **6.** Hòa Bình Ta Mơ thấy Em (văn) * **7.** Võ Sư, Đại Lực Sĩ Hà Châu - Phá Sơn Hồng Gia Quyền (văn) * **8.** Sáu Khuôn Mặt Võ Lâm Việt Nam (văn) * **9.** Wushu - Võ Thuật Trung Hoa Cổ điển & Hiện Đại (văn) * **10.** Quảng Nam Võ Đạo (văn) * **11.** Thái Cực Võ Đạo (văn) * **12.** Antoine Le Conte, Người Mang Theo Quê Hương - Antoine Le Conte, Celui Qui Porte Son Pays Dans Son Coeur (văn) * **13.** Những Người Mở Đường Đưa Võ Việt Ra Thế Giới - Pioneers Who Have Paved The Way For Vietnamese Martial Arts To The World (văn) * **14.** Di Bút Của Một Người Con Gái (thơ) * **15.** Lục Bát Phương Tấn (thơ) * **16.** Lung Linh Tình Đầu (thơ) * **17.** Thơ Phương Tấn - Tuyển tập 1 (thơ) * **18.** Tuyển tập thơ văn THƯA MẸ (thơ &văn).

NGUYỄN ĐẠI HOÀNG

MỘT CHÚT VỀ PHƯƠNG TẤN - ĐỜI & THƠ

1. PHẦN MỞ ĐẦU

Thơ Phương Tấn đã được phản ánh khá trọn vẹn và rõ nét qua những bài viết của hơn 20 tác giả trong Tập san Quán Văn số 96 tháng 5-2023. Những bài viết thực sự cô đọng và xuất sắc.

Bởi Phương Tấn là một nhân vật văn chương và cũng là một nhân vật võ học – bởi vậy tôi nghĩ các tác giả đã phải dày công nghiên cứu mới có thể viết được như thế, viết hay như thế, chứ không phải là chuyện dễ dàng của một ngày một bữa.

Nghĩa là có bao nhiêu bài viết về Phương Tấn là có bấy nhiêu CUỘC HÀNH TRÌNH đến với Phương Tấn.

Tôi là một trong những người viết về Phương Tấn nên tôi cũng có một cuộc hành trình tương tự như thế. Tôi sẽ xin kể lại CUỘC HÀNH TRÌNH ĐẾN VỚI PHƯƠNG TẤN của tôi, mà tôi nghĩ cũng khá bất ngờ và thú vị.

2. CUỘC HÀNH TRÌNH CỦA TÔI ĐẾN VỚI PHƯƠNG TẤN

Cuộc hành trình của tôi bắt đầu tự những năm cuối thập niên 1960 và đầu thập niên 1970 của thế kỷ trước. Nghĩa là đã hơn nửa thế kỷ rồi.

Thuở ấy mới 12, 13 tuổi tôi đã biết làm thơ, dẫu những bài thơ thuở ấy chỉ nằm im trong mấy trang vở học trò, nhưng trong lòng tôi vui lắm, hạnh phúc lắm, thấy mình cũng quan trọng, cũng này nọ trong gia đình mình lắm!

- Vậy là trong nhà mình có hai thi sĩ hả mẹ?

Một hôm tôi nói thế với mẹ. Bà ngạc nhiên nhìn tôi rồi nói:

- Đâu mà hai, chỉ có ba con là thi sĩ Duy Sơn thôi chứ!

Tôi mỉm cười im lặng. Nhưng có lẽ mẹ đã nói lại với ba nên một buổi sáng khi tôi đem cà phê cho ba, ba hỏi:

- Con có làm thơ nữa sao?

Tôi chạy vào phòng lấy cuốn tập viết thơ ra đưa cho ba xem. Không ngờ ba lấy luôn cuốn thơ đó bỏ vào cặp rồi đi làm. Mấy hôm sau ba mới nói:

- Con làm thơ được đấy! Ba cũng mừng!

Một lúc sau ông bảo:

- Làm thơ cần phải đức hạnh và khiêm tốn nghe con! Núi cao còn có núi cao hơn đấy!

Tôi chưa hiểu ý ba muốn nói gì thì ba đã nói tiếp:

- Ở trạc tuổi của con - 14, 15 tuổi - có một cậu bé người Đà Nẵng đã viết được những bài thơ ý vị sâu xa, hay đến lạ kỳ đấy!

- ???!!!

Thậm chí thơ cậu còn gây ra những cuộc bút chiến nữa đấy!

- ???!!!

Và đến năm 17 tuổi cậu bé ấy đã là Chủ Bút một tờ báo!

- ???!!!

Đây con nghe mấy câu thơ cậu ấy viết khi chưa qua tuổi thiếu niên:

Ngùn ngụt buồn xua lên mắt xanh
Mộ kia sầu đọng lá chia cành
Kìa trông tóc trắng nghìn đêm trắng
Hoa đã tàn, xuân cũng tàn canh

Con hiểu sao, nói ba nghe thử.

Tôi nghe thơ thì kinh hãi, nhưng cũng trả lời ba:

- Con không nghĩ, ở tuổi đó mà cậu ấy lại tìm được hai chữ NGÙN NGỤT – vốn liên quan đến lửa khói, lửa khói bốc lên, để gắn với NỖI BUỒN.

Một nỗi buồn từ ngoại cảnh ùa vào, chứ không phải từ nội tâm...

Nhưng ghê gớm hơn nữa, cậu ấy lại dùng hai từ XUA LÊN... quá tượng thanh, tượng hình và tượng tình....

Và để đối lập với chữ XUA, ở câu dưới cậu lại dùng chữ ĐỌNG. Còn mắt XANH nữa.

Chữ Xanh đây là xanh xao. Nhưng cũng hiểu ngầm là Tuổi Trẻ phải không?

Mấy mươi năm qua rồi mà tôi còn nhớ như in buổi sáng hôm ấy, buổi sáng nói chuyện về thi tài của cậu bé ấy cùng ba tôi.

Cậu bé năm xưa ấy, giờ chính là nhà thơ, nhà báo, nhà quản trị Phương Tấn.

3. VỀ TÊN THẬT & BÚT HIỆU

Về sau tôi còn biết thêm nhiều điều thú vị nữa về Phương Tấn.

Cũng như ông Nguyễn Thứ Lễ - khi đọc ngược lại thì lại là nhà thơ THẾ LỮ.

Cũng thế, ông Nguyễn Tấn Phương đọc đảo lại là – nhà thơ, nhà giáo, nhà báo, nhà tu thư Võ Học PHƯƠNG TẤN – và khoảng 10 bút hiệu khác.

Nhưng PHƯƠNG TẤN vẫn là bút danh nổi tiếng nhất.

Tên thật và bút hiệu Phương Tấn cũng có điều lạ lùng - bởi vì PHƯƠNG và TẤN là hai khái niệm cơ bản trong Võ Học. Trong đó TẤN có nghĩa là TRỤ LẠI. Còn Phương là bộ vị, là hướng di chuyển.

Nói cách khác - Phương chủ về ĐỘNG. Tấn chủ về TĨNH. Một cái tên hòa hợp cả tĩnh lẫn động - kể cũng là hi hữu!

Quả nhiên về sau Phương Tấn làm công việc của một nhà tu thư Võ Học. Rất nổi tiếng.

Mặt khác TẤN cũng có nghĩa là TIẾN LÊN là BAY ĐI. Còn PHƯƠNG là HƯƠNG THƠM, là điều TỐT ĐẸP. Hương thơm bay đi. Một ý nghĩa rất văn chương. Nên về sau Phương Tấn thành nhà thơ âu cũng là duyên phận!

4. ÔNG CHỦ BÚT & SỰ NGHIỆP VÕ HỌC

Tôi cũng từng là nhà thơ, nhà giáo, nhà võ thuật, chủ bút... Nhưng than ôi, khi tôi mới tập tễnh làm thơ thì Phương Tấn đã là Chủ Bút của không chỉ 1 mà đến 5 tạp chí!

Và năm 1969 khi tôi bắt đầu đi học võ – thì cũng năm đó, Phương Tấn đã là đặc phái viên miền Trung của bán nguyệt san Võ Thuật do nhà báo Vũ Trường chủ trương!

Và về sau anh trở thành một nhà nghiên cứu, một nhà tu thư Võ Học nổi tiếng đâu chỉ ở Việt Nam mà trên toàn thế giới. Cụ thể là chủ bút hai tờ Ngôi Sao Võ Thuật và Sổ Tay Võ Thuật, cùng hàng loạt tác phẩm về đề tài này.

Quý bạn nên biết trong 17 tác phẩm đã xuất bản của Phương Tấn thì đã có tới 7 cuốn là viết về Võ Thuật!

Xưa tôi mê tiểu thuyết dã sử võ hiệp của nhà văn Toan Ánh với cuốn Múa Thiết Lĩnh, Ném Bút Chì – tôi mê nhà văn Sơn Linh với Tử Chiến Phiên Ngung Thành, Lửa Cháy Thành Tây Đô... thì sau này tôi mê sách võ thuật của Phương Tấn.

5. NGHỀ LÀM CHỦ BÚT & NHÀ QUẢN TRỊ LỖI LẠC

Phương Tấn sinh năm 1946, vậy khi ông chủ trương tờ NGÔN NGỮ năm 1973, thì mới có 27 tuổi, vậy mà mấy mươi năm sau tôi mới lấy xong đủ loại bằng cấp chứng chỉ mới đủ khả năng và điều kiên để quản lý chỉ 1 Tạp Chí Ngoại Văn là Sunflower Magazine.

Tôi làm chủ bút khi tóc chẳng còn xanh! Và khi tôi làm Chủ Bút một tờ báo ngoại văn, tôi đã muốn kiệt sức vì công việc quản lý.

Vậy mà, trong thời gian 50 năm, từ 1963 đến năm 2014, Phương Tấn đã là Chủ Bút của 5 tạp chí, gồm 3 tạp chí văn chương và 2 tạp chí võ thuật!

Điều đáng nói là trong thời gian ấy anh còn cộng tác với hơn 60 tờ báo, và hơn 10 trang điện tử! Đã thế còn góp mặt trong hơn 20 tuyển tập viết chung với các tác giả khác.

Có người đã ước lượng rằng Phương Tấn đã viết khoảng 1000 bài thơ!

Một người có thể đảm đương một khối lượng công việc đồ sộ như thế - phải là một nhà tổ chức siêu việt - mà ngày nay người ta gọi là NHÀ QUẢN TRỊ!

Thế thì Phương Tấn là gì? Vâng, anh ấy là nhà thơ, nhà báo và là nhà quản trị. Một NHÀ như thế tất cuộc đời phải trải qua biết bao truân chuyên, biết bao hạnh phúc và khổ đau, biết bao điều nói được và không nói được... phải không?

Và những điều không nói được đó Phương Tấn đã nói qua THƠ!

6. THƠ PHƯƠNG TẤN

Chúng ta sẽ lược qua đời thơ Phương Tấn.

Như trên đã nói, Phương Tấn đã viết khoảng 1000 bài thơ.

Do đó việc tìm hiểu chân dung Phương Tấn qua chừng ấy bài thơ – với riêng tôi, tôi nghĩ là một điều gần như không tưởng.

Nhưng may thay, trong hơn 60 năm làm thơ Phương Tấn đã sớm định hình cho mình một Không Gian Thơ – riêng biệt. Bởi vậy tôi chỉ xin giới thiệu những gì mà tôi hiểu về thơ Phương Tấn – dẫu chắc chắn là còn rất nhiều thiếu sót.

Còn bây giờ chúng ta hãy nói đến Phương Tấn với tư cách một nhân vật văn chương!

Phương Tấn đã từng quan niệm – THƠ CHÍNH LÀ TÂM HỒN, LÀ MÁU HUYẾT, LÀ CẢM XÚC, LÀ NGÔN NGỮ RẤT THẬT CỦA CHÍNH MÌNH –

A- Đề tài về MẸ

Trong bài Nắng Hạn (1975) Phương Tấn viết:
Một con chim CÙI CŨI
Giữa cơn mơ cháy rừng
Một con thuyền LẦM LŨI
LỤI HỤI giữa đời song.

Cùi cũi là cô đơn chăng? Những âm UI này lạ quá, đắt quá!
Và
Một con thuyền mắc cạn
Một NỖI ĐAU BỀNH BỒNG.

Ôi! Nỗi đau không trầm xuống mà lại bồng lên! Ý tứ thật tân kỳ mới lạ!
Hình ảnh bà mẹ nghèo:
Bốn thằng con sống chung cùng manh chiếu
CÙNG CHÚT XƯƠNG NGƯỜI MẸ RÓC CHO CON
(Thư cho em trai ....)

Nghe chữ RÓC mà lòng đà muốn rơi nước mắt! Xưa nay khi nghĩ về mẹ, có mấy ai đã viết được chữ này?

Con ngồi GỠ TRĂNG PHƠI TRONG MẮT LẠNH
Lấy NẮNG CHIỀU HONG MỘT CHÚT SẦU KHUYA
(Thưa Mẹ - 1965).

Ôi! Năm 1965 – mới 19 tuổi Phương Tấn đã viết được những giòng thơ ấn tượng đến vậy sao?

Thân Mẹ gầy hơn cỏ
Càng vò võ hoài mong
Thương dầu hao bấc cạn
GỬI PHẬN VÀO THINH KHÔNG?
(Cuốn trôi giấc mơ tiên – 1962)

Bài thơ siêu thực điển hình này viết năm 1962 – khi ấy Phương Tấn mới 16 tuổi! Sao mà có thể như vậy nhỉ? Thần đồng chăng? Không phải! Là thiên tài ngôn ngữ và thơ!

B. Đề tài về TÌNH YÊU

Năm 16 tuổi Phương Tấn đã viết về tình yêu – cho cô gái tên Phương như thế này:

GUỐC AI KHUẤT MÀ HỒN AI CÒN GÕ

Ôi một câu thơ tình yêu hay nhất thế giới! Nhịp điệu bằng trắc trong câu thơ này bình thường mà thật phi thường! 3 Trắc 5 Bằng nghe thật man mác mơ màng – GUỐC - KHUẤT - GÕ. Chắc Phương Tấn không thể viết được thế đâu! Là TÌNH YÊU viết đấy!

Nhà thơ tên Phương mà người yêu cũng tên Phương. Tức là Song Phương. Và ông đã viết hai câu thơ như thế này:

Phương nghe đó trời thu lên lành lạnh
Lòng cũng vàng theo lá ở trong cây
(Ở Huế nhớ Phương)

Phương nào đây? Là Phương - Phương Tấn hay cô Phương trong trái tim của anh? Hay là phương hướng? Hiệu ứng đa nghĩa này đã khiến câu thơ thêm cảm xúc.

Nói về nỗi Sầu tình – nhà thơ viết:

Sầu tình dẫu lấy gàu sòng
Tát thiên thu vẫn không mong cạn sầu.
(Sầu Tình)

Ý nghĩa đã hay nhưng 3 chữ T liên tiếp trong TÁT THIÊN THU đã tạo một hiệu ứng cộng thanh tuyệt vời đến khó tin!

Điều đó cũng nói lên rằng Thơ Phương Tấn vốn đã giàu Tính Nhạc. Do đó phổ nhạc thơ anh là không dễ! Nếu không nói là RẤT KHÓ!

Trong bài Chia Hai (1970), anh hạ thần bút trong hai câu:

Khuya XA, XÁC đổ về trời
Phố cao sầu cũng nghe dời vóc hoa.

Khuya mà XA dần thì SÁNG cũng đến dần, nhưng dưới sự cảm nhận của Phương Tấn thì KHUYA không biến chuyển thành SÁNG, mà là chết đi – thành XÁC! Xác của đêm!

Ý lạ và sâu thẳm. Tư duy khác thường. Xưa nay chưa thấy ai dùng từ như vậy! Còn trong bài Theo Sau (1970) anh viết:

XÔN XAO LỤA gió điêu tàn
Thôi yên, SẦU thổi nhạc vàng xuống thân.

Vì sao gió xôn xao mà lụa điêu tàn vậy?

Bởi sự xôn xao ấy - không chỉ là xôn xao ĐỘNG - HỮU THANH mà còn là sự xôn xao TĨNH - VÔ THANH - LẶNG LẼ. Nghĩa là chỉ xôn xao cảm xúc trong lòng thôi, không ai biết. Và lụa có nghĩa là MỀM mà cũng có thể là người đó thôi! Một dáng lụa đã xa.

Còn nữa, không phải SÁO thổi hay GIÓ thổi mà là SẦU thổi! Dẫu cũng có thể hiểu Sầu theo nghĩa trạng từ - gió lụa Sầu thổi...Thiệt là thần sầu, xưa nay thi nhân chưa thấy ai dùng những cụm từ này vi diệu như vậy!

Ôi, những câu thơ thực sự không khác chi như những bức tranh trừu tượng! Trừu tượng mà đầy màu sắc Việt Nam, và quan trọng là thuở ấy còn ở tuổi học trò vậy mà chúng tôi đều hiểu được!

Năm 1972, Phương Tấn viết bài thơ Chuyện Trò Cùng Anh Kiến, Chị Dơi, và Chú Muỗi, với bốn câu mở đầu nhẹ như mây:

Chim đừng GỌI dù MỘT LỜI RẤT KHẼ
Mây đừng KÊU dù một sớm mai hồng
Cho ta ĐẬU bên hiên đời quạnh quẽ
Cho tình ta VÃI nhẹ ở hư không.

"*Mây đừng KÊU dù một sớm mai hồng*" - Từ vạn cổ chỉ nghe nói mây bay, mây lạc – vậy mà hôm nay "MÂY KÊU"- Tiếng KÊU mới xé lòng làm sao!

Ôi! Chỉ có những tâm hồn là mây, để trong khoảnh khắc thiên tài ấy, mới viết được những câu như thế!

Sau năm 1975, dường như Phương Tấn không còn làm thơ, chỉ có một vài bài mà tình cờ tôi đọc được, ví dụ một đoản khúc anh viết về ngày giỗ đầu của Mẹ (1998):

Thế gian CHỤM giữa cơn đau
VỠ ra thành lệ RỤNG vào mộ sâu
Khuya đi trăng DỌI mối sầu
Cõi xa vằng vặc một MÀU quạnh hiu...

Bài thơ về Mẹ không phải tiếng khóc - nói đúng hơn là tiếng khóc vô thanh - mà đớn đau lúc đầu, man mác vang vọng triền miên về sau. Những động từ đơn - chụm, vỡ, rụng, dọi- quá sắc, tựa như dao cắt. Diễn tả nỗi đau như dao cắt - mà không cần nói đến những từ có liên quan! Những tính từ kép lại mênh mông! Ý tình sâu thẳm mà lại trải vô biên. Thực sự đỉnh cao của nghệ thuật tu từ!

C. Đề tài về QUÊ HƯƠNG

Núi sao cứ đứng lặng thinh
Sông sao cứ khóc một mình hỡi sông.

Hay là:

Buồn nghe bìm bịp nỉ non
Nhạn kêu thảng thốt ĐÂU CÒN CỐ HƯƠNG!

Khi viết về quê hương, Phương Tấn đâu chỉ Nhân Cách Hóa quê hương - mà còn Quê Hương hóa chính bản thân mình, trái tim mình! Thành ra thơ về Quê Hương mà độc giả cứ nghe trong lòng ràn rụa nhớ thương và nước mắt!

Và bài Chờ Đến Thiên Thu Một Bóng Người (2017) sau đây:

CHỜ ĐẾN THIÊN THU MỘT BÓNG NGƯỜI

Chiều xuống sâu buông tiếng thở dài
Đêm Sài Gòn chạm bóng thu phai
Có cô gái nọ ngồi hong tóc
Ngỡ gió lùa mây xỏa xuống vai.
Sóng cuộn đời sông, sông bạc phếch
Giang hồ xếp vó tự bao năm
Nhớ em mình nhớ thời yêu mệt
Ngóng mãi bên đường bóng biệt tăm.

Ai lỡ đưa người qua bến sông
Hình như bến lạc sóng mênh mông
Sóng xô thuyền mắc bờ nước lạ
Mình, kẻ lạc loài giữa gió đông.

Và như pho tượng bên triền núi
Chờ đến thiên thu một bóng người
Chờ đến xuân già sông rã nhánh
Ô hay, mình cứ tuổi hai mươi.

Ở bài thơ này, ngôn từ thơ như được bước ra từ rượu quý trăm năm, từng chữ từng câu chuếnh choáng lòng người viết và người đọc! Phải "say" như thế mới viết nổi những dòng thơ vừa huyền ảo mơ hồ vừa sống động cụ thể như thế.

Ví dụ, hãy xem khổ thơ đầu tiên:

Chiều xuống sâu buông tiếng thở dài
Đêm Sài Gòn chạm bóng thu phai
Có cô gái nọ ngồi hong tóc
Ngỡ gió lùa mây xoã xuống vai.

Câu 1:

Chiều xuống SÂU BUÔNG tiếng thở dài

Ta cứ ngỡ ta là chiều, để buông tiếng thở dài. Chữ "sâu" liền kề với chữ "buông" là một dụng ngữ thực sự quá khéo! Quá tinh tế!

Câu 2:

Đêm Sài Gòn CHẠM bóng thu phai

Ta cũng là đêm Sài Gòn để CHẠM bóng thu phai!

Chữ CHẠM này không đơn giản có nghĩa là ĐỤNG NHẸ. Mà còn có nghĩa là TẠC, là KHẮC nữa đấy! Ta chọn nghĩa nào thì trong lòng cũng mênh mông man mác cả!

Chạm bóng thu, hay ghi khắc bóng thu – trước lúc giã từ? Chữ CHẠM này, tôi nghĩ nhà thơ phải trải một đời phong sương tuế nguyệt mới tìm được và viết ra được.

Hai câu 3 và 4:

Có cô gái nọ ngồi HONG tóc
Ngỡ gió LÙA mây XỎA xuống vai.

Cô gái nọ là ai thế? Là mỹ nhân ngư? Hay người mà ta còn đợi cả thiên thu?

Ngỡ gió lùa mây xỏa xuống vai

Những động từ đơn HONG, LÙA, và XỎA – gợi cảm hàm súc đến lạ lùng!

Đây là một bài thơ tình yêu phải không? Vì tác giả viết:

Ai LỠ đưa NGƯỜI qua bến sông
Hình như bến LẠC sóng mênh mông

Vâng đúng thế!

Nhưng chữ AI ở đây không chỉ là EM – người em bé nhỏ thân yêu, mà còn là hình bóng của một Sài Gòn xa xưa, một bóng dáng đầy hoài niệm của xứ sở Đại Việt xa vời.

Còn NGƯỜI là TA đó! Ta có thể chính là tác giả. Nhưng cũng có thể là một hay nhiều thế hệ người Việt - lưu lạc tha hương - trên xứ người hay ngay chính trên đất nước mình!

Bởi vậy cho nên:

Và như PHO TƯỢNG bên triền núi
CHỜ ĐẾN THIÊN THU MỘT BÓNG NGƯỜI.

7. KẾT

Nghĩa là IM LẶNG. Vâng IM LẶNG. Đợi chờ! Và giờ thì tôi đã hiểu vì sao Phương Tấn viết được những bài thơ man mác tình sầu, những giòng bút ký rực lửa có tiếng thét, có máu, nước mắt, có yêu thương – và những công trình Tu Thư Võ Học để đời.

Bởi thơ anh đã phản chiếu tâm hồn anh: CAO KHIẾT - TĨNH LẶNG và TỊCH MỊCH!

Và với riêng tôi, Phương Tấn còn là một người Việt cao quý!

Dẫu sao tất cả những điều nói trên - những điều tôi hiểu, những điều tôi nhìn thấy từ trong và cả ngoài thơ Phương Tấn - Con Người, Tình Yêu, Quê Hương và Vũ Trụ - cũng chỉ là tư duy của riêng tôi.

Phương Tấn là ai? Anh là nhà thơ, nhà báo, phóng viên chiến trường, là thiền sư, là nhà quản trị văn học, nhà Văn Hóa, và... hiện là một trái tim Việt Nam ngoài viễn xứ.

Tôi nghĩ chúng ta còn có thể nhìn thấy và ngộ được nhiều điều huyền nhiệm hơn thế nữa! Tôi sẽ còn trở lại đề tài về Phương Tấn trong một công trình đầy đủ và toàn diện hơn.

Nguyễn Đại Hoàng

(Tháng 5-2023)

Nguyễn Đại Hoàng phát biểu tại diễn đàn Quán Văn về-
PHƯƠNG TẤN- ĐỜI & THƠ

NGUYỄN ƯỚC

PHƯƠNG TẤN: THƠ QUÁ MỘT ĐỜI NGƯỜI

Trong mơ hồ ký ức tôi hình dung dạo ấy; đầu thập niên sáu mươi của thế kỷ trước. Miền đất nước quanh tôi trăng vẫn còn xanh, rừng chưa đỏ lửa, tiếng bom đạn chưa tới độ kinh hoàng để có thể át tiếng gà gáy chim kêu, và lứa tuổi tôi chưa tới hồi chia lìa người một ngả. Tôi cậu bé mới lớn, tuy đôi khi vẫn tay xỏ túi quần soót ka-ki, chân đi guốc mộc, quanh quẩn vùng quê đơn sơ với lũy tre xanh bên bờ sông Bồ mát rượi, nhưng lòng đã chớm se theo sợi tóc mai của thôn nữ làng trên, xóm dưới.

Đang lúc tâm hồn dường như "phơi phới còn nguyên vẹn một làn hương" giữa đất trời có vẻ "bốn phương phẳng lặng" ấy, thơ Phương Tấn bất chợt đến với tôi qua phụ trang một tạp chí do một người bạn lớn tuổi hơn mang từ Huế về. Vào đọc chỉ mới mấy dòng đầu tôi đã bồi hồi nhỏm dậy, ngẩn người trên chiếc phản gõ kê bên cửa sổ. Trong thời đại còn âm vang thơ tiền chiến phương Bắc lãng mạn điệu đàng, hoặc đang lan tỏa thơ phương nam thiệt thà mộc mạc, giọng lục bát hay thất ngôn của Phương Tấn nghe sao mới mẻ mà thấm thía, cách điệu mà trầm lắng lạ thường:

Ngây ngô người vẫy tay chào
Đó hồn sầu muộn máu trào ra khe.
(Người Con Gái Giữa Biển, 1961)

hoặc

Ngùn ngụt buồn xua lên mắt xanh
Mộ kia sầu đọng lá chia cành
Kìa trông tóc trắng nghìn đêm trắng

Hoa đã tàn, xuân cũng tàn canh.

(Hoa Đã Tàn, Xuân Cũng Tàn Canh, 1962)

Những bài thơ của Phương Tấn vào các năm đó đã dồi dào chất sáng tạo, đọng lại trong tôi thật sâu và đưa đẩy hồn tôi đi thật xa. Trong mắt nhìn của đông đảo bạn đọc và của nhiều người tuyển chọn thơ cho các tạp chí văn nghệ, Phương Tấn tuy mới xuất hiện nhưng đã có đầy đủ những dấu chỉ của một nhà thơ cách tân và tiên phong. Anh đi đầu một giai đoạn mới của lớp lớp thi nhân đồng trang lứa, đặc biệt các bạn thơ xứ Quảng Thu Bồn. Họ không đưa mắt lên ngắm trời ngoạn cảnh mà nhìn thật sâu vào nội tâm mình để bắt gặp ở đó tình yêu, thân phận của chính mình trên quê hương điêu linh, mạng người mong manh và lòng người phân rẽ. Thơ văn của họ vẽ phác được chân dung và nói lên được tâm tư của cả một thế hệ, trong đó có tôi, dù tôi sau anh chỉ một tuổi.

Nụ tài hoa và quả cuộc đời của Phương Tấn kết tinh từ rất sớm. Chưa qua tuổi thiếu niên, anh đã có những bài thơ "chín mọng", đăng trên các tờ báo lớn ở Sàigòn, như một cơ duyên đưa anh tới với người yêu thơ khắp Miền Nam (khi tôi còn lẹp kẹp hai chiếc guốc gỗ sầu đông!). Anh là con chim đầu đàn, với Tường Linh, từ vườn thơ xứ Quảng, cùng nhau cất tiếng kêu thắm thiết, đau đáu, độc lạ giữa đời, vang vọng khắp trường thơ đất nước; đôi khi tưởng chừng như chung một cung giọng nhưng nếu lắng nghe thật gần, sẽ nhận ra đường nét tinh tế riêng biệt của từng nhà thơ.

Làm sao một người mới mười bốn tuổi, non trẻ dường ấy, đã viết ra những dòng thơ "nghe ra ý vị và say mê" đến thế? Có thể xếp Phương Tấn đứng chung cụm tuổi đời sáng tạo với Cung Tiến, Nguyễn Bính, v.v... Họ sống và viết từ lúc nào, chẳng ai thật sự biết, chẳng ai thật sự hay, và chẳng ai cắt nghĩa nổi. Họ là thi sĩ, nhạc sĩ họa hiếm. Họ là những con chim rất non nhưng sớm và rất sớm đã "đến từ núi lạ ngứa cổ hót chơi". Theo cách không giống người cõi phàm, họ gặp gỡ trần gian với giác quan khác, tâm hồn khác. Bằng một cách không bình thường, nếu chưa muốn nói là phi thường, họ bén nhạy tiếp nhận những đam mê, tục lụy, tân khổ của cuộc đời thường. Lẹ làng hơn, thấm thía hơn, rung động hơn, thế giới đầy truân chuyên và nặng nghĩa tình này chuyển thật nhanh, thật mơ màng từ con tim rất dễ thổn thức của họ đến bàn tay tài hoa vẩy nhanh ngọn bút với chữ nghĩa, hình ảnh, âm vận mượt mà khác thường.

Cứ thế, họ là loài chim vừa đậu xuống bến đời chưa được bao lâu, đã mê đắm hát ca, trôi nổi giữa dòng sông đời dào dạt sóng. Bản thân có vẻ như chưa tới điểm dậy thì mà họ đã trao tặng đời những bông hoa nở thắm, đẫm hương sắc. Có phải niềm hứng khởi, cây tài và tình của họ đã được ươm từ kiếp nào đó trước để bắt đầu viên thành trong kiếp này? Có phải tâm thức của họ, cái mà nhà Phật gọi là a-lại-da-thức đã pha trộn, cưu mang và hòa quyện với chúng sinh từ muôn kiếp để ẩn tàng, luân hồi và hiển lộ trong cuộc làm người này?

Nếu quả thật như thế, Phương Tấn tự nhiên là người mang thơ trong mình đi suốt đời mình. Và cứ thế, tinh anh của anh trong thơ anh sẽ còn mãi cho đến những đời sau, vì "thác (chỉ) là thể phách". Bởi vậy tôi mới dám nói ***"Phương Tấn, thơ quá một đời người"***. Đó cũng là những gì tôi may mắn bắt gặp trong tâm tư của Phương Tấn, sống mãi, thanh xuân rào rạt mãi với những ngóng trông cuộc đời:

"Và như pho tượng bên triền núi
Chờ đến thiên thu một bóng người
Chờ đến xuân già sông rã nhánh
Ô hay, mình cứ tuổi hai mươi."
(Chờ Đến Thiên Thu Một Bóng Người, 2017)

Phương Tấn làm thơ suốt một đời. Có cải trang dưới diện mạo nào đi nữa. Có mưu sinh bằng cách nào đi nữa. Có chủ trương hay làm tổng biên tập loại báo nào đi nữa. Có ở yên một chỗ, trầm luân một cõi hay lưu vong tới phương trời nào đi nữa, Phương Tấn chỉ là một người thơ. Có hóa thân làm nữ nhân chốn bụi hồng hay viết thơ tình ở một đất nước xa lạ, làm người điên mơ say hay kẻ tỉnh cơn mộng dữ, Phương Tấn trước sau vẫn chỉ là nhà khắc họa cuộc đời bằng con chữ, hình ảnh, âm điệu để chúng bay lên thành các bài thơ ru lòng mình và để lại cho đời.

Theo chỗ tôi biết, tính đến nay, thơ Phương Tấn có thể lên tới cả ngàn bài. Gia tài thơ anh chất chứa hơn sáu chục năm, trải ra dưới đôi mắt của ít nhất ba bốn thế hệ độc giả. Trên dòng sông thơ mênh mông ấy, ta bắt gặp đủ thứ dấu vết của cả một đời người. Khởi đi từ nỗi đau côi cút tới khao khát yêu đương, từ đổ vỡ nát tan bởi chiến tranh tới điêu đứng vì vận nước đổi đời và lang bạt khắp chốn, những bài thơ khi đời khi đạo của Phương Tấn đạt tới mức không chỉ viết cho riêng anh mà còn viết chung cho cả một thế hệ cùng trang lứa với anh.

Thật thế, trong thơ Phương Tấn, tuy có thể thỉnh thoảng lại bắt gặp những hình ảnh, những âm thanh, những lối dùng chữ gây rất nhiều ấn tượng sáng tạo, làm ta như thở hụt đi một nhịp, nhưng người đọc có vô vàn dịp soi rọi bóng mình cùng với những cảm xúc của mỗi đời người trong sáu chục năm qua.

Một con chim cùi cũi
Giữa cơn mơ cháy rừng
Một con thuyền lầm lũi
Lụi hụi giữa đời sông.

Đứng trong trời mênh mông
Tôi nhỏ nhoi chiếc bóng
Thênh thang đôi cánh mộng
Vướng trên ngọn hư không.

Ai ngóng bên kia sông
Ai ngóng bên này sông
Một con thuyền mắc cạn
Một nỗi đau bềnh bồng.
(Nắng Hạn, 1975)

Và cho dẫu tới ngày Phương Tấn:

Khi nằm xuống và khi nằm xuống đó
Dăm bạn bè vỗ cánh lạ ăn đêm
Tay vuốt mắt một tay vòng lưng cỏ
Ván trên kia lần khép lại êm đềm.
(Hòa Bình Hòa Bình Đường Xa Lăng Lắc, 1964)

Vì anh vẫn sống tới các kiếp sau với những mộng mơ sôi nổi trong thơ mình:

Này anh em tôi ơi
Hãy đem rải mặt trời
Giữa ruộng vườn nứt nẻ
Hãy đem rải mặt trời

Lên mỗi lòng quạnh quẽ
Tay đã đầy tình thương
Hồn đã căng đầy gió
Hãy đem rải mặt trời
Việt Nam một ngày mới!
(Hãy Đem Rải Mặt Trời, 2019)

Như thế, tôi tin rằng Phương Tấn, nhà thơ tiên phong cách tân hơn sáu chục năm trước của xứ Quảng, nơi trùng trùng thi nhân phong vận từ cả trăm năm nay, hôm nay và về sau vẫn tiếp tục làm thơ. Trong anh, thơ đã bắt đầu từ kiếp nào, kết tụ ở kiếp này và kéo dài tới bao nhiêu kiếp nữa, trong viên thành của khổ đau, ân nghĩa và hy vọng của một cuộc làm người. Thơ Phương Tấn là tiếng lòng của một thế hệ đảo điên, bị bào mòn trong chiến chinh, và sau đó, chịu chung phần vô lượng não nề, xót xa, bi phẫn của người dân Việt suốt cả hai đầu đất nước.

Với Phương Tấn, thơ có hành lý là mơ đã đang và sẽ đi quá một đời, khiến đóa hoa lòng của anh tươi nở mãi cho cõi đời này thêm hương vị, thêm thắm đượm nghĩa tình nhân thế. Vì rốt cuộc, có lẽ cuộc đời rồi chỉ còn những vần thơ mang theo những giấc mơ nổi trôi bồng bềnh giữa các đổi thay, ảo hóa vi diệu, từ trong cốt tủy phi hình vô tướng cho tới mang mang vô biên vô tận hư không.

Nguyễn Ước
(Toronto ngày 7-7-2022)

THIẾU KHANH

Xúc Động Đọc "Thưa Mẹ" Của Phương Tấn

Lòng Mẹ bao la như biển Thái Bình rạt rào,
Tình Mẹ tha thiết như dòng suối hiền ngọt ngào,
Lời Mẹ êm ái như đồng lúa chiều rì rào.
Tiếng ru bên thềm trăng tà soi bóng Mẹ yêu.
...

Có lẽ không một người Việt nào ở miền Nam Việt Nam trước đây mà không từng nghe hay thuộc lẩm nhẩm ít nhất vài câu của bài hát *Lòng Mẹ* rất cảm động này của nhạc sĩ Y Vân.

Mẹ là người gần gũi thân thiết nhất của mỗi người. Trong lòng chúng ta, mọi con người ở khắp năm châu, đều có hình ảnh người Mẹ yêu kính của mình. Hình tượng người Mẹ đã có từ khi bắt đầu có loài người. Mẹ là nhân vật đầu tiên và thân thiết nhất của mỗi con người sinh ra trên trái đất này. Sự vĩ đại của Mẹ, và tình yêu thiêng liêng Mẹ dành cho con cũng đã có từ đó. Có thể có những đứa con ngỗ nghịch ở đâu đó, nhưng bao giờ Mẹ cũng yêu thương con, tình yêu của Mẹ có thể so sánh với sự bao la vô hạn của trời đất. Người Do Thái có câu nói: "*Thượng Đế không thể có mặt ở mọi nơi, vì vậy Ngài đã làm ra những người Mẹ.*" (God could not be everywhere, and therefore he made mothers). Mẹ thay mặt cho Thượng Đế. Tức là, về một mặt nào đó, Mẹ cũng lớn lao cao cả như Thượng Đế. Tuy vậy, người Tây phương thường coi Mẹ như một thiên thần.

Người ta kể, Abraham Lincoln, vị Tổng thống thứ 16 của Hợp Chúng Quốc Hoa Kỳ từng có lần nói: "*Tất cả những gì tôi được như hôm nay hoặc tôi hy vọng đạt được, đều nhờ ở người Mẹ thiên thần của tôi.*" (All that I am or ever hope to be, I owe to my angel mother.")

Người Trung Quốc tôn những bà Mẹ sinh ra các bậc thánh nhân là Thánh Mẫu, nhưng một trong những nền văn hóa phụ hệ sớm nhất của loài người này, người phụ nữ không có vị trí quan trọng trong gia đình và xã hội. Mặc dù tình yêu vô điều kiện của họ dành cho con cũng lớn lao như của tất cả những bà Mẹ khác của loài người. Vì vậy, ngoài các Thánh Mẫu của các thánh nhân, dường như người Tàu không có một hình ảnh tinh thần thiêng liêng dành cho người Mẹ của họ -- như hình ảnh Mẹ-thiên-thần của người Tây phương, hay hình ảnh Mẹ-bà-tiên của người Việt Nam. Người Việt coi Mẹ là một bà tiên đẹp đẽ, hiền hậu và đầy lòng yêu thương. Khi mình lớn lên, có tuổi tác rồi, dù Mẹ có trở nên một nhân vật thực tế hơn, nhưng bao giờ Mẹ cũng gần gũi với hình ảnh bà tiên dịu hiền dành tất cả tình thương yêu cho con, và mình luôn yêu kính Mẹ.

Nhà thơ Phương Tấn, một người từ nhỏ đã thiếu tình cha, vì:

Cha tôi theo cách mạng
Huyễn mộng giữa đất trời
Sầu đùn theo năm tháng
Mẹ đợi bóng ma trơi.
(Đợi Bóng)

Cha đi từ thuở nọ
Biệt tích giữa chiến khu...
(Cuốn Trôi Giấc Mơ tiên)

Phương Tấn cùng các anh em ộng sống với Mẹ, và hiểu hơn ai

hết tình yêu thương của Mẹ. Nhưng Mẹ ông là một "bà tiên bất hạnh":

Mẹ, bà tiên bất hạnh
Gượng leo dây một chân
Quẩy quạnh hiu một gánh
Chập choạng vào thế gian.

Mẹ, bà tiên bất hạnh
Gượng leo dây một tay
Quẩy quạnh hiu một gánh
Chập choạng vào thế gian.
(Đời Có Chi Ngộ Quá)

Mẹ ông nghèo quá, như thân cò gầy rạc nuôi bốn đứa con:

Bốn thằng con sống chung cùng manh chiếu
Cùng chút xương người mẹ róc cho con.
(Thư Cho Em Trai Ở Quân Y Viện Nguyễn Huệ, Nha Trang)

Trong cảnh nghèo vất vả:

Mẹ cười, bưng bát cơm thiu
Ầu ơ, móm mém hắt hiu phận bèo
(Ầu Ơ, Con Ẵm Bóng Theo Tạ Đời)
Người Mẹ của nhà thơ Phương Tấn gặp người "bạn" nào đó khuyên bà... bán bớt con:

Gặp bạn thời bạc phước
Khuyên Mẹ bán bớt con
(Cuốn Trôi Giấc Mơ Tiên)

Lời khuyên tàn nhẫn của người "bạn" của Mẹ ông khiến người ta hình dung được hoàn cảnh của mẹ con ông lúc bấy giờ cơ cực thê thảm đến mức nào. Tuy vậy, Mẹ ông đã khẳng quyết thà bán chính mình chớ không bán con mình:

Mẹ ôm con khóc mướt:
"Bán Mẹ, không bán con."
(Cuốn Trôi Giấc Mơ Tiên)

Quyết định "*Bán Mẹ không bán con*" của Mẹ ông, bỏ qua cái nhìn trắc ẩn và lời khuyên đau lòng của người bạn, là phát xuất từ sức mạnh của tình thương yêu rất thiêng liêng và vĩ đại của người Mẹ, trùng hợp với nhận xét của Agatha Christie, nhà văn người Anh nổi tiếng, chuyên viết tiểu thuyết về tội phạm khi, trong truyện ngắn *The Last Seance*, bà nói: "*Tình thương yêu của người Mẹ dành cho con mình là không giống với thứ gì khác trên đời. Nó bất chấp luật lệ, bất chấp sự trắc ẩn của người khác nhìn mình, nó coi thường mọi thứ, và đập nát không thương tiếc tất cả những gì ngăn cản sự thể hiện của nó.*" (A mother's love for her child is like nothing else in the world. It knows no law, no pity, it dates all things and crushes down remorselessly all that stands in its path).

Và Nina Grey, một nhân vật trong *Eden*, cuốn thứ ba của bộ tiểu thuyết *Providence* (*Providence, Requiem,* và *Eden*) của Jamie McGuire cũng xác định như thế: "*Tình yêu của người Mẹ là tất cả... Nó là thứ mang đứa con vào với thế gian. Nó là thứ hun đúc nên toàn bộ bản chất cuộc sống của chúng. Khi người Mẹ nhìn thấy con mình lâm nguy, bà có thể làm mọi thứ, theo nghĩa đen, để cứu nó. Những người Mẹ đã nhấc bổng chiếc xe đang đè lên các con mình, và hủy diệt toàn bộ nhiều triều đại. Tình yêu của người Mẹ là năng lực mạnh mẽ nhất mà con người đã biết đến.*" (A mother's love is everything, (...). It is what brings a child into this world. It is what molds their entire being. When a mother sees her child in danger, she is literally capable of anything. Mothers have lifted cars off of their children, and destroyed entire dynasties. A mother's love is the strongest energy known to man.)

Những điều này giúp ta hiểu: Phương Tấn – đứa trẻ sinh thiếu tháng nuôi trong lồng kính – đã sống sót và trưởng thành, cùng với các anh em của ông, dưới ý chí mạnh mẽ và tình thương bao la của người Mẹ:

Vâng, xin thưa tất cả
Tôi không phải là người
Tôi là tên thiếu tháng
Từ lồng kính bước ra.

Từng dấu chân chiu chắt
Giữa dòng sống mù sương

Chưa một lần thấy mặt
Về người cha của mình.
(Reo Vui Giữa Huyệt Đời)

Và chúng ta cũng hiểu được: nhà thơ Phương Tấn không chỉ làm thơ về Mẹ, mà ở tuổi ngoài thất thập (Phương Tấn sinh năm 1946) còn dành riêng một tập thơ để ca ngợi và tưởng nhớ Mẹ mình, tập thơ *Thưa Mẹ*:

Con lột mũ cởi giày và tháo mép
Những chua ngoa xin mắc lại cho đời
Nay trở ngựa rầu rầu qua lưng mẹ
Thân cũng tàn con gỡ lấy mà chơi.

Xin đừng hỏi e một lời cũng mỏi
Tương tàn kia bòn mót hết xương da
Con ngồi gỡ trăng phơi trong mắt lạnh
Lấy nắng chiều hong một chút sầu khuya.
(Thưa Mẹ)

Nếu coi Mẹ là Thánh Mẫu, hay là Thiên Thần, những hình tượng đó đều hàm ý một điều gì siêu nhiên, cao cả, và dường như chỉ để kính trọng – và có ít nhiều sợ hãi kiểu "kính nhi viễn chi" – chớ ít gần gũi thân thiết với con người như hình ảnh bà tiên. Tuy bà tiên cũng chỉ là một hình ảnh tưởng tượng, nhưng thích hợp với tinh thần văn hóa của người Việt hơn. Một vị Thần Thánh thường gợi hình ảnh một đấng oai nghiêm, không bao giờ cười, và có thể ngự trên bàn thờ; còn một bà tiên thì không như thế. Bà tiên, ngoài đặc tính xinh đẹp và hiền hậu, là một hình tượng của sự nhân ái, yêu thương và giúp đỡ, luôn luôn có mặt bên cạnh mình, sẵn sàng nâng đỡ khi mình sa sút, an ủi khi mình đau buồn, xoa dịu và chữa lành khi mình bị thương tổn, dù mình có thể vô tình không nhìn thấy. Bà tiên còn gợi ý sự nhẹ nhàng, thanh thoát và lung linh hơn thần thánh. Nhưng "*bà tiên bất hạnh*" của nhà thơ Phương Tấn mang hình ảnh tần tảo khổ cực vất vả nuôi con trong hoàn cảnh đất nước nhiễu nhương và người chồng đi kháng chiến:

Thân Mẹ gầy hơn cỏ
Càng vò võ hoài mong
Thương dầu hao bấc cạn
Gửi phận vào thinh không.
(Cuốn Trôi Giấc Mơ Tiên)

Sophocles, một trong những kịch tác gia Hy Lạp thời xưa cho rằng chính con cái là gánh nặng như những chiếc neo giữ chặt bà tiên trên mặt đất (Children are the anchors of a mother's life). Điều này không phải chỉ ứng với người Mẹ đáng kính của nhà thơ Phương Tấn, mà có lẽ tất cả chúng ta đều là những chiếc neo của Mẹ mình; rõ nhất là trường hợp các bà Mẹ cô đơn, góa bụa đã dành cả cuộc đời mình cho con mà không tái giá, thà:

"Bán Mẹ, không bán con."
...
Những chiều mưa phố đỏ
Mẹ vò võ trông chồng.
(Cuốn Trôi Giấc Mơ Tiên)

Nhà văn nữ người Mỹ Audrey Niffenegger, trong một tác phẩm tiểu thuyết được quay thành phim, *The Time Traveler's Wife*, nói rằng: "*Trong các chuyện cổ tích, luôn luôn là những đứa con bay nhảy tung tăng khắp chốn, trong khi các bà Mẹ ngồi vò võ ở nhà trông chờ đàn con bay về vào nhà qua cửa sổ.*" (In fairy tales it's always the children who have the fine adventures. The mothers have to stay at home and wait for the children to fly in the window).

Phương Tấn cũng có thể là một đứa con "bay tung tăng" như vậy. Nhưng không phải ông "tung tăng" trong những niềm vui hoan lạc nào, mà ông cũng như nhiều thanh niên khác cùng thời đại mang chung thân phận trai thời chiến, có trách nhiệm với núi sông, có những dằn vặt thao thức về chí hướng, lý tưởng của bản thân, về thảm trạng điêu tàn do chiến tranh gây ra cho đất nước:

Sau ngày tháng năm đó
Mày đã làm được gì?

Tiếng quát của lý tưởng
Quay tít giữa châu thân

Căng thêm niềm thần bí
Tôi thiếu điều hụt chân.

Ôi chao, ngày phụt tắt
Tuổi trẻ đen đêm đen
Từng ý nghĩ thoăn thoắt
Nhảy trong trí não này.

Nỗi thật đen thấp xuống
Cùng bão lũ lên cao
Đuổi theo đuổi theo mãi
Trên số phận hẩm hiu.

Trên số phận hẩm hiu.
(Cuốn Trôi giấc Mơ Tiên)

Nhà thơ không những không "bay về vào nhà qua cửa sổ," mà trong những ngày Tết thiêng liêng Mẹ ông chờ con vò võ, ông còn ở quê người xa tắp, vọng về quê nội đang chìm trong chiến tranh tang tóc:

Ở Mỹ không hạt dưa
Không lì xì không mứt
Không lấp ló sau nhà
Chờ được mừng tuổi Má.

Xuân ở quê nội con
Có bà con cô bác
Cầm tay ngỡ kẻ thù
Có anh em ruột thịt
Mà giết nhau như chơi.

Xuân ở quê nội con
Rượu mà như nước mắt
Khóc say nhau một lần
Mai chắc gì thấy mặt
Mai chắc gì anh em.
(Mẹ Ơi Con Không Về Kịp Tết)

Ngay cả ngày vui thành hôn của người em trai, nhà thơ cũng không về kịp được để chúc mừng hạnh phúc của hai em:

Anh về muộn một hôm sau tiệc cưới
Chút gì vui còn loáng thoáng quanh nhà
Lòng chợt mát như có người vừa tưới
Cho thịt xương riu rít ở bao la.
(Thư Cho Em Trai Ở Quân Y Viện Nguyễn Huệ, Nha Trang)

Tập thơ *Thưa Mẹ* của Phương Tấn gồm 53 bài thơ, nhưng chỉ có một nửa, tức một phần hai số bài thơ có nói về Mẹ. Một phần hai còn lại của tập thơ phản ảnh những dằn vặt của nhà thơ về thân phận, chiến tranh và quê hương.

Ta nhảy nhót với bóng ta vãi xuống
Một đời vui đem gói lại cho người
Một đời buồn gửi lại ở bên ta
Trong khuya khoắt nụ tầm đông chợt nở.

Ta sẽ sớt hồn ta cho cây cỏ
Cây sẽ xanh và cỏ hết bạc lòng
Ta sẽ thả lòng ta cho trời đất
Trời ra hoa và đất hết vô tâm.
....
Nơi quạnh vắng cõi lòng ta thăm thẳm
Ấy bao dung lồng lộng gửi cho người
Trong chiu chắt tình ta phơi phới lắm
Ngó xuống đời bạc phếch tuổi hai mươi.
(Vào Trại Phong Quy Hòa Làm Thơ Gửi Hàn Mạc Tử)

Những thao thức dằn vặt nội tâm của nhà thơ phản ảnh phần nào nỗi thao thức của tuổi trẻ, những người đồng hành với tác giả trong cùng không gian và thời gian, mang cùng tâm trạng.

Này cô đơn quá đỗi
Tuổi trẻ làm sao ăn
Tóc đà trắng buồn bã
Sao chẳng thấy Phật đâu
Nhào lộn trên thánh giá
Vẫn chẳng thấy Chúa đâu.
(Reo Vui Giữa Huyệt Đời)
Ôi, con thèm đi học
Để biết mình biết yêu

Để biết mình biết khóc
Xót quê mình đìu hiu.

Ôi, con thèm đi học
Phận đời như bóng câu
Tủi một thời ngang dọc
Tát hoài mỗi bể dâu.
(Mẹ Ngủ Ngoan Con Thương*)*
Kính thưa chị cơm bữa no bữa đói
Nhà lều bêu thuê tháng được tháng không
Xuôi với ngược cũng làm thân tôi mọi
Ngược rồi xuôi vẫn lấy cát lấp sông.

Tuổi thì nhỏ sao lòng nghe đà mỏi
Mắt còn trong sao dạ đã bơ phờ
Chúa thì cao em làm sao mà với
Khổ còn qua, qua mãi ai ngờ.
(Khoai Lang Vỏ Đỏ Lòng Vàng)

Như mọi người Việt miền Nam thời đó có làm thơ hay không làm thơ, đi qua cuộc chiến, không thể không mang trên mình những vết thương – những vết thương không nhất thiết chỉ hằn vào da thịt. Một vài vết thương như thế chắc chắn gây sẹo trong tâm hồn nhà thơ:

Vạt máu vãi trên đồi cao bóng lẻ
Máu quân thù hay máu của quê chung.
(Cha Và Con)

"Mặt Trận Dân Tộc Giải Phóng Miền Nam Việt Nam" (mà người miền Nam, cũng như trong các tài liệu của Mỹ và Tây phương, thường gọi là Việt Cộng) là một bộ phận chính trị - quân sự của miền Bắc, hoàn toàn do miền Bắc lãnh đạo, được thành lập tại miền Nam vào năm 1961. Trong ngôn ngữ của những người lính mang số mệnh "sinh Bắc tử Nam," "xẻ dọc Trường Sơn đi đánh Mỹ" của cái Mặt trận này có những từ ngữ rất "đặc trưng" mà người miền Nam không dùng. Chỉ từ sau năm 1975 những từ ngữ vốn có sẵn trong ngôn ngữ mà vẫn "lạ tai" đó đã lan tràn khắp nước. Năm 1964, là mốc thời gian rất sớm khi Phương Tấn dùng những từ "giải phóng" "nhân dân" "đỏ phố đỏ cờ", thứ ngôn ngữ du nhập từ miền Bắc ấy, trong bài thơ viết gởi cha

mình ở bên kia dòng sông Bến Hải vào năm đó. Bài thơ có những lời như tiên tri:

Ơi giải phóng
phóng bùa vong bản
Tiêu máu nhân dân
đỏ phố đỏ cờ
Chân vô thức bủa quanh đầu cách mạng
Con gõ hồn thân bỗng úa mênh mang.
...
Trong hiu hắt dòng chim rừng quẫy cánh
Dắt dìu nhau trôi dạt bến bờ xa
Lửa cuồn cuộn chìm sâu vào sử sách
Cội chia nguồn và bóng cũng chia ta.
(Thư Gửi Cha Bên Kia Sông Bến Hải)

Những vết thương không chỉ trong lòng nhà thơ; nó đã trở thành một nỗi đau rất lớn của cả dân tộc, mà dư chấn còn kéo dài chưa biết tới bao lâu, được nhà thơ ghi nhận trong toàn bài thơ rất xúc động dưới đây:

THƯƠNG CÂY NHỚ CỘI
Còng lưng thay trâu cày qua luống đất
Qua những luống đời ròng rã chiến chinh
Ngưng bắn nghe đâu riêng cho thành thị
Chỉ có thị thành không có đao binh.

Mỗi sáng ra đồng cờ vàng cờ đỏ
Cờ của bên này cờ của bên kia
Đây đạn Trung-Xô đấy bom Mỹ quốc
Kia xác đồng bào nọ xác anh em.

Giựt đất cắm cờ cắm cờ giựt đất
Cờ của hận thù đất của Việt Nam
Bom đạn cho ai vì ai lường lật
Đâu phải người ngoài giết nhau cho cam.

Lúa của nông dân mặt vàng da bủng
Đất của cha ông chân lấm tay bùn

Đạn của Trung-Xô bom của Mỹ quốc
Cờ của hai miền đất của quê chung.
(Đại Lộc, 26-03-1973)

Có lẽ không phải ngẫu nhiên nhà thơ Phương Tấn xếp những bài thơ như thế này vào tập thơ ông chủ ý dành cho Mẹ. Trong những bài thơ này, tuy tác giả không nhắc đến Mẹ, nhưng chúng là những nét bi tráng vẽ lên cái bối cảnh không gian và thời gian mà Mẹ và các anh em nhà thơ Phương Tấn đã sống và trải nghiệm hết các mức độ sắc màu sáng tối và mùi vị cay đắng của nó. Vả lại, những cảm nhận này của nhà thơ không phải là chuyện riêng của ông. Như nhà văn đa tài người Mỹ, Mitchell David Albom, nhận xét: "*Đằng sau tất cả những câu chuyện của anh luôn luôn là câu chuyện của Mẹ anh, vì chuyện của bà là nơi những câu chuyện của anh bắt đầu.*" (But behind all your stories is always your mother's story, because hers is where yours begins). Những điều trong thơ của Phương Tấn kể với chúng ta đều bắt đầu từ câu chuyện đời gian nan vất vả của người Mẹ đáng kính của ông.

Phương Tấn không chỉ là nhà thơ, nhà báo nổi tiếng, ông còn là một người yêu võ. Nhưng đọc thơ ông người ta sẽ không thấy oai thế của một "tráng sĩ" vung gươm trên lưng ngựa, mà chỉ thấy một tâm hồn dịu dàng và nhạy cảm của một nhà thơ, hơn nữa, một đứa con hiếu thảo luôn thương yêu Mẹ. Chợt nhớ lời bà *Martha Ellis Gellhorn*, nhà văn Mỹ, đồng thời là nhà báo được đánh giá là một trong những phóng viên chiến tranh vĩ đại nhất của thế kỷ 20. Bà nói: "*Tôi có đủ hiểu biết để thấy rằng không một phụ nữ nào nên làm vợ một người đàn ông ghét bỏ Mẹ mình.*" (I know enough to know that no woman should ever marry a man who hated his mother). Đọc phần chú thích dưới bài thơ *Một Trang Kinh Viết Lại* của Phương Tấn trong tập thơ này, mình nghiệm ra bà ấy nói đúng: Có yêu Mẹ một cách chân thành và cảm nhận hết tình Mẹ, người ta mới biết yêu vợ mình hơn. Nhưng đây là sự liên tưởng "ngoài lề."

Và khi anh thụ thai
Sẽ không còn bóng tối

Sẽ không còn tội lỗi
Anh lại càng yêu em.

Và khi anh thụ thai
Em không còn cô độc
Và khi anh biết khóc
Anh lại càng yêu em.

Và khi anh thụ thai
Một trang kinh viết lại
Một nỗi đau nhớ mãi
Anh thật sự yêu em.
(Một Trang Kinh Viết Lại)

Ngoài việc cám ơn nhà thơ Phương Tấn có nhã ý cho tôi được đọc trước bản thảo tập thơ rất xúc động của ông, tôi muốn bày tỏ thêm sự đồng cảm sâu sắc với nhà thơ: Tôi cũng trong hoàn cảnh gia đình hoàn toàn giống như của ông vậy. Cha tôi đi kháng chiến và mất tích trong chiến tranh chống Pháp (1951). Mẹ tôi cũng một mình cơ cực nuôi 4 đứa con và nếm trải đủ cay đắng thăng trầm trong cuộc sống. Có lẽ những bài thơ về Mẹ trong tập thơ *Thưa Mẹ* của Phương Tấn không chỉ tạo sự xúc đông sâu sắc nơi những người có hoàn cảnh như ông và tôi, mà có thể làm bùi ngùi bất cứ ai yêu Mẹ.

Mà có đứa con nào không yêu Mẹ?

Thiếu Khanh
(Sàigòn ngày 8-11-2017)

ĐỖ TRƯỜNG

Tuyển Tập 1 – Với Sáu Mươi Hai Năm Thơ Phương Tấn

Tôi thật vui và cảm động, ngày 15-5-2022 nhận được bản thảo "Thơ Phương Tấn - Tuyển tập 1" của nhà thơ Phương Tấn gửi tặng. Một tuyển tập quan trọng bậc nhất trong sự nghiệp sáu mươi hai năm sáng tạo của Phương Tấn. Dù Tuyển tập được rút, chọn ở những thi tập đã xuất bản từ đầu thập niên sáu mươi cho đến nay, nhưng khi đọc kỹ ta thấy, dường như có sự sắp xếp chương mục, chủ đề rõ ràng. Do vậy, nội dung bố cục khá chặt chẽ, mạch lạc với những: Tình yêu đôi lứa, tình yêu gia đình, và bạn bè, quê hương, đất nước, cùng thơ thế sự xã hội xuyên suốt Tuyển tập 1 này.

Tôi yêu mến và tìm đọc thơ Phương Tấn rải rác ở đâu đó đã khá lâu. Tuy nhiên, nhận Tuyển tập này, tôi mới được thực sự đọc ông một cách có hệ thống. Sự tiếp cận có hệ thống ấy cho tôi nắm bắt được hồn vía tư tưởng, thủ pháp nghệ thuật cũng như diễn biến tâm lý Phương Tấn qua những biến động của đất nước, con người.

Nhà thơ Phương Tấn tên đầy đủ là Nguyễn Tấn Phương, sinh năm 1946 tại Đà Nẵng. Năm 1960, tức 14 tuổi, ông đã bắt đầu làm thơ và viết văn. Thơ văn ông đã được đăng tải, phổ biến hầu hết trên các báo chí ở miền Nam trước 1975. Ngoài ra, ông còn làm báo, cũng như nghiên cứu và đưa võ thuật Việt Nam đến với các đấu trường quốc tế. Hiện nhà thơ Phương Tấn đang sống và viết tại Cali - Hoa Kỳ.

* Ấy tim anh hé, riêng em khẽ vào.

Vâng, và tôi xin mượn câu thơ *"Ấy tim anh hé, riêng em khẽ vào"* này của Phương Tấn, để làm tiêu đề cho phần viết về tình yêu cùng nỗi buồn thi nhân. Có thể nói, tình yêu và cái thuở ban đầu ấy, không chỉ chiếm vị trí số một ở Tuyển tập này, mà còn quan trọng nhất trong đời thơ Phương Tấn. Và cũng chính nó làm nên tên tuổi, hồn thơ ông.

Tôi không rõ, tình yêu đầu của Phương Tấn diễn ra như thế nào, nhưng đọc câu thơ viết cho cô gái tên Phương, năm ông16 tuổi, cảm thấy rạo rực lắm: *"Guốc ai khuất mà hồn ai còn gõ"*. Với tôi, có lẽ đây là một trong những câu thơ tình với phép tương phản hay nhất ở Tuyển tập 1 của Phương Tấn. Và tiếng gõ của mối tình đầu ấy, chẳng biết có làm lạc hồn lạc vía cậu học trò Nguyễn Tấn Phương hay không? Nhưng xem chừng thi sĩ Phương Tấn lung linh và tự tin lắm: *"Im nghe bàn ghế thầm thì / Nghe trong sách vở li ti là tình / Phấn cười bảng cũng lung linh / Mực vui chữ cũng chia tình cho em"* (Lung Linh Tình Đầu). Từ cái lung linh, sự tự tin đó, thi sĩ Phương Tấn đủ can đảm hé mở trái tim mình. Song dường như, cô bé lọ lem ấy có một chút ngập ngừng chăng...

Và như một tiếng gọi, dụ mời, Phương Tấn muốn em bước vào nơi cửa mở trái tim, với không gian đầy lãng mạn: *"Này này cô bé lọ lem / Ấy tim anh hé riêng em khẽ vào / Mình căng lều ở trong sao / Vui nghe tình thở rạt rào hơi trăng"* (Lọ Lem). Có lẽ, trái tim thi nhân vẫn chưa đủ rộng, hay cô nữ sinh chưa đủ can đảm bước đến tận cùng. Do vậy, thơ tình Phương Tấn vẫn buộc phải kẹp vào trang sách. Và Thư Xanh là một bài thơ hồn nhiên, trong trẻo, với hình ảnh ẩn dụ, lời thơ rất đẹp được viết trong cái không gian, tâm trạng ấy của cậu học trò Phương Tấn: *"Một vườn chim hót trong thơ / Líu lo líu lít thơm tờ thư xanh / Một tà nắng khép bên cành / Khép trong vạt chữ xanh xanh là tình"*. Ở cái tuổi học trò như vậy, có lẽ không ai yêu đến điên cuồng, mãnh liệt, và dám viết câu thơ táo bạo như Phương Tấn. Có thể nói, đây cũng là nét đặc trưng thơ tình ở giai đoạn này của ông. Đọc nó chỉ một lần, cứ làm tôi nghĩ đến ngày còn cắp sách đến trường, và ám ảnh mãi không thôi: *"Anh quỳ lót lụa dưới chân / Lụa thơm đầy gió cho thân là là / Là là cánh én bay ra / Én tha đầy mộng ngậm tà áo xuân."* (Nàng Tiên).

Thuở còn đến trường, dường như Phương Tấn chủ yếu đã gửi hồn mình vào thơ lục bát. Một thể thơ dễ làm, và thật khó hay, song ông đã chinh phục được người đọc không chỉ nơi học đường. Vâng, ngoài sự tìm tòi, học hỏi, âu đó cũng là tài năng thiên bẩm của người cầm bút vậy. Và Nai Vàng, Tan Trường, Bông Hồng, Trên Đường, Lẽo Đẽo, Vẫn Đợi... là những bài lục bát 4 câu chắt lọc, với từ ngữ mộc mạc, song giàu hình ảnh cùng các biện pháp tu từ nhân hóa, ẩn dụ ở trong Tuyển tập 1 chứng minh cho tài năng ấy của Phương Tấn: *"E chừng trong guốc đầy hương / Sao nghe chim chóc bên đường xuýt xoa."* (Nai Vàng).

Rồi người con gái tên Phương đã khe khẽ bước được vào trái tim hé mở của cậu học trò Nguyễn Tấn Phương. Và từ cái rạo rực và cảm hứng ấy, thi sĩ Phương Tấn viết nên: Ở Huế Nhớ Phương, Ngồi Giữa Ruộng Ngắm Trăng Nhắp Trà Nhớ Phương, Cười Nghiêng Ngửa Bóng, hay Phương Ơi, Những Ngày Trốn Học... Đó là những bài bát ngôn, hoặc ông trộn lẫn các thể loại thơ vào nhau, theo cảm xúc vơi đầy của mình. Có thể nói, đây là những bài thơ mãnh liệt, thiết tha, chân thực và cảm động nhất của Phương Tấn: *"Phương nghe đó trời thu lên lành lạnh / Lòng cũng vàng theo lá ở trong cây / Vui cũng bay theo gió ở trong ngày / Một chút lệ thêm chút buồn vừa chín."* (Ở Huế Nhớ Phương).

Có lẽ, trái tim trở nên chật chội chăng? Nên sự rạn vỡ, chia ly buộc Phương Tấn phải ôm sầu muộn, để viết: Quẫy Tình, Tình Cay, Bến Khuya hay Tình Sầu... Và trở về với lục bát, nỗi buồn thương ấy, dù có ngàn năm cũng không tát cạn trong lòng thi nhân. Vẫn biện pháp tu từ, với những hình ảnh ẩn dụ, Phương Tấn như rắc muối vào lòng người đọc: *"Sầu tình, dẫu lấy gàu song / Tát thiên thu vẫn không mong cạn sầu / Bóng câu khoe trúc bạc đầu / Khoe mai tàn cánh khoe màu thời gian"* (Tình Sầu).

Chia ly, với nỗi đau là thế, song sự hoài vọng vẫn còn ăm ắp trong lòng thi nhân. Sự ngóng trông, và chờ đợi dài đằng đẵng ấy, tưởng chừng: *"... như pho tượng bên triền núi"*. Nhưng không! Tình yêu dường như có lý lẽ riêng. Thật vậy, sức sống tình yêu, (hay một sức mạnh vô hình nào đó) không thể cân đong đo đếm. Cho nên, Phương Tấn vẫn thấy: *"Ô hay, mình cứ tuổi hai mươi"*. Và, Chờ Đến Thiên Thu Một Bóng Người là một bài thơ thất ngôn, viết trong tâm trạng như vậy của Phương Tấn. Khi viết bài thơ này, ông đã bước vào cái tuổi thất thập. Nếu được phép tuyển chọn, với tôi đây là một bài thơ hay, và toàn bích nhất trong Tuyển tập 1 của Phương Tấn. Vâng, chỉ một trích đoạn ăm ắp hình tượng, mang mang hồn cổ thi sau đây, sẽ cho ta thấy rõ điều đó: *"Sóng xô thuyền mắc bờ nước lạ / Mình, kẻ lạc loài giữa gió đông / Và như pho tượng bên triền núi / Chờ đến thiên thu một bóng người"*.

*** Ván khua lách cách hồn khe khẽ về.**

Cũng như thi sĩ Nguyễn Nho Sa Mạc, thơ Phương Tấn đã chín trước tuổi. Ở tuổi 14 ông đã viết những câu thơ già dặn, cô đơn, bi thảm trong thành phố chết, hay và rợn đến kinh người: *"Đêm lên phố vào sa mạc / Tìm đâu rộn rã kinh kỳ / Lầu dinh mà như cồn cát / Thênh thang một nẻo sầu bi."* (Đà Nẵng, Trời Ni Đất Nớ). Và với những hình ảnh mang tính ẩn dụ sâu sắc, tôi cứ ngỡ Phương Tấn đã ở cái tuổi 41 vậy: *"Đà Nẵng mình buồn em hỉ / Hôm nào em ghé vô chơi / Mùa ni có bông chung thủy / Nở nơi khóe mắt thay lời."* (Đà Nẵng, Trời Ni Đất

Nớ). Với Tuyển tập 1 này, tình bạn trong thơ Phương Tấn rất đậm sâu. Tuy nhiên, những bài thơ hay về bạn bè, anh em lại nằm trong phần thơ Cát Bụi, với những cuộc chia ly vĩnh cửu. Đó cũng là nỗi buồn trong lòng thi nhân và trong thơ vậy. Sự ra đi bất ngờ của nhà thơ tài hoa Nguyễn Nho Sa Mạc ở cái tuổi đôi mươi làm cho Phương Tấn xúc động mạnh. Hình ảnh bạn luôn hiện về trong nỗi nhớ thương, tiếc nuối của Phương Tấn. Ván Khua Lách Cách Hồn Khe Khẽ Về, một bài thơ lục bát được ra đời trong cái chập chờn ấy của ông. Từ ngữ, hình ảnh lạnh sắc làm cho tôi chờn chờn, rợn rợn, khi đọc. Đọc nó, chợt làm tôi nhớ đến: Gửi Người Dưới Mộ của Đinh Hùng. Có thể nói, cùng với Lật Trang Kinh, Tụng Chữ Tình, Bên Đời Hiu Quạnh, và Buồn Như Trăng Nhớ Ai... Ván Khua Lách Cách Hồn Khe Khẽ Về là bài thơ hay, điển hình nhất trong Tuyển tập 1 của Phương Tấn: *"Khuya xa xác đổ về trời / Phố cao sầu cũng nghe dời vóc hoa / Tay lùa con nước xót xa / Chân lùa bóng vỡ phôi pha thiên tài / Từ anh bỏ lại tuổi mai / Cát vàng thả gió chia hai bạn bè / Bừng bừng xô dạt lòng khe / Ván khua lách cách hồn khe khẽ về"*.

Khi đi sâu vào đọc, ta thấy Phương Tấn rất dụng công với thơ lục bát. Không chỉ tìm tòi làm mới từ ngữ, hình ảnh, ông còn sử dụng thủ pháp ngắt nhịp, xuống dòng trong câu thơ, nhằm diễn tả cảm xúc, diễn biến nội tâm sâu sắc và chân thực nhất. Và, Ngày Hẹn Nhau Ngày Vĩnh Biệt là bài thơ tiêu biểu nhất cho hình thức nghệ thuật này trong Tuyển tập 1 của Phương Tấn:

Thôi rồi
    bỏ tuổi
        hai mươi
Dưng nghe
    huyệt lạnh
        nổi cười
            lạnh căm.

Thôi rồi
    tận cõi
        xa xăm
Thương hồn

nhớ phách
biệt tăm
vô thường!

Cơn mưa chiều úa rã là bài thơ ngũ ngôn, được Phương Tấn viết năm 1972 ngay tại bến xe Biên Hòa. Tuy không nằm trong số những bài hay nhất của Tuyển tập 1, nhưng đọc nó, tôi thấy được nỗi buồn đau, cùng sự quạnh hiu đến tột cùng của thi nhân. Và mượn cảnh vật thiên nhiên một cách mộc mạc, dung dị để miêu tả diễn biến nội tâm đã đạt đến đỉnh cao nghệ thuật của Phương Tấn. Buồn là vậy, song cái ngôn ngữ giàu nhạc tính làm nên nét đặc trưng thơ Phương Tấn: *"...Từng giọt từng giọt buồn / Nhỏ xuống lòng nhân gian / Lăn trong đời hiu quạnh / Nhỏ xuống lòng nhân gian / Cơn mưa chiều úa rã."*

Nếu lục bát Phương Tấn đậm chất trữ tình, thì thơ ngũ ngôn của ông mang tính triết lý cuộc sống. Chợt Thấy Đời Đã Cạn, Phương Tấn viết năm 21 tuổi, là bài thơ ngũ ngôn điển hình cho đặc điểm này của ông. Có thể nói, đạo đức, hay chân lý đã được nhà thơ rút tỉa ra từ những cạm bẫy của cuộc đời vậy: *"... Đừng soi vào mắt ta / Chiếc lồng không bóng chim / Treo một đời để nhử / Chết ngọt những đường kim./ Đừng soi vào mắt ta / Cánh hồng đen lã chã / Nhạt nhòa giữa lòng ta / Cơn mưa chiều rệu rã. / Nào, dốc ngược tim mình / Ngã chúi vào dĩ vãng / Ta dốc ngược tim mình / Chợt thấy đời đã cạn."*

* Mẹ, quê hương và đất nước.

Sinh ra và lớn lên trong chiến tranh, do vậy ngay từ buổi đầu hồn thơ Phương Tấn đã bi đát và vô vọng. Mười bảy tuổi, Phương Tấn đã viết: Reo Vui Giữa Huyệt Đời, lời thơ chán chường, lạnh tanh như thể tự kết thúc cuộc đời tuổi trẻ vậy: *"...Tóc đà trắng buồn bã / Sao chẳng thấy Phật đâu / Nhào lộn trên thánh giá / Vẫn chẳng thấy Chúa đâu / Thôi đêm còn hai tay / Bức tóc vo lấy đầu / Và ngày còn hai chân / Giẫm lên cùng nỗi khổ. / Thôi tôi còn một tôi / Reo vui giữa huyệt đời..."*. Và đi giữa phố thị mà nhà thơ vẫn cảm thấy cô đơn, không tìm thấy một con người đích thực. Chiến tranh đưa đến sự lưu manh, giả dối đã làm cho ông và thế hệ ông mất hết niềm tin vào xã hội, con người. Ngày Xuống Ngày Không Lên là một bài thơ ngũ ngôn, mang tâm trạng như vậy của Phương Tấn. Bài thơ được viết tại Saigon năm 1966, có lẽ chiến tranh bước vào giai đoạn mới, khi Quân đội Mỹ và đồng minh tham chiến ở chiến trường miền Nam:

"...Nào bước khỏi đám đông / Khỏi những khuôn mặt kịch / Xin bước khỏi đám đông / Lòng mở lòng nguội ngắt./ Hãy xem tôi đà chết / Tôi đã chết lâu rồi /... Này da vàng đầy phố / Vẫn không thấy anh em / Sao da vàng đầy phố / Vẫn không thấy mặt người!".

Từ những nhận thức như vậy, cho nên ta thấy tính chân thực sâu sắc trong thơ Phương Tấn. Ông dám cả gan đánh giá cái sự lầm lạc của người cha và vén bức màn ẩn khuất, buồn đau ngay trong gia đình mình: *"Cha tôi theo cách mạng / Huyễn mộng giữa đất trời / Sầu đùn theo năm tháng / Mẹ đợi bóng ma trơi."* (Đợi Bóng). Cái điều tối kỵ này dường như rất ít gặp trong thi ca Việt. Có chăng, tôi mới được đọc ở: Chuyện Hai Bố Con Tôi của nhà thơ Nguyễn Bắc Sơn mà thôi.

Tôi không rõ, bài thơ Thưa Mẹ, Phương Tấn viết (năm 19 tuổi) trong hoàn cảnh nào? Là người lính từ mặt trận, hay sau những ngày lang thang đâu đó mệt mỏi trở về nhà, và viết về mẹ thật cảm động. Có một điều đặc biệt, đoạn kết của bài có những hình ảnh hoán dụ, và cụm từ thật mới lạ. Nó làm câu thơ hay đến độ, tưởng chừng chưa bao giờ được đọc câu thơ về mẹ hay, cảm động, sâu sắc đến vậy: *"Mẹ so đũa gắp lòng reo trong mắt / Gắp một đời rót xuống chén cơm con"*. Vì vậy, hình bóng người mẹ khốn khó, sống hay thác cũng vì con ấy, Phương Tấn đã mang theo suốt cuộc đời, dù ở quê nhà hay nơi đất khách: *"Mẹ cười bưng bát cơm thiu / Ầu ơ, móm mém hắt hiu phận bèo / Mặc lòng trời đất cheo leo / Ầu ơ, con ẵm bóng theo tạ đời.* (Tạ Đời). Không có nỗi đau nào bằng nỗi đau mất mẹ. Phương Tấn cũng vậy. Lời thơ nghẹn ngào như được vắt ra từ tâm khảm với nỗi đau tận cùng trong ngày mẹ mất của ông. Có thể nói, rất nhiều áng văn đã viết về mẹ, song viết được như Phương Tấn rất ít: *"Thế gian chụm giữa cơn đau / Vỡ ra thành lệ rụng vào mộ sâu / Khuya đi trăng dọi mối sầu / Cõi xa vẳng vặc một màu quạnh hiu."*.Chiến tranh và sự bất lực của con người: *"Tay ốm quá làm sao con che hết / Biển xô nhanh trên cùng suốt dân mình"*. Cho nên, Phương Tấn hiểu hơn ai hết nỗi đau của đất nước, thân phận con người. Sự đồng cảm ấy, để ông viết nên: Bên Kia Sông Bến Hải. Một bài thơ về tình yêu quê hương đất nước rất sinh động, và chân thực qua biện pháp tu từ so sánh: *"Ơi giải phóng - phóng bùa vong bản / Tiêu máu nhân dân - đỏ phố đỏ cờ / Chân vô thức bủa quanh đầu cách mạng / Con gõ hồn thân bỗng úa mênh mang."* Và trước cái dã man, tàn bạo: *"Đừng. Đừng giết con tôi / Súng bắn thẳng người mẹ / "Mẹ ơi, con mồ côi..." / Súng bồi thêm người con."* Phương Tấn chợt nhận ra, tự do là con đường duy nhất quê hương phải đến. Và cái lý tưởng ấy, chỉ có tình yêu cùng lương tri mới làm nên hiện thực. Vâng, lời thơ có giai điệu du ca dưới đây, như một lời dự báo, và giải thoát trong thơ Phương Tấn vậy: *"Việt Nam phơi hồn cốt / Lồng lộng giữa đêm đen / Quê hương chỉ có một / Đường đi đến tự do / Tuổi trẻ chỉ có một / Lý tưởng và lương tri / Quỷ đỏ đeo mặt nạ / Giết cả mẹ cùng con / Cướp cả non cùng nước"* (Nước Và Non). Bài Túy Ngọa Sa Trường Quân Mạc Tiếu, được Phương Tấn viết vào năm 1963, khi ông mới 17 tuổi. Nếu không nghiên cứu, đọc sâu về văn học miền Nam ở giai đoạn này, thì tôi không thể tin như vậy. Bởi, cái vốn Hán Nôm và hồn vía cổ phong trong thơ Phương Tấn. Ở đây, không chỉ thấy được đổ nát của chiến tranh, thân phận lưu lạc của con người, mà còn chứng minh thêm tài năng, tính dự báo trong thơ của Phương Tấn, (đã thành hiện thực). Với tôi, đây là một trong những bài thơ hay nhất trong Tuyển tập 1 thơ Phương Tấn: *"Từ tâm thu lại di truyền / Chân con giải phóng bóng thuyền vong lưu / Hồn xô tay phất oan cừu / Tiền thân tự đó thu mình quạnh hiu..."*

* Hồn thơ thế sự xã hội

"THƠ PHƯƠNG TẤN - Tuyển tập 1", có đến mấy chục bài thơ hay về thế sự xã hội mang sức sống lâu dài. Tôi rất mừng, không có bài nào dở như ta thường gặp ở dòng thơ thế sự xã hội này...

Phương Tấn đứng hẳn về lẽ phải, về đất nước, thân phận con người để viết. Do vậy, thơ thế sự của ông mang tính nhân đạo sâu sắc, và nhận được sự đồng cảm của người đọc. Ngay từ năm 1966, (tức cách nay gần sáu chục năm) đọc lại bài thơ Nam Mô A Di Đà Và Thánh Thần A Men, tôi vẫn thấy mới, và còn tính thời sự. Vâng, sự tranh giành, bắn giết nhau giữa đạo hay đời đều mang lại những hậu quả đến nay chúng ta vẫn phải lưu vong gánh chịu. Có thể nói, thơ thế sự Phương Tấn có sức sống như vậy, ngoài tính nhân bản, còn có giá trị dự báo: *"Này đồng bào tôi đó / Các người thật nghĩ gì / Khi cam lòng giết nhau / Để giành phần nô lệ / Để giành phần lưu vong / Này đồng bào tôi đó / Các người thật nghĩ gì / Một Việt Nam vô phúc / Thăm thẳm những hận thù / Nằm giữa áo chùng tu / Chen nhau vào triệt lộ..."*. Và Phương Tấn đã ghi lại cái tang thương, nỗi đau của đồng bào, đồng loại để từ đó phỉ nhổ vào những kẻ bán mua chiến tranh. Không đao to búa lớn, nhưng lời thơ Phương Tấn đã làm cho người đọc thấy được thực chất của cuộc chiến này: *"Còng lưng thay trâu cày qua luống đất / Qua những luống đời ròng rã chiến chinh /... Mỗi sáng ra đồng cờ vàng cờ đỏ / Cờ của bên này cờ của bên kia / Đây đạn Trung-Xô đấy bom Mỹ quốc / Kia xác đồng bào nọ xác anh em"* (Thương Cây Nhớ Cội).

Tình yêu nước cho Phương Tấn lòng can đảm vạch trần bộ mặt bán và cướp nước của cường quyền, cùng giặc phương Bắc dưới mọi hình thức che đậy. Và từ đó ông khơi dậy chí khí, truyền thống chống giặc ngoại xâm của dân tộc: *"Chúng nó bán quê hương / Chúng nó bán mình rồi / Làm người dân khi chết / Không cọng cỏ che than / Giặc tràn từ phương Bắc / Chảo lửa trụng cơ đồ / Cháy ngàn năm chưa tắt / Chảo lửa trụng cơ đồ / Quê hương bầm vết cắt / Cứa mối sầu khôn nguôi"*. (Chảo Lửa Trụng Cơ Đồ).

Với từ ngữ mộc mạc, giản dị, thơ Phương Tấn đến được với mọi tầng lớp người đọc. Do vậy, thơ thế sự của ông có giá trị hiện thực, và lâu dài. Thiên An Môn là một trong những bài thơ điển hình nhất cho đặc điểm này của ông. Thật vậy, Phương Tấn đã không ngần ngại chọc thẳng ngòi bút vào thượng tầng của đám quỷ đỏ, và chỉ ra cái giá trị đạo đức, lòng tin đảo lộn tùng phèo trong xã hội vô luân ấy: *"Trước hàng song sắt đỏ / Quỷ đánh rơi mặt trời / Sau hàng song sắt đó / Chờn vờn bóng xương phơi / Phật cũng vừa treo cổ / Chết cùng Chúa đêm qua!"*.

Có thể nói, 154 bài chọn ra từ 6 tập thơ cho Tuyển tập 1, chưa phải là nhiều của đời thơ Phương Tấn. Song nó đã khẳng định lại một lần nữa về giá trị nội dung cũng như nghệ thuật thơ Phương Tấn. Sự đóng góp này của ông làm phong phú thêm cho văn học nước nhà, và để lại những bài học, kinh nghiệm thật quí cho thế hệ người đọc, người viết như chúng tôi.

Đỗ Trường

(Ribnitz-Damgarten ngày 3-6-2022)

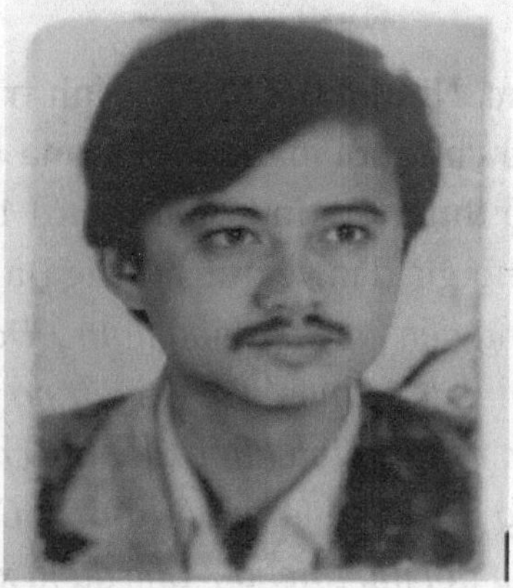

PHẠM CHU SA

PHƯƠNG TẤN – NHÀ THƠ NẶNG TÌNH VỚI QUÊ HƯƠNG

Phương Tấn làm thơ rất sớm. Những bài thơ có tính triết lý, suy tư về vận người mệnh nước, có chút nổi loạn, đôi khi ma quái - đăng trên các tạp san văn học nghệ thuật uy tín khi anh mới 14, 15 tuổi... Phương Tấn viết những câu thơ già dặn về quê hương Đà Nẵng của anh khi mười bốn tuổi: " *Đà Nẵng bến chiều buông lạnh / Đò xuôi trở chuyến sang sông / Âm ba gợn mình lấp lánh / Trời ni đất nớ mênh mông / Trầm tư giáo đường ngủ gục / Giật mình khóc thét hồi chuông / Thanh âm đổ dài bắt bóng / Bóng đời lóng lánh vô tâm.../ Cổ mộ, công viên vàng vọt / Chập chờn trăng dọi ma thiêng / Ghế đá là xương là cốt / Cỏ, hoa, liễu chết lặng phiền...*". (Đà Nẵng Trời Ni Đất Nớ - 1960). Và những câu thơ với ngôn ngữ và hình ảnh lạ lùng, ma quái khi anh mới mười lăm tuổi : *"Một giọt trăng chắt chiu trong kẽ lá / Một giọt sầu thơm lạ ở trong khuya.../ Lệ vây ta lửa đuốc lập lòe / Trăng ủ rũ dúi mình trong thân mộ / Mộ đỏ mộ xanh nhảy chồm lố nhố / Níu kéo thân ra ca hát véo von / Đêm bay lên xòe đôi mắt đen ngòm / Ta cởi dạ thả giữa bồn trăng huyết / Thân chẻ vụn giăng làm hoa diễm tuyệt / Kết hồn này bằng âm điệu sầu ma..."* (Vĩnh Biệt Trăng, Ôi Một Nàng Thục Nữ - 1961)...

Những câu thơ "đầu tay" của anh mãi sau này tôi mới được đọc trong tập "Thơ Phương Tấn - tuyển tập 1" anh gửi tặng tôi khi từ Mỹ về Việt Nam hồi tháng 5- 2023 cùng hai thi tập "Lung Linh Tình Đầu" và "Lục Bát Phương Tấn" ấn loát cực đẹp với nhiều phụ bản hội họa. Tôi đã đọc thơ Phương Tấn trên các tạp chí văn học nghệ thuật từ giữa thập niên 1960. Nhưng tôi ấn tượng nhất khi đọc tập "Thơ Tình Của Một Thi Sĩ Việt Nam Trên Đất Mỹ" (ấn hành ở Mỹ 1970 - tái bản tại Sài Gòn 1971). Tuy tựa là "Thơ tình..." nhưng bàng bạc trong toàn tập thơ là hình ảnh quê hương thời chiến tranh loạn lạc với bao đau thương, mất mát cùng khát vọng hòa bình của giới trẻ miền Nam Việt Nam bấy giờ - trong đó có tôi. Đặc biệt trong bài thơ "Người Nói Chuyện Với Mộ Bia" Phương Tấn làm năm 1969 ở Texas với ngôn từ và ý tưởng khá lạ: *"Chút xương da xanh mướt / Liệu người qua nổi sông / ...Trời trống huơ trống hoác / Không diệt cũng không sinh / Gió dường như quíu lưỡi / Mây mỏng phận, bạc đầu / Đời buồn sâu bóng trượt / Hồn có mà như không"*. Vài năm sau khi trở về Việt Nam, thơ Phương Tấn có biến chuyển rõ nét từ ý tưởng, ngôn ngữ đến hình ảnh. Đơn cử: bài " Chuyện Trò Cùng Anh Kiến, Chị Dơi Và Chú Muỗi": "*...Này anh Kiến, chị Dơi và chú Muỗi / Thịt ta thơm cứ cắn chút làm duyên / Xin đừng hỏi vì sao ta cùi cũi / Sao lòng ta quạnh vắng đến vô biên / Thơ ta giã, ướp cùng sương khói / Ướp xương da và máu ở hai miền /...Ta bẻ kiếm khi quanh thành lửa cháy / Khi cần lao mất cả ruộng vườn / Bom đạn đã nhiều hơn thóc lúa / Hận thù nhiều hơn cả tình thương...*" (Biên Hòa, 1972). Cũng thời gian ở Biên Hòa, Phương Tấn viết bài "Bước Ra Từ Nhà Thương Điên Biên Hòa" khá thú vị: *"Cung cúc giữa xó đời / Chờn vờn bóng ma trơi / Cười sao cười quá đỗi / Ta giỡn, kệ ta chơi ..."* Đúng là Phương Tấn giỡn chơi thôi chứ nhà thơ quá tỉnh: "*...Tự ta làm khán giả / Cùng sân khấu trống không / Phá lên cười ha hả / Tên lạc chợ trôi sông.../ Ta đấm ta ngã xuống / Hồn mắc nơi cành khô / ...Thượng đế treo toòng teng / Nhiễu nhương cười hô hố / Và thánh thần A men!...*"

Bấy giờ tôi chỉ đọc thơ chứ không quen Phương Tấn, dù trên tuần báo Tuổi Ngọc tôi đã viết mục "Nhìn xuống cuộc đời" giới thiệu chương trình Phương Tấn bán tập bút ký "Hòa Bình Ta Mơ Thấy Em" lấy tiền giúp bà con chiến cuộc miền Trung. Và đăng thơ anh ký tên thật Nguyễn Tấn Phương. Nhưng tôi thường nghe Lê Cung Bắc kể về "3 Kẻ Sĩ " (từ của Lê Cung Bắc) sinh hoạt trong nhóm Du ca ở Biên Hòa khoảng 1972 - 1973, gồm nhạc sĩ Nguyễn Đức Quang (sinh 1944); thi sĩ Phương Tấn (1946) và kịch sĩ Lê Cung Bắc (1946).

Nguyễn Đức Quang và Lê Cung Bắc vốn là đồng môn trường chính trị kinh doanh - Đại học Đà Lạt. Tôi cũng không được quen biết Nguyễn Đức Quang, tuy rất ngưỡng mộ anh cùng các khúc du ca của anh. Nhất là bài "Việt Nam Quê Hương Ngạo Nghễ " mà có lẽ giới sinh viên - học sinh bấy giờ ai cũng thuộc! Mùa hè đỏ lửa 1972, khi vừa tốt nghiệp cao học chính trị kinh doanh, Lê Cung Bắc bị động viên sĩ quan trù bị Thủ Đức. Ra trường, Bắc được điều động về Biên Hòa, gặp Nguyễn Đức Quang và Phương Tấn đang đóng ở đó. Tuy bấy giờ Biên Hòa là nơi đặt đại bản doanh của bộ tư lệnh Quân đoàn III và Quân khu 3, nhưng do nằm sát thủ đô Sài Gòn nên tương đối an bình, không như các đô thị biên giới Pleiku, Kon Tum, Quảng Trị... không khí chiến tranh thường xuyên nóng hừng hực. Bắc kể, chính ở Biên Hòa, Nguyễn Đức Quang đã viết ca khúc "Vì Tôi Là Linh Mục" rất hay, phổ từ tập thơ "Thiên Tai" của Nguyễn Tất Nhiên vừa xuất bản năm 1970 - khi Nhiên mới 18 tuổi. Lê Cung Bắc còn kể chuyện anh tình cờ gặp Nguyễn Tất Nhiên ở Biên Hòa, rồi xúi chàng thi sĩ đang lơ ngơ "đi không chạm đất" đòi tiền bản quyền thơ mà Phạm Duy phổ nhiều ca khúc từ thơ Nhiên, đang nổi đình nổi đám, nhưng không ai trả nhuận bút cho tác giả thơ!... Bắc còn kể có những ngày cuối tuần, cả nhóm du ca kéo nhau lên núi Bửu Long sinh hoạt, ca hát dưới sự đạo diễn của nhạc sĩ du ca Nguyễn Đức Quang - người khai mở phong trào du ca năm 1966... Nguyễn Đức Quang còn là Trưởng tràng Hướng Đạo sinh nên mọi chuyện tổ chức đều do anh chủ xướng.

Thường những người lúc trẻ làm thơ hay thì càng lớn tuổi, thơ chững lại. Nhiều khi cố gắng quá chỉ có thể viết ra những câu thơ gượng gạo - không còn là thơ! Nhưng Phương Tấn rất dài hơi, vẫn giữ được phong độ suốt thời gian dài hơn nửa thế kỷ, thơ anh ngày càng sâu lắng - có thể nói là ngày càng hay. Đặc biệt càng về sau này, ngôn ngữ lục bát Phương Tấn vẫn mượt mà nhưng lắng đọng. Hãy đọc mấy câu lục bát Phương Tấn viết ở Paris năm 2012: *"Tôi chao hồn xuống sông Seine / Ô hay chim chóc sà bên chợt cười / Ngày lên phố lạ theo người / Đưa tay hứng lấy bóng cười từ khi.../ Nắng Paris ướt chia ly / Lao xao lá cỏ ngày đi buồn buồn / Giọt thơ ai chạm mà buông / Chòng chành giữa cõi vô thường lạ chưa?"* ("Vô thường" - Paris, 2006 - 2012).

Đặc biệt bài lục bát " Oan khiên" gồm 7 đoản khúc, Phương Tấn đã "cô đặc" lại những dằn vặt, ấn uất suốt bốn mươi mấy năm chưa thể có câu trả lời trong đoản khúc cuối: *"Hỏi ngày. Trời đất ngất ngư / Hỏi đêm. Biển động dường như sóng gầm / Hỏi người. Tưởng hỏi cõi âm / Hỏi mình. Cười ngất. Cười bầm ruột gan"* (1975 -2022).

Nhớ lại một thời gian dài sau 1975, những người viết có tên tuổi ở miền Nam trước kia "bị trói" hoặc không muốn viết trong sự gò bó. Cũng có thể nhiều người vẫn lặng lẽ viết và... để đó. Không biết Phương Tấn có trong trường hợp này không. Nhưng có điều thú vị là, Phương Tấn được biết đến là một nhà thơ tên tuổi lại đứng ra tổ chức thực hiện; làm chủ biên, chủ bút các tập san võ thuật rất thành công! Anh tham gia trong ban chủ biên hai tạp chí "Nghiên Cứu Võ thuật", "Tìm Hiểu Võ Thuật" và là chủ bút hai tập san "Sổ Tay Võ Thuật", "Ngôi Sao Võ Thuật". Cũng qua các tập san võ thuật này, Phương Tấn đã liên kết được với nhiều võ sư nổi tiếng của các trường phái võ thuật - nhất là võ cổ truyền Việt Nam ở trong nước và các võ sư người Việt ở các nước có đông người Việt sinh sống như Pháp, Mỹ... Phương Tấn cũng là người đứng ra tổ chức rất thành công nhiều đại hội võ thuật cổ truyền Việt Nam với sự tham gia của nhiều võ sư Việt cùng các võ sư, võ sinh người nước ngoài về tụ hội nơi đất tổ. Một dấu son của võ cổ truyền Việt Nam do một nhà thơ tổ chức! Đặc biệt ấn phẩm "Những Người Mở Đường Đưa Võ Việt Ra Thế Giới" (2012 - tái bản 2014) bằng 3 thứ tiếng Việt - Anh - Pháp do Phương Tấn biên soạn rất công phu, ấn loát tuyệt đẹp đã gây được tiếng vang lớn trong giới võ thuật và những người yêu võ thuật trong và ngoài nước.

Phương Tấn và tôi có vài kỷ niệm nhỏ nhưng nhớ hoài. Năm 1990 - 1991 tôi hợp tác với nhà xuất bản Trẻ tổ chức thực hiện một tuyển tập thơ văn dành cho tuổi mới lớn phát hành hàng tháng mang tên Tuổi Hồng (thật ra, trước đó Tuổi Hồng do họa sĩ Văn Minh của NXB Trẻ đứng ra tổ chức thực hiện dành cho lứa tuổi thiếu niên. Sau mấy số, thấy phát hành khó khăn, Văn Minh nhường Tuổi Hồng lại cho tôi. Tôi điều chỉnh bài vở phù hợp đối tượng độc giả lớp tuổi học sinh trung học cơ sở và phổ thông. Tôi mời các nhà văn, nhà giáo tâm huyết về cộng tác để phát triển Tuổi Hồng: Nhà giáo Bùi Thức Phước

- tức nhà thơ Bùi Nghi Trang; Nhà giáo Nguyễn Tri Chính - tức nhà văn Trinh Chí của tạp chí Tuổi Hoa trước 1975; Nhà giáo - nhà văn Trần Quốc Toàn của báo Thế Giới Mới; Nhà báo "chuyên tuổi mới lớn" Cù Mai Công - tức Anh Cỏ Cú, một nhà báo năng nổ của báo Mực Tím cũng chuyển đến cộng tác với Tuổi Hồng... Bên cạnh đó còn có nhà thơ Phương Tấn và nhà văn Nguyễn Viện cộng tác rất đắc lực với Tuổi Hồng. Phương Tấn giúp giữ mục "Tuổi Hồng - khỏe và đẹp" - chuyên phỏng vấn, giới thiệu các hoa hậu, hoa khôi thể thao khỏe - đẹp. Bởi anh có lợi thế là người đang tổ chức thực hiện các chuyên đề võ thuật, liên quan tới thể dục, thể hình nên rất tiện liên lạc các người đẹp tuổi teen. Ít lâu sau, Phương Tấn rút lui để toàn tâm toàn ý thực hiện các chuyên đề võ thuật của anh... Hơn mười năm trước, Phương Tấn đưa gia đình sang Mỹ định cư. Tôi rất cảm động khi trước khi đi, vợ chồng anh mang đến tặng tôi bộ sách "NHỮNG NGƯỜI MỞ ĐƯỜNG ĐƯA VÕ VIỆT RA THẾ GIỚI" do anh biên soạn công phu và ấn loát sang trọng. Mười năm sau, Phương Tấn trở về Việt Nam tổ chức phát hành ba tác phẩm thi ca cùng chuyên đề của tạp san Quán Văn số đặc biệt Phương Tấn. Mừng thấy Phương Tấn đã bước sang tuổi 77 nhưng trông vóc dáng còn khỏe và trẻ trung. Và nhất là vẫn tiếp tục viết.

Phạm Chu Sa

(Sàigòn tháng 7-2023)

TM

LÂM ANH

VỀ MỘT BÀI THƠ TÌNH CỦA PHƯƠNG TẤN

Những năm của thập niên 1990, tôi đã và đang viết "Những Tác Giả Tôi Yêu". Sưu tầm và viết được khoảng 30 tác giả thì bất ngờ có một cơn lũ lớn kéo đến ồ ạt. Nhà tôi nước ngập đến hơn nửa vách, lúc thu dọn đồ đạc dời lên đồi cao để tránh lũ đâu ngờ bị rớt chìm xuống nước một số sách vở trong đó có tập bản thảo nầy. Trong bốn năm liền bắt đầu từ 1999 đến 2003 lũ lụt đã làm vùng đất Cát Tiên điêu tàn không kể xiết. Cát tiên là vùng kinh tế mới, dân nhiều miền Nam, Trung, Bắc được nhà nước đưa đến ở từ năm 1980. Sau những trận lũ ấy, dân chúng gần như trở lại trắng tay sau 17 năm bỏ công xây dựng đất mới, đời mới cho trên 100 hộ. Không thể nào diễn tả được hết nỗi thống khổ của dân tình. Chuyện người chết, nhà tan cửa nát... không khác một bi kịch, không có sân khấu để diễn tả hết những trần truồng dâu bể ở Cát Tiên thuở đó.

Trong những năm lũ lụt ấy, ngoài bản thảo "Những Tác Giả Tôi Yêu", tôi còn bị mất dưới bàn tay Thủy Tề đến bảy tập thơ và nhiều sách vở của thời chế độ cũ, đặc biệt có một số đặc san, tạp chí ở Quảng Nam Đà Nẳng. Ngoài những tên tuổi như Luân Hoán, Uyên Hà, Lê Văn Trung, Đoàn Huy Giao... còn có một Phương Tấn đã gieo vào hồn tôi những hạt giống đầy ắp ấn tượng. Vâng, thơ văn của Phương Tấn có một cõi rất dị biệt. Nhất là trong lĩnh vực thơ, Phương Tấn có những bài từng du tản hồn tôi vào những khung trời lạ, dù rất bình dị trong sáng về thi tâm, thi cốt. Phương Tấn chưa bao giờ dùng đến chữ nghĩa đao to búa lớn, triết lý cao xa, thơ Phương Tấn phóng túng nhưng hồn hậu..., không khác sự ăn no ngủ kỹ trong chăn mền tơ lụa Đông Phương.

Một tình cờ mới đây, nhân buổi tôi về quê thăm mẹ già, hôm ấy trời Quảng Ngãi mưa heo gió phùn, bất ngờ có một người bạn thơ mang đến tạp chí Văn Hữu do nhà văn Lê Thu Hương chủ trương, trong số tạp chí nầy có đăng bài thơ tôi viết tặng Trần Hoài Thư. Đa phần những bài thơ tôi đăng ở nước ngoài là do bạn bè tình nguyện giúp đỡ, ngoài Nguyễn Lệ Uyên còn có Lê Văn Trung, Uyên Hà, Hạ Đình Thao, Đặng Toản... Dù có thơ đăng nhưng ít khi tôi có dịp đọc được những tạp chí ấy. Lần đầu được cầm trên tay tạp chí Văn Hữu tôi mừng quá, chẳng khác nào được cầm một vật quí trên tay. Tôi vô cùng xúc động khi đọc bài thơ *"Ở Huế Nhớ Phương"* của Phương Tấn viết từ năm 1964.

"Ở Huế Nhớ Phương" là một bài thơ tình có 53 câu, gồm 408 chữ. Mỗi câu là mỗi con đường dài, mỗi chữ là mỗi tiếng hót của loài chim khác nhau. Tôi hình dung về những đợt sóng như không chịu vào bờ, cứ lượn lờ giữa khơi, cứ nhấp nhô vươn tràn, trồi lên ngút xuống, xao động nhưng êm đềm.., như mở ra mà khép lại, như đứng trong ngồi, như nằm nghiêng mà ngửa mà úp vào vô tận... Là bài thơ tình như muôn vạn bài thơ tình từng xuất hiện trên báo chí văn chương, nhưng *"Ở Huế Nhớ Phương"* càng đọc càng thấy đầy ý vị, đầy chất ngọt mặn khác nhau, lạ lùng biệt lập, tư riêng...

Ông Phương Tấn ạ! Thật tình không phải vì ái mộ ông qua nhiều báo chí của 40 năm về trước. Tôi chưa được biết mặt ông dù một giây phút trong đời, nhưng qua thơ cảm thấy ông như đã từng nằm ngồi, đối diện cùng tôi tới mức máu thịt. Ông vui lòng cho tôi được bộc bạch niềm ngưỡng mộ một thi tài, một nhân cách phi phàm... và xin ông vui lòng cho tôi yêu cầu nhà văn Thu Hương in lại bài thơ *"Ở Huế Nhớ Phương"* trong tạp chí Văn Hữu.

Tôi đang về Quảng Ngãi thăm mẹ già tuổi đã 90, lẽ ra tôi viết về ông nhiều hơn nữa, qua những bài thơ tôi sưu tầm từ lâu. Hiện tôi có thơ ông qua nhà thơ Lê Văn Trung gửi tặng tôi thời trước 1975:

Chùm thơ: *Vào Trại Phong Quy Hòa Làm Thơ Gửi Hàn Mạc Tử, Nắng Hạn, Thiên An Môn, Buồn Như Trăng Nhớ Ai, Khoai Lang Vỏ Đỏ Lòng Vàng...* Mỗi bài thơ đều có cốt cách riêng, trong mỗi tứ thơ có những cảm xúc vượt thời gian, không gian đương đại. Tôi đã gửi đến nhà văn Thu Hương bài viết nầy, có gì làm ông khó chịu xin bỏ qua cho tôi. Chúc ông khỏe...

Lâm Anh - Nguyễn Ba La

(Quảng Ngãi 22-12-2011)

NGUYỄN PHÚ YÊN

PHƯƠNG TẤN,
CUỘC LỮ HÀNH TRÊN CON ĐƯỜNG THI CA

Người khách lữ hành ấy ra đi từ rất sớm, lúc mới mười bốn tuổi. Ra đi từ lúc bình minh mà mấy mươi năm cũng chưa đến buổi hoàng hôn. Chàng thiếu niên ấy xem con đường thi ca của mình cũng là con đường nhân sinh, con đường sinh mệnh mà bỗng dưng tự mình trói buộc vào. Có lẽ chàng có niềm tin yêu mãnh liệt vào chữ nghĩa nên cứ thong dong đi vào con đường thi ca, tưởng như một hành giả thõng tay đi vào con đường chánh đạo. Và như thế dường như cứ dấn một bước chân chàng trai nhìn thấy chữ nghĩa như có một hấp lực kỳ ảo cuốn hút chàng vào đó để rồi tự phô bày cảm xúc, tình tự của mình với đời như một sứ mệnh phải nhận lấy.

Không ai ngờ rằng chàng trai trẻ tuổi ấy đã sớm nhìn về quê hương nơi mình sinh ra một cách lạ lẫm vì trước mắt không phải là cảnh thanh bình mà là một thực tại gieo sầu:

Đêm lên phố vào sa mạc
Tìm đâu rộn rã kinh kỳ
Lầu dinh mà như cồn cát
Thênh thang một nẻo sầu bi.

Đà Nẵng mình buồn em hí
Hôm nào em ghé vô chơi
Mùa ni có bông chung thủy
Ở nơi khóe mắt thay lời.
(Đà Nẵng, Trời Ni Đất Nớ)

Dù sao với chàng trai trẻ ở tuổi 15, lứa tuổi của yêu đương, thì tình cảm dạt dào nhất lại dành cho người con gái yêu thương. Chàng cất lên giọng điệu thật trữ tình, thật nhẹ nhàng và ấm áp:

Anh lùa trăng sao lùa chim ca hát
Lùa áo Phương bay lùa môi ngào ngạt
Rồi ngắt đêm sâu cài lên mắt Phương
Cho mắt Phương sầu, sầu xui nhớ anh
(Cười Nghiêng Ngửa Bóng)

Ở cái tuổi còn trẻ trung, dẫu là cùng con đường văn chương nhưng nhà thơ Phương Tấn đã già dặn hơn trong tư duy nghệ thuật, trong ngôn từ thi ca. Không ai ngờ rằng chàng đã lặng lẽ chọn cho mình cái bút hiệu Thái Thị Yến Phương trong thi tập *"Di Bút Của Một Người Con Gái"* khiến giới làm thơ phải tò mò tìm hiểu. Bài thơ đầu tiên trong tập thơ này mang tên *"Dâng hiến"* từng đăng trên một tờ tuần san đã làm họ ngạc nhiên. Nhà thơ 16 tuổi đã phải giải thích cái bút hiệu con gái như thế này: *"Thái là họ mẹ của tôi, Yến là tên một người con gái yêu thơ tôi, Phương là tên thật của tôi..."*. Tưởng như nhà thơ Thái Thị Yến Phương hay chính là Phương Tấn là người từng trải cuộc đời nên những dòng thơ của di bút bày ra một mảnh đời bất hạnh, đau khổ, phản ánh một thế giới u sầu và tội lỗi đầy cay đắng mà người đọc càng phiêu du vào thế giới đó càng sững sờ, ngẩn ngơ. Dường như chàng viết cho người lớn đọc chứ không phải cho lứa tuổi của chàng, viết lên tiếng kêu thương đau đớn để chia sẻ, cảm thông những con người bé mọn, đớn hèn trên quê hương:

Thân con gái cháy bừng bừng
Trông tôi rời rã người mừng lắm sao
Ngây ngô người vẫy tay chào
Đó hồn sầu muộn máu trào ra khe.
(Người Con Gái Giữa Biển, 1961)

Trông qua lau lách chập chờn
Ngó về nhân ảnh xanh rờn khói sương.
(Người Đàn Ông Đi Vào, 1962)

Từng sớm từng khuya
chong đèn nằm khóc.
... Buồn mãi buồn chi,
khóc hủy khóc hoài...
...
Ta chết ngất trong vòng tay ngạ quỷ
Tuổi con gái cho người làm lộ phí
Ta trở về đeo túi hổ sau lưng
Ta trở về nghe mộng mị bừng bừng
Rồi nằm xuống và ngửa mình dâng hiến.
(Dâng Hiến)

Trải qua bao tháng ngày tưởng như chất ngất buồn đau, từ trong tăm tối, nghĩ về mình mà than thở, mà nhìn đời để luôn thấy mắt mình đẫm lệ:

Nằm nghe thân thể hao mòn
Tang thương quánh đặc cô hồn tuổi thơ
Mang thân mười tám dại khờ
Bầm vai, cổ lệch, bơ phờ người ơi.
(Lời Cuối)

Tôi thương tôi, với sầu xưa
Người ơi buồn mấy cho vừa tầm tay.
(Và Khi Em Nói)

Để rồi từng đêm mơ ước sẽ có ngày thoát ly để giã từ đoạn đời cũ nghe chừng ai oán lắm:

Mai em bỏ phố về ngàn
Tóc mai rừng rú vô vàn bi ca
Phân vân mình với tuổi già
Vóc lưng sương gió hồn pha núi đồi.

Ru anh, anh ngủ đi thôi
Còn đêm còn mộng mai rồi rã riêng.
(Còn Đêm Còn Mộng)

Lúc ấy sẽ không còn ai biết đến nàng, nàng đã vô hình, vô thanh và biến mất vào hư không:

Tiếc chi một chút mỹ miều
Phận lay bóng hắt buồn thiu giữa đời.
(Bài Ca Truy Điệu)

Tập thơ đã gây tranh luận đầy sóng gió trong giới yêu thơ văn để rồi cuối cùng Phương Tấn cho nhà thơ nữ ấy ra đi trong bệnh viện, kết thúc một huyền thoại thi ca tuyệt mỹ, một huyền thoại mà người yêu thơ văn không ngừng tìm kiếm.

Tiếp tục con đường sáng tạo của mình, Phương Tấn trở về với thế giới tình ái của tuổi trẻ. Tình cảm lai láng thuở ban đầu của chàng trai 17 tuổi không có cái cuồng nhiệt, đắm say bất tận mà chỉ là cái đẹp lung linh của sự thiết tha, nồng nàn rất diệu với của tình đầu:

Mai mốt anh đi, e mình sầu đau dằng dặc
Nhỡ má phai hồng anh biết nói mình sao
Nắng quê Phương trông chừng cũng sang màu
Giấc ngủ không yên mình chong đèn nằm khóc.

Mình thương anh thôi mình đừng khóc
Chúa sẽ rầy anh, mình chắc không vui
Con đường đất đỏ mình lên về đơn độc
Và xa kia... lủi thủi mỗi mình anh"...
(Phương Ơi, Những Ngày Trốn Học)

Những ngày tháng này hình ảnh của người con gái nhè nhẹ bước vào trái tim vừa hé mở nhưng tràn đầy cảm xúc của chàng trai với ngôn từ đầy tha thiết như những con sóng tràn bờ:

Nhớ chi lạ biết môi còn mũm mĩm
Cắn ô mai răng là lúa ở trên trời
Tay cầm lược là lụa ở trên mây
Mắt là ngọc ở trong thu vừa trổ.

Buồn chi lạ buồn không ai buồn hộ
Hồn vi vu bay khuất ở trong trăng
Ngậm chút gió chừng có hơi Phương thở
Phương là sương hay sóng vỗ trong anh"...
(Ở Huế Nhớ Phương, Huế 1964)

Như mọi bạn bè cùng lứa tuổi, cảm xúc đầu tiên của chàng đến từ ngoại giới gần gũi, đó là khung cảnh trường học, lớp học, bạn học luôn tươi mới trong lòng chàng. Sau này, đâu cũng mười năm, khi hồi tưởng một thời đi học, chàng thể hiện được tâm trạng hồn nhiên, đã viết những câu thơ trong trẻo với lối nhân hóa, ẩn dụ tân kỳ, đầy trìu mến. Đây là lời tụng ca tuổi học trò nên thơ:

Cô học trò bé tí teo
Có hai bím tóc áo thêu tên trường
E chừng trong guốc đầy hương
Sao nghe chim chóc bên đường xuýt xoa.
(Nai Vàng)

Hình ảnh cô học trò xinh xắn, đáng yêu trong sân trường để lại một chút tình reo vui rộn ràng ngân mãi trong tâm hồn thi nhân:

Mỗi cô em một bông hoa
Khoe trăm cánh mộng la đà bóng chim
Mỗi cô em một trái tim
Tình vui hót giữa đồi sim bên đời".
(Trước Cổng Trường)

Nhưng rồi khi xa trường lớp, chút tình khép nép, ấp úng ấy bỗng nhuốm chút bi ai dịu dàng;

Em xa, xa lắc xa lơ
Tôi buồn lớp cũng ngẩn ngơ với trường.
(Bỏ Trường)

Để rồi tình cảm lưu luyến ấy lớn dần theo tháng năm bằng những nhớ thương vương vấn mãi trong hồn:

Đó trăm con mắt theo mình
Ấy ngàn sợi nhớ gửi tình cho em
Tim mình, mình hé cho xem
Kẻo anh gõ lạc bỏ quên chiếc hồn.
(Trên Đường)

Thơ Phương Tấn còn vượt qua cái tình cảm đôi lứa đầy tính chất trữ tình của hầu hết thi nhân để đi gần với thực tại mà Phương

Tấn đắm mình trong đó. Cái thực tại đó đầy đau thương vì hoàn cảnh gia đình và khói lửa chiến tranh của đất nước. Trước hết là tình cảnh người cha của thi sĩ. Như nhiều chàng trai khác, anh có người cha đi theo kháng chiến biền biệt bao nhiêu năm trường. Cũng như trường hợp của nhà văn Phan Nhật Nam, nhà thơ Nguyễn Bắc Sơn, nhà báo Lưu Đình Triều (con trai của nhà báo Lưu Quý Kỳ), anh nhớ về người cha với đôi mắt ráo hoảnh và lạnh lùng:

Cha đi từ thuở nọ
Biệt tích giữa chiến khu...
(Cuốn Trôi Giấc Mơ Tiên)

Cha tôi theo cách mạng
Huyễn mộng giữa đất trời
Sầu đùn theo năm tháng
Mẹ đợi bóng ma trơi.
(Đợi Bóng)

Để rồi thi nhân chợt buồn cho cuộc đời, cho riêng mình và buồn cho tổ tiên:

Xin quay về chong đôi mắt xanh xao
Đứng ngó tổ tiên ngó cùng dân tộc
Ngó xuống hồn thân bỗng úa mênh mang.
(Thư Gửi Cha Bên Kia Sông Bến Hải)

Và hình ảnh người mẹ thân thương "thân cũng tàn", "quẫy quạnh hiu" trong cuộc sống đầy truân chuyên:

Mẹ so đũa gắp lòng reo trong mắt
Gắp một đời rót xuống chén cơm con.
(Thưa Mẹ)

Mẹ buồn quên bẵng tiếng kêu
Và con thấp thỏm trớ trêu phận đời.
(À Ơi)

Để rồi cuối cùng cũng vang lên tiếng đau thương héo úa lòng ai:

Mót tàn hơi, níu thời gian
Đất trời chết điếng trần gian mịt mùng.
(Con Cười Bên Mộ Vui Cùng Nỗi Đau)

Từ hoàn cảnh gia đình thi sĩ mở cái nhìn rộng lớn hơn: đất nước chìm trong lửa đạn khi chiến cuộc tràn lan. Những hình ảnh bi thảm của một người đã từng trải nghiệm:

Đất bừng đỏ xoáy tròn như vỏ ốc
Bầy quạ đen bay đặc quánh vòm trời
Dân Việt khóc cho nỗi buồn lớn mãi
Lúa không cười cho lịch sử không vơi...
(Hòa Bình Hòa Bình Đường Xa Lăng Lắc)

Này da vàng đầy phố
Vẫn không thấy anh em
Sao da vàng đầy phố
Vẫn không thấy mặt người.
(Ngày Xuống Ngày Không Lên)

Đạn chim chíp, vỗ hoàng lương
Thây lăn lóc, vỗ thiên đường hò reo.
(Túy Ngọa Sa Trường Quân Mạc Tiếu)

Như những người trai trẻ khác, thi sĩ nhận ra ý nghĩa đau thương của cuộc chiến trên quê hương đã lôi cuốn bao phận người vào trong trùng trùng khói lửa. Với một tâm hồn mẫn cảm, một trực giác bén nhạy, nhà thơ nhìn thấy đằng sau chiến tranh những thực tại đớn hèn làm nhức nhối lương tâm:

Này đồng bào tôi đó
Các người thật nghĩ gì
Khi cam lòng giết nhau
Để giành phần nô lệ...

Một Việt Nam vô phúc
Thăm thẳm những hận thù

Nằm giữa áo chùng tu

Chen nhau vào triệt lộ.
(Nam Mô A Di Đà Và Thánh Thần A Men)

Khi nhìn thấy được những đầu óc tàn bạo dìm đất nước trong lửa đỏ, thi sĩ phẫn nộ, dằn vặt để hiểu ra nguyên nhân của tham vọng:

Chúng nó bán quê hương
Chúng nó bán mình rồi
Làm người dân khi chết
Không cọng cỏ che thân...

Giặc tràn từ Phương Bắc
Chảo lửa trụng cơ đồ
Cháy ngàn năm chưa tắt
Chảo lửa trụng cơ đồ
Quê hương bầm vết cắt
Cứa mối sầu khôn nguôi.
(Chảo Lửa Trụng Cơ Đồ)

Để rồi cũng như mọi người Việt Nam khác, thi sĩ lòng cũng đầy mơ ước hòa bình nhưng thực tế chỉ đem lại niềm vô vọng:

Hòa bình Hòa bình đường xa lăng lắc
Lá tre vàng queo quắt ngó dung nhan
Loài cây mọn thở nghe buồn hiu hắt
Xót thương kia vong bản vỗ chân cười.
(Hòa Bình Hòa Bình Đường Xa Lăng Lắc)

Thôi thì chỉ còn niềm ước mong cho quê hương, đất nước:

Hãy đem rải mặt trời
Việt Nam một ngày mới!
(Hãy Đem Rải Mặt Trời)

Có thể nói rằng bước vào thế giới thi ca của Phương Tấn như lạc vào một khu vườn mênh mông đầy kỳ hoa dị thảo mà bông hoa nào cũng chói lòa sặc sỡ. Thật vậy, có thể tìm thấy mọi thứ tình cảm yêu thương, nỗi buồn, nỗi đau, nỗi xót xa bi phẫn, ưu tư về thân phận làm người, mọi khía cạnh của thực tế cuộc đời trên từng trang thơ với ngôn từ mượt mà được chọn lọc kỹ càng, rất lạ lẫm và đặc sắc của anh.

Phương Tấn dù đặt bút ở đề tài nào, nguồn cảm xúc của anh luôn tràn đầy và dạt dào. Dòng thơ tuôn chảy dễ dàng như suối nguồn không cạn. Khởi đi từ khi đặt bước chân vào con đường thi ca cho đến nay, người lữ khách ấy vẫn miệt mài cày xới trên con đường sáng tạo, chắt chiu từng ngôn từ diệu kỳ như từ chốn thiêng liêng nào rót xuống để rồi anh ngân nga tiếng lòng trong suốt mấy mươi năm vẫn chưa nguôi. Chất hiện thực không chỉ phô bày tình cảnh riêng của anh mà còn là khái quát bóng dáng của cả một thế hệ được nhào nặn trong cuộc xoay vần của thế sự. Hơn sáu mươi năm cầm bút, anh chưa hề dừng lại để nhìn ngắm mình, trái lại anh vẫn tiếp tục cuộc lữ hành triền miên vào thế giới thi ca với tất cả cái đẹp lung linh như ánh sáng của thần tiên được đem xuống đời và dâng hiến cho tha nhân.

Nguyễn Phú Yên

(Tháng 12-2023)

TM

HOÀNG XUÂN SƠN

PHƯƠNG TẤN - MÃI HOÀI VỚI THƠ

Tôi muốn gọi nhà thơ Phương Tấn là một thi sĩ tiên phong, một "lão làng" trên trường thi phú, hơn là chữ "tiền bối" nghe có vẻ kiếm hiệp mặc dù anh là một thi nhân văn võ song toàn đúng nghĩa. Hơn thế nữa *Phương Tấn là một thần đồng thi ca*: anh gia nhập làng thơ lúc mới 14 tuổi đầu, hiện diện trên tờ báo Tuổi Xanh, Gió Mới, Phổ Thông v.v và sau đó từ 1960 có thơ đăng tải trên nhiều diễn đàn truyền thông báo chí lúc bấy giờ.

Anh sáng tác thơ qua nhiều thể loại khác nhau từ ngũ ngôn, thất ngôn v.v cho chí những loạt thơ mà tôi tạm gọi là tiểu thi, chỉ hai câu hoặc 4 câu (không phải là Haiku kiểu Nhật bản) bàng bạc khắp nơi trong quá trình viết lách, từ thuở đầu đời cho đến ngày hôm nay. Nhưng theo tôi, chỗ sở đắc của Phương Tấn chính những bài lục bát, một dòng thơ chủ yếu làm nên phong cách Phương Tấn. Thử đọc:

NGƯỜI CON GÁI GIỮA BIỂN

Và theo hồn khói bay vào
Vút cao lượn sóng xạc xào hồng hoang
Ôm con nước đỏ mênh mang
Với thân là lượn với đàng chênh vênh.

Xô lên, mình vỗ bồng bềnh
Xuống theo mình xuống lênh đênh lửa rừng
Thân con gái cháy bừng bừng
Trông tôi rời rã người mừng lắm sao!
Ngây ngô người vẫy tay chào
Đó hồn sầu muộn máu trào ra khe.
(1961)

VÁN KHUA LÁCH CÁCH
HỒN KHE KHẼ VỀ

Khuya xa xác đổ về trời
Phố cao sầu cũng nghe dời vóc hoa
Tay lùa con nước xót xa
Chân lùa bóng vỡ phôi pha thiên tài.

Từ anh bỏ lại tuổi mai
Cát vàng thả gió chia hai bạn bè
Bừng bừng xô dạt lòng khe
Ván khua lách cách hồn khe khẽ về.
(Hội An - 1964, gửi Nguyễn Nho Sa Mạc)

THÔI YÊN SẦU THỔI
NHẠC VÀNG XUỐNG THÂN

Dấy từ bão cát trôi lên
Cỗ xe người trắng lênh đênh theo về
Ngàn con nước kéo lê thê
Một vùng biển lạ trăm bề hoang mang
Xôn xao lụa gió điêu tàn
Thôi yên sầu thổi nhạc vàng xuống thân.
(Hội An - 1964, gửi Nguyễn Nho Sa Mạc)
...

Thập niên 60, viết những bài sáu tám như thế thật là mới từ ngôn ngữ tới hình tượng thơ. Không điển cố, không diễm tình ước lệ. Là những dòng thơ thoát, và trào dâng ra khỏi khuôn sáo. Cho đến bây giờ, gần 50 năm sau cũng khó có ai viết được vậy!

Nhìn lại quá trình cộng tác của Phương Tấn với các diễn đàn văn nghệ từ trước đến nay không khỏi giật mình: ngợp ngời và phong phú, chứng tỏ lực viết của anh, cùng phẩm chất thơ ca đã chiếm hữu được lòng tin cậy của các cơ sở truyền thông: Các báo đã cộng tác:

Tuổi Xanh, Tuổi Ngọc, Tuổi Hoa, Tinh Hoa, Áo Trắng, Mây Hồng, Phượng Hồng, Thằng Bờm, Phổ Thông, Mai, Thời Nay, Bách Khoa, Văn, Văn Học, Dân Ta, Ngàn Khơi, Khởi Hành, Hồn Văn, Tiểu

Thuyết Tuần San, Quật Khởi, Cấp Tiến, Văn Nghệ Tiền Phong, Phụ Nữ Diễn Đàn, Độc Lập, Đuốc Nhà Nam, Thế Hệ Trẻ, Ngôn Luận, Dân Chủ, Hòa Bình, Thế Đứng, Bạn, Bạn Trẻ, Công Luận, Thực Tế, Gió Mới, Kiến Thức Ngày Nay, Thể Thao, Thể Thao Ngày Nay, Văn Nghệ & Đời Sống, Điện Ảnh & Kịch Trường, Văn Tuyển, Văn Chương, Vận Động, Quán Văn, Cửu Long, Đối Thoại (Đại học Văn Khoa), Lý Tưởng (Không Quân), Mối Dây (Hướng Đạo), Thương yêu (Du Ca), Diệu Quang (Phật Giáo), Lập Trường, Sức Mạnh, Sóng, Sài Gòn Mới, Thư Quán Bản Thảo, Thế Giới Văn Học, Văn Hữu, Người Việt, Việt Báo, Việt Mỹ, Ngôn Ngữ, Ra Khơi, Cửu Long, Chiến Sĩ Cộng Hòa... Và các trang mạng: Newvietart, Núi Ấn Sông Trà, Vuông chiếu, Saimonthidan, Thangphai.blogspot, Sángtạo.org, Tuongtri, Banvannghe, Art2all.net, Dutule.com, Saigonocean, Vanchuongviet, Việt Luận Úc Châu, Văn Thơ Lạc Việt, Học xá...

Một lúc nào đó, thi sĩ đã viết: "Thơ chính là tâm hồn, là máu huyết, là cảm xúc, là ngôn ngữ rất thật của chính mình...". Vâng, quả thế: mọi hình tượng nhân văn thơ-nhạc-họa-võ thuật, rèn luyện bản thân, diễn biến của tình yêu, quê hương và thân phận đều nằm trong huyết mạch thi ca Phương Tấn. Anh vào đời văn nghệ rất sớm. Cho đến giờ phút này vẫn lung linh sáng tạo. Phương Tấn trụ vững cùng thơ. Ở mãi với thơ.

Xin chúc mừng,

Hoàng Xuân Sơn

(13 tháng sáu năm 2022
Laval, Québec - Canada)

CÔNG HUYỀN TÔN NỮ QUI HỒNG

NHẬN ĐỊNH VỀ TUYỂN TẬP THƠ VĂN "THƯA MẸ"

Chỉ với hai tiếng *Thưa Mẹ*, người ta đã cảm thấy ấm áp khi đến bên Mẹ lúc người còn tại thế, nhưng Phương Tấn vẫn *Thưa Mẹ* đến tận ngày nay khi Mẹ của ông đã rời xa cõi thế gần ba mươi năm, và tuổi của ông cũng đã hơn thất thập:

"Thưa Mẹ, con đã khóc như điên dại trong ngày 22 tháng 7 năm 1997 – hôm Mẹ qua đời. Và đã ngồi bên mộ Mẹ làm bốn bài thơ lục bát: Ầu Ơ, Con Ẵm Bóng Theo Tạ Đời; Con Cười Bên Mẹ Vui Cùng Nỗi Đau; Trăng Già Vắt Xác Bên Hàng Trầm Luân; Thế Gian Chụm Giữa Cơn Đau.

Sau ngày đó, Mẹ ơi, hình như con sống để khóc..."

Bằng bút pháp giản dị như văn nói, Phương Tấn nhắc lại cùng Mẹ những chuyện Mẹ đã cùng chia sẻ với con từ khi ông còn là đứa bé sơ sinh thiếu tháng nằm lồng kính mà dù vất vả bao nhiêu Mẹ vẫn làm đủ cách để nuôi con lớn lên. Để rồi:

"Đến khi trưởng thành, con vẫn làm khổ Mẹ. Khổ không vì hút xách, đàng điếm mà khổ vì căn bệnh và cái lý tưởng mà con đeo đuổi. Cái lý tưởng làm cho thần trí con lắm khi điên loạn, thân xác con héo mòn. Nhưng lý tưởng lại đầy ma lực và quyến rũ làm sao! Con luôn ấp ủ chuyện viết sách và mong muốn sách của mình bán được để lấy tiền cấp học bổng, bảo trợ học sinh nghèo hiếu học, cứu giúp đồng bào chiến nạn, rồi mua đất xây dựng "Trung Tâm Sinh Hoạt Thanh Thiếu Niên Việt Nam" và thành lập "Làng Cô Nhi Yêu Thương."

Đọc bút ký của Phương Tấn để biết những việc làm của ông cùng các bạn đồng chí hướng, để biết họ đã làm được những gì cho đồng bào mình:

"Thưa Mẹ, sau nhiều năm, nay đọc lại Bản Tin của Anh Em Người Trẻ Việt Nam về việc cứu giúp đồng bào chiến nạn, cấp học bổng cho các em học sinh nghèo hiếu học cùng một số công việc theo tâm nguyện, con đã bật khóc. Hoài bão và năm tháng sống đẹp của tuổi trẻ miền Nam chúng con đã bị đốt cháy, tiêu hủy theo một cuộc chiến phi lý, tồi tệ."

Với 40 bài viết như thể Phương Tấn trò chuyện cùng Mẹ, mỗi bài viết có thể gọi là bút ký vì không những kể lại chuyện của bản thân, mỗi câu chuyện đều gắn liền với một giai đoạn lịch sử của cả dân tộc Việt, một dân tộc chịu nhiều đau thương mất mát vì chiến tranh triền miên. Những bộc lộ mà hôm nay chúng ta đọc mới thấu hiểu được tâm trạng của một người con khác chiến tuyến với cha như Phương Tấn:

"Thưa Mẹ, năm 1965 giữa tình hình rối mù của miền Nam, những lúc này con thường nghĩ đến cái gọi là "Mặt Trận Giải Phóng Miền Nam Việt Nam" và nghĩ nhiều đến Cha của con – người Cha theo "cách mạng" từ ngày con còn quá nhỏ, đâu nhớ mặt Cha và được âu yếm gọi tên Cha. Mẹ ơi, con viết các bài thơ: Cha Và Con, Thư Gửi Cha Bên Kia Sông Bến Hải trong tâm trạng xót đau tột cùng đó."

Phương Tấn nhắc lại với Mẹ quãng đời thiếu niên sôi động từ khi ông là cậu bé mười bốn tuổi đã có thơ đăng trên tuần báo Tuổi Xanh, sau đó là tạp chí Phổ Thông và rồi dần dần có mặt trên những báo khác như tạp chí Văn, nhật báo Sóng Thần, nhật báo Đuốc Nhà Nam, tuần báo Tuổi Ngọc, nguyệt san Thế Hệ Trẻ, hoặc sau đó khi vào lính ông cũng bắt tay cùng Nhóm Thực Hiện Bản Tin Không Đoàn 3 Không Quân, Nhóm Thực Hiện Bản Tin Bộ Chỉ Huy Kỹ Thuật & Tiếp Vận Không Quân... để chia sẻ chí tình trong mọi công tác xã hội...

Đọc bút ký của Phương Tấn, người ta sẽ thấy ông nhắc lại cùng Mẹ cái thời gian mà mọi người dân miền Nam đau khổ tột cùng như trong bài viết số 21 - Lặn Ngụp Trong Khổ Nạn. Có những đoạn văn đọc mà cười ra nước mắt!

"... Ngay ngày đầu tiên con đã "mất quyền" đạp xe, chỉ được "ưu tiên" chạy bộ phía sau để đẩy xe trên những con đường nhựa cháy bỏng cả hai chân vì không có dép để mang."

Đọc bút ký của Phương Tấn để hiểu vì sao ông được gọi là Nhà Thơ Văn Võ Song Toàn (Bài số 26 – Chuyện Bi Hài Bước Lên Từ Võ).

Một trong những người ghi nhận chuyện văn-võ này của Phương Tấn là nhà báo võ sư Từ Võ Hạnh, nguyệt san Văn Học & Võ Thuật:

"Theo tôi, từ trước đến nay khó thấy một nhân tài như Phương Tấn – một người "nghiên cứu võ không tập võ" nhưng lại đóng góp thành công quá nhiều cho phong trào "Võ Thuật Thế Giới" suốt mấy thập niên. Ngoài võ, ông còn là một nhà thơ có tiếng, một nhà văn viết văn hay và một nhà báo lão luyện."

Và còn bao nhiêu điều bất ngờ khác trong cuộc đời ông lồng trong khung cảnh xã hội biến đổi đột ngột, mà Mẹ luôn là ngọn đuốc soi đường cho ông.

Mẹ đã là độc giả đầu tiên của Phương Tấn:

"... con cầm bút, chữ tuôn trào ra giấy. Con cứ ngỡ mình đang cầm giấy để hứng thơ. Con cắt thơ làm hai bài: Con Trâu Cười Ướt Nắng Đứng Trông Xuân và Chúng Ta Đến Theo Mặt Trời Vừa Nở. Hai bài thơ này con đã đọc cho Mẹ nghe ngay trong ngày miền Nam bị mất và hai mẹ con cùng khóc."

Cả những năm sau này khi Mẹ không còn trên thế gian, Phương Tấn vẫn tha thiết: *"...con mong ước được Mẹ đọc cùng con để thấy con của Mẹ được yêu quý dường nào từ năm mười bốn tuổi bước vào đời đến nay."*

Bởi vì:

Mẹ là Đạo là Đường con đi.

Phương Tấn cuối đời là một thi sĩ mà Mẹ của ông có lẽ không mong gì hơn:

"Phương Tấn còn là một người Việt cao quý." (Tiến sĩ Nguyễn Đại Hoàng – nhà giáo)

Những Trang Bút Ký Rời Gửi Mẹ là những hồi tưởng của một người đã bước qua dâu bể của đời mình, thăng trầm của đất nước mà vẫn giữ được tâm hồn thơ thanh khiết, để Thơ Phương Tấn mãi đọng lại trong lòng độc giả xưa và nay những vần thơ trong sáng dầu có u uẩn như những bài: *Bên Dòng Sông Chiêm Bao, Buồn Như Trăng Nhớ Ai* mà nhà thơ "đã làm trong sự cùng khổ và nhớ thương..." hoặc " đã làm một số bài thơ hòa cùng nước mắt" mà vẫn nhẹ nhàng như cổ tích: *Chuyện Đời Xưa - Cô Tiên Và Chàng Thi Sĩ.*

"Con phải sống ra sao và làm gì để xứng đáng là con của Mẹ." Đó là câu tự vấn của Phương Tấn cũng như bao người con khác để vượt lên nghịch cảnh, giữ được sự thiện lành.

Và mới đây thôi, ông đã viết lại một giấc mơ đẹp mang hình ảnh tươi thắm của quê hương thanh bình như ngày xưa ấy:

...

Chim thỏ thẻ cùng anh trâu lí lắc
Lúa đông xuân gặt miết ngỡ như chưa
Đòn xóc đòn càn rộn ràng gánh lúa
Máy tuốt khỏi rơm tách lúa vàng thơm

Đứng ngược gió, Mẹ cầm diều điệu nghệ
Cha giật dây, diều no gió bay cao
Cười nắc nẻ giữa cánh đồng nắng xế
Ôi tiếng cười trong vắt bức tranh quê
(Trích: Ôi Tiếng Cười Trong Vắt Bức Tranh Quê)

Đó là giấc mơ thanh bình và hạnh phúc mà ông luôn ấp ủ và mơ ước cho Mẹ từ khi ông còn bé thơ và còn mơ mãi cho bao người dân Việt còn sống trên dải đất quê hương. Giấc mơ Việt Nam.

Công Huyền Tôn Nữ Qui Hồng
(Úc châu, ngày 22.10.2023)

LUÂN HOÁN

MỘT CHÚT TÌNH ẤN THEO "LỤC BÁT PHƯƠNG TẤN"

Thơ văn là vóc dáng của một số ít người, thơ văn là hồn vía của một số nhiều người. Tìm hiểu về thơ văn phải đi vào sáng tác của người cầm bút. Tôi không làm điều đương nhiên này ở đây, trong trường hợp Phương Tấn. Chính xác hơn, tôi sẽ chỉ nhắc đến thơ anh một cách hời hợt; không đúng là một bài giới thiệu tác phẩm. Tôi muốn phổ biến "thân thế sự nghiệp" anh. Qua đó, bạn đọc có thể tùy nghi hiểu về sinh hoạt một đời của một người làm thơ. Công việc của tôi thật gọn nhẹ bởi chỉ cần đọc tiểu sử của Phương Tấn được ghi trong cuốn "Tác Giả Việt Nam" (*) để so sánh với riêng tôi:

Anh ít hơn tôi 5 năm trong cuộc sống, ít hơn một số cơ hội in sách nhưng nhiều hơn tôi về sinh hoạt trong báo chí và diện tích phổ biến thi ca có văn bản cụ thể sớm hơn. Nhớ thời thập niên sáu mươi, tại Đà Nẵng, những ai yêu thích đọc sách, báo hình như đều biết đến bút danh của anh. Nhìn chung, anh là một người năng động, tích cực sinh hoạt trong lãnh vực văn học nghệ thuật miền Nam Việt Nam.

Anh viết văn, làm thơ qua các chủ đề: Gợi mở khuôn mặt chiến tranh Quốc Cộng, triển lãm thân phận nhược tiểu của dân tộc, trình bày những suy tư nội tâm trước thời thế. Và cuối cùng thực hiện nhiệm vụ thiêng liêng của một người làm thơ: viết về tình yêu trai gái, lứa đôi, bè bạn.

Thơ Phương Tấn đa dạng, bạn đọc sẽ bắt gặp ngay khi lắng lòng đọc thi phẩm này của anh. Mỗi sáng tác, nhà thơ đã ghi lại năm tháng làm ra nó. Những ghi chú này chính là dấu chân của tác giả đã bước qua từng chặng tâm sự, hồn vía của chính mình, kéo theo những người đồng hành cùng thời, có chung một tâm trạng.

Khi nghĩ về tình quen thân cũ, Phương Tấn muốn tôi góp một chút hơi làm duyên cùng thi phẩm của anh. Rất vui nhưng cũng rất ngại, thật không thể từ chối dù biết mình sẽ phụ lòng tin tưởng của bạn.

Đọc thơ Phương Tấn cũng như bất cứ tác giả nào, tôi đều rất thích, rất hết lòng. Nhưng để sắp xếp thành bài bản như một bài giới thiệu nghiêm chỉnh, thật rất khó đối với tôi. Rất may, Phương Tấn chỉ cho đọc lại một chùm lục bát của anh; không yêu cầu gì ngoài ít dòng gọi là còn có bên cạnh nhau.

Đọc thơ, tôi có thói quen chú trọng đến kỹ thuật viết. Tôi nói điều này dư thừa, nhưng vẫn muốn xác nhận: Phương Tấn là một tay thơ già dặn và đều tay trong thể lục bát. Đọc sáu tám anh viết, xuôi chảy êm đềm, không gợn lên vần vè ai cũng làm được. Cái hồn ca dao giữ ấm áp câu thơ giúp người đọc không chán. Đọc để cùng biết nhớ nhung, bâng khuâng cùng người viết về một vấn đề, một tâm sự. Tôi vô cùng lạc quan khi đọc thơ lục bát. Từ những tác giả thành danh xa xưa đến những người mới viết theo lứa tuổi đời, họ đều rất tài hoa trong thể loại thơ dân tộc này.

Tôi gần như thích thú khi đọc Bùi Giáng, Huy Cận, Viên Linh, Cung Trầm Tưởng, Nguyên Sa, Nguyễn Hữu Nhật, Hoàng Lộc, Lê Hân, Phan Ni Tấn, Ngã Du Tử, Nguyễn Nhân, Thiếu Khanh, Ngô Tịnh Yên, Đồng Thị Chúc, Hạ Quốc Huy, Du Tử Lê, Hiền Mây, Chiều Xưa, Cao Thoại Châu, Sỹ Liêm, Quan Dương, Thái Tú Hạp, Nguyễn Đăng Trình... Phương Tấn không thể sót trong danh sách mà tôi không thể liệt kê đầy đủ này. Có thể tham lam mà nói chắc rằng tôi mê lục bát, tôi quí mọi người viết lục bát.

Trở lại với Phương Tấn. Một tâm hồn bình dị, một cảm nhận trung bình như tôi, không thể không thích những bài tình học trò của anh. Cụ thể như sau:

Im nghe bàn ghế thầm thì
Nghe trong sách vở li ti là tình

Phấn cười bảng cũng lung linh
Mực vui chữ cũng chia tình cho em.
(Tỏ Tình)

Một vườn chim hót trong thơ
Líu lo líu lít thơm tờ thư xanh

Một tà nắng khép bên cành
Khép trong vạt chữ xanh xanh là tình.
(Thư Xanh)

Em xa, xa lắc xa lơ
Tôi buồn lớp cũng ngẩn ngơ với trường

Tiếng ve sầu rụng bên đường
Hạ chưa hết hạ chuồn chuồn kêu thu.

(Bỏ Trường)

Rào rào chim chóc bay ra
Với lòng em ngậm đầy hoa trong trường

Mực reo theo sách bên đường
Ồ nghe như thể phố phường sang xuân.
(Tan Trường)

Không nhiều, mỗi bài gói gọn bốn câu. Rõ ràng khung cảnh, giàu có hình ảnh, lung linh chân tình... tất cả mạn man bát ngát sự yêu thương. Hình ảnh đẹp, cụ thể thiết tha như có thể sờ nắm được. Tình của Phương Tấn thuở cắp sách là tình vui, tình hạnh phúc của sự gắn bó tinh khiết và chân tình. Lục bát cứ như hơi thở này sẽ không bao giờ mai một được.

Những câu đẹp khác trong tình yêu của Phương Tấn:

Em cười chúm chím trong hoa
Lòng chen trong lá tình sa trong cành

Em, bông hồng của riêng anh
Của xuân lãng đãng trên nhành thơ ngây.
(Bông Hồng)

Chim về lãng đãng dưới khe
Quần hồng phơ phất chỉ se bên giường

Thương mình thương quá là thương
Có nghe tình động trong gương rập rềnh.
(Trong Gương)

Dĩ nhiên lục bát của Phương Tấn không dừng chân ở chặng tình học trò. Anh thả lòng theo nhiều chủ đề cho bè bạn cho quê hương, chiến cuộc. Những nét này bạn sẽ nhìn tận mặt khi chịu khó đọc toàn tập thơ thơm ngát thơ này. Phần tôi, xin dừng lại đây, uống vài hớp nước tỏa khói để ngấm tận lòng dòng lục bát của Phương Tấn. Còn rất nhiều điều đáng nói khi đọc lục bát Phương Tấn. Tôi tin các bạn đọc sẽ tiếp sức tôi cảm nhận tiếp. Cuộc thưởng ngoạn thi ca càng đông vui càng sáng ra những nét đẹp vốn có sẵn trong thơ. Chân tình cảm ơn.

Thế gian chụm giữa cơn đau
Vỡ ra thành lệ rụng vào mộ sâu

Khuya đi trăng dọi mối sầu
Cõi xa vằng vặc một màu quạnh hiu.
(Cõi Xa Vằng Vặc Một Màu Quạnh Hiu)

Luân Hoán
(Canada 4/2017)

(*) Tác Giả Việt Nam – Vietnamese Authors *do Lê Bảo Hoàng sưu tập, Songvan Magazine xuất bản năm 2005, NXB Nhân Ảnh tái bản lần thứ nhất năm 2006, tái bản lần thứ hai năm 2017. Xin xem phần O & P trang 588/Phương Tấn.*

TM

PHAN NI TẤN

BÓNG MẸ BÀNG BẠC NHƯ THƠ

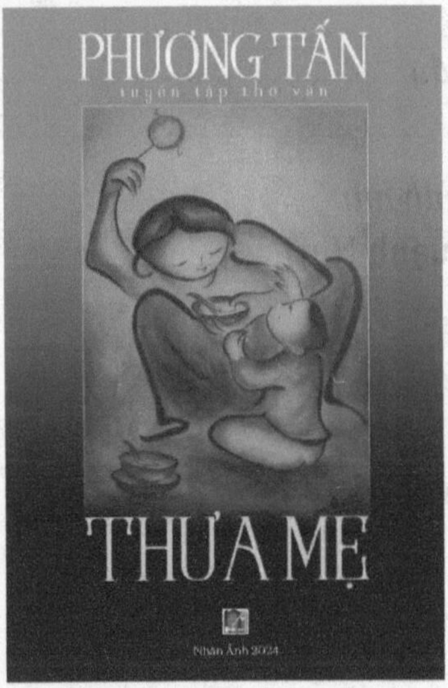

Bài thơ tám chữ *Thưa Mẹ* gồm 30 câu mở đầu tập thơ *Thưa Mẹ* của nhà thơ Phương Tấn là một tứ thơ lạ và hay. Lạ ở cách dùng từ, hay ở cách diễn đạt, nhất là những động từ chạm thành tiếng kêu lạ tai, vang đi rất xa:

Con lột mũ cởi giày và tháo mép
Những chua ngoa xin mắc lại cho đời
Nay trở ngựa rầu rầu qua lưng mẹ
Thân cũng tàn con gõ lấy mà chơi.

Xin đừng hỏi e một lời cũng mỏi
Tương tàn kia bòn mót hết xương da
Con ngồi gỡ trăng phơi trong mắt lạnh
Lấy nắng chiều hong một chút sầu khuya.

Cho được thở hơi bay trong kẽ lá
Chút lòng vui đậu xuống mép sương chiều
Chút gió nổi lay hồn trong bãi đá
Hồn nghêu ngao cùng bầy lệ chắt chiu.

Cho được nói lời bay trong kẽ nón
Lời reo vui lách tách vỗ quanh vành
Chân bập bỗng xin quỳ trong mắt mẹ
Thân đã vàng hay nắng đã vàng hanh.

Con sẽ thở hơi con trong vú mẹ
Tí bi ai khẽ động mé chân đời
Chim lẻ bạn chơi mỗi mình quạnh quẽ
Chạm tiếng kêu, ngại Chúa cũng chơi vơi.

Thôi đà mỏi con vui lòng trở ngựa
Tương tàn kia bòn mót hết xương da
Chiến tranh kia vẫn nằm ve vuốt lửa
Vuốt lưng người đất xé vuốt lưng cha.

Thôi đà mỏi con vui lòng trở ngựa
Thân tong teo dắt dạ chắt chiu về
Thêm chút gạo chút lửa cười trong bếp
Chút bao dung lốp bốp vỗ trong con.

Mẹ so đũa gắp lòng reo trong mắt
Gắp một đời rót xuống chén cơm con.
(Thưa Mẹ)

Có thể nói tập thơ *Thưa Mẹ* là một sự kết hợp đặc biệt giữa khả năng thiên phú về thi ca của Phương Tấn viết về Mẹ và lòng thương yêu vô bờ của người Mẹ đã một đời tận tụy vì con. Phương Tấn thể hiện một thái độ, một cung cách nối liền người thơ với đời sống con người, là tiếng nói của nghệ thuật nhân bản, là vẻ đẹp của tình người.

Trong lịch sử nền thi ca Việt Nam, hình tượng Mẹ đã hiển hiện trùng trùng. Phương Tấn ý thức rõ điều này nên tác giả không dừng lại ở những hình tượng quen thuộc đó, cũng như không giẫm chân lên lối mòn của những người đi trước. Chính vì vậy cảm hứng trong thơ Phương Tấn viết về Mẹ, về con người và đời sống đã bừng lên nhiều sắc điệu, phong phú hơn, nồng nàn hơn, da diết hơn.

Từ đó, trải qua suốt những trang thơ trong tập *Thưa Mẹ*, người đọc càng nhận thấy, từ lâu rồi, nhà thơ Phương Tấn vẫn miệt mài vẽ ra những chân dung thơ mới lạ về người, về bóng Mẹ để Mẹ được bàng bạc suốt một cõi thơ. Ở đó, thơ gợi lên phẩm chất cao quí, nặng tình yêu thương, biểu hiện sự tương ứng về chữ hiếu, về sự tương quan của tình mẫu tử. Còn gì vời vợi hơn, cao cả hơn, hy sinh đến thê thảm hơn trong cơn ngã giá tình người:

Gặp bạn thời bạc phước
Khuyên mẹ bán bớt con
Mẹ ôm con khóc mướt:
"Bán Mẹ không bán con."
(Cuốn Trôi Giấc Mơ Tiên)

Trong thi ca Việt Nam nghĩa Mẹ thương con như biển hồ lai láng biết trả ơn làm sao cho vẹn cho tròn. Trên đời này, cái gì có thể so sánh được lòng Mẹ. Biển Thái Bình chỉ là một cách nói, vẫn có sự giới hạn của biển vỗ bờ. Chân dung Mẹ bao la hơn, bát ngát hơn nên lòng Mẹ trải về vô hạn. Khi tác giả tâm tình riêng với người em vừa lập gia đình, cũng là môt chiến sĩ đã hy sinh một phần thân thể ngoài mặt trận, vẫn không thể thiếu hình bóng thân yêu của Mẹ lồng trong bóng mình:

Em biết đó, anh thân tàn ma dại
Một sớm kia em ngỡ xác trăng khô
Đất sẽ hé cùng thịt da sẽ trải
Cho lòng anh khẽ đậu ở hư vô.

Em cũng biết Mẹ mỗi ngày một yếu
Cha thì đi từ thuở nọ chưa về
Bốn thằng con sống chung cùng manh chiếu
Cùng chút xương người Mẹ róc cho con...
(Thư Cho Em Trai Ở Quân Y Viện Nguyễn Huệ, Nha Trang)

Thi ca, như chúng ta đều biết, kết tinh từ ba yếu tố ngôn từ, hình ảnh và âm thanh. Ba yếu tố quan trọng đó là vườn hoa gieo trồng, nuôi dưỡng theo năm tháng mà thành thế giới của thi ca.

Riêng thế giới thơ trong tập *Thưa Mẹ* của Phương Tấn đã gợi cho người đọc một sự xúc động khi ngẫm nghĩ những gì nhà thơ muốn tìm về kỷ niệm qua hình ảnh người Mẹ.

Thơ Phương Tấn thường nặng về kỷ niệm. Có một chút hơi hướm ấm lạnh hắt ra và phả xuống từ những kỷ niệm khiến người đọc dễ nhận thấy những gì mộc mạc mà thấm thía, hơn là những mỹ từ bóng bẩy, chải chuốt như một số nhà thơ khác thích dùng.
Tập thơ *Thưa Mẹ*, ngoài các thể thơ 4 chữ, 5 chữ, 7 chữ, thơ tự do, còn có những bài lục bát, tác giả viết tại Sài Gòn năm 1997, khóc ngày Mẹ mất nên bài thơ nào cũng thốt lên tiếng kêu thê thiết, móm mém, bùi ngùi.

Bài "Ầu Ơ, Con Ẵm Bóng Theo Tạ Đời" là một thí dụ:

Mẹ cười, bưng bát cơm thiu
Ầu ơ, móm mém hắt hiu phận nghèo
Mặc lòng, trời đất cheo leo
Ầu ơ, con ẵm bóng theo tạ đời.

Bài "Con Cười Bên Mộ Vui Cùng Nỗi Đau" cũng hắt hiu, ảm đạm không kém:

Mót tàn hơi, níu thời gian
Đất trời chết điếng trần gian mịt mùng
Mông lung, cát bụi mông lung
Con cười bên mộ vui cùng nỗi đau.

Thơ Phương Tấn có nhiều tiếng động, nhưng những tiếng động trong phần thơ về Mẹ lại vắng tiếng cười, ngoài nỗi buồn. Thật ra cũng có tiếng vui, tiếng cười đấy, nhưng người ta chỉ có thể nghe được tiếng cười khô khốc như gỗ ván, như vết đạn thức dậy trong thơ:

Gõ chiếc thân lép kẹp

Như gõ vào áo quan
...
Nào cười như xé ruột
Xin cười cho Mẹ vui
...
Con cười như gỗ ván
Giữa đất trời trống huơ
Con cười như vết đạn
Chết sững giữa cơn mơ.
(Con Buồn Mẹ Có Vui)

Hoặc:

Đêm một mình bó gối
Ngồi cú xụ Phật ơi
Đêm mỗi mình bó gối
Lắc chuỗi cười trong tay...
(Giữa Chiếc Quan Tài Trống)

Và:

Tôi làm sao kể xiết
Những chuyện thật đau lòng
Như tiếng kêu của Mẹ
Nở giữa vòm thinh không
Như tiếng kêu của Mẹ
Cho đứa con vào đời
(Reo Vui Giữa Huyệt Đời)

Cái vui nghe đã buồn huống hồ cái buồn càng nặng như cái chết:

Ta giẫm qua mặt mình
Giẫm qua cơn lệ lớn
Ta giẫm lên mặt người
Chân vắt giữa cành răng
Cổ dài như ngực mỏng.
...

Khóc mù mắt ta khóc
Nơi biển đời mưa mai
Sao cắn hoài những mủ
Thèm được nói như người.
(Vào Những Ngày Có Kinh Nguyệt).

Sao lại "có kinh nguyệt" ở đây? Kinh nguyệt của thơ hay của người? Hãy nghe nỗi niềm của nhà thơ khi thưa với Mẹ:

"Thưa Mẹ, như con đã viết gửi Mẹ dưới các bài thơ "Vào trại Phong Quy Hòa làm thơ gửi Hàn Mặc Tử, Reo vui giữa huyệt đời, Con buồn Mẹ có vui..." là suốt từ năm 1961 đến năm 1968 và sau đó nữa, con mất ngủ triền miên. Mẹ đã đau khổ dường nào khi biết con bị bệnh biến giọng, làm mủ trong cổ họng thông qua cả hai lỗ mũi. Đàm thường chảy theo thức ăn ra đầy miệng. Chữ "mủ" trong nhiều bài thơ của con những năm ấy là do từ căn bệnh này. Những ngày mủ và đàm úa ra từ miệng và mũi nhiều quá, con gọi đó là những ngày có kinh nguyệt. "Vào những ngày có kinh nguyệt" là chuỗi ngày khốn cùng của con. Mẹ ơi!"

Ngoài tiếng động, thơ Phương Tấn còn có cả cái không tiếng động. Ta hãy đọc để lắng nghe tiếng "vô thanh" trong bài "Mẹ Ngủ Ngoan Con Thương":

Ôi, con thèm đi học
Như khi còn thai nhi
Thầm thì trong bụng Mẹ:
"Mẹ ngủ ngoan con thương".
(Mẹ Ngủ Ngoan con Thương)

Hoặc bài: "Giữa Chiếc Quan Tài Trống":

Này một con chim sẻ
Thiếp trong lòng mắt em
Này một đôi chim sẻ
Chết trong lòng ngực anh.
(Trích: Giữa Chiếc Quan Tài Trống)

Thơ Phương Tấn lại có cái hay ở câu hỏi bất ngờ đầy thú vị. Thí dụ hai câu trong bài thơ "Reo Vui Gữa Huyệt Đời":

Này cô đơn quá đỗi.

Tuổi trẻ làm sao ăn.

(Reo Vui Giữa Huyệt Đời)

Không ăn cơm, ăn quà, ăn bánh, kể cả ăn đòn, ăn đạn hay ăn năn, nhà thơ lại đòi *"ăn tuổi trẻ"* thì quả thật làm sao ăn, chẳng phải là một câu hỏi ngông nghênh, đáo để đến bất ngờ đó sao.

Đọc Phương Tấn, xuyên qua những trang thơ Phương Tấn viết về Mẹ, hầu như không thấy chỗ nào vui. Mà cho dù có nghe thấy loáng thoáng niềm vui ở đâu đó trong thơ, thì cái vui, thay vì "líu xíu" tuôn trào, lại âm thầm ứa ra từ người dì, người chị được người thơ ví như loài chim bạc phước:

Kính thưa chị đôi lần em chợt hỏi
Đời có cái chi vui quá là vui
Vui đến khóc dù mình chưa kịp khóc
Thêm chút vui lại một chút ngậm ngùi.
...
Kính thưa chị, nhà có bé Lan bé Phụng
Có dì Chuyền vui líu xíu như chim
Mỗi sáng dậy em lại mừng trong bụng
Em mừng em được sống nốt một ngày.

(Khoai Lang Vỏ Đỏ Lòng Vàng)

Ngoài những dòng thơ thổn thức về Mẹ. về cuộc đời làm người bạc phận, Phương Tấn còn xót xa về quê hương đất nước của mình:

Xuân ở quê nội con
Chúc nhau mà lại khóc
Phòng mai mình chết đi
Không còn người để khóc
Phòng mai người chết đi
Còn có mình đã khóc.
...
Xuân ở quê nội con
Xuân sao buồn chi lạ
Buồn như thể chiến tranh
Buồn như năm buồn bã...

(Mẹ ơi, Con Không Về Kịp Tết)

Bài "Nắng Hạn" cũng có chút nỗi niềm quê:

Ai ngóng bên kia sông
Ai ngóng bên này sông
Một con thuyền mắc cạn
Một nỗi đau bềnh bồng...
(Nắng Hạn)

Đi tìm quê hương trong thơ Phương Tấn đâu cần tìm đâu xa. Ở đâu có mộc mạc, giản dị, ở đâu có hiền lương, chất phác, kể cả ở đâu có đắng cay, tủi nhục, có máu và nước mắt, ở đó có quê hương đau thương:

Thôi chịu dại như một loài tầm gửi
Xin ở đây ăn bưởi trổ sau vườn
Ngủ trên cây xướt mía lùi trong bếp
Buồn cưỡi trâu mà tìm được quê hương
A, cưỡi trâu mà tìm được quê hương.
(Khoai Lang Vỏ Đỏ Lòng Vàng)

Nhưng cái tình chí hiếu của người thơ với bậc sinh thành vẫn không thiếu bóng Mẹ khi chiến tranh tràn vào trong thơ:

Trâu nhớ cày, đồng trống mênh mang
Ruộng vườn xưa một dãi bom càn
Mẹ nhớ Cha như khoai nhớ sắn
Bao nhiêu năm một dạ sầu mang.
(Những Tiếng Chim Rộn Ràng Trong Mắt)

Nhìn chung, tập thơ *Thưa Mẹ* của Phương Tấn được tác giả chia làm hai phần: Mẹ ở phần vào tập; phần còn lại viết về thân phận con người trong chiến tranh:

Còng lưng thay trâu cày qua luống đất
Qua những luống đời ròng rã chiến chinh
Ngưng bắn nghe đâu riêng cho thành thị
Chỉ có thị thành không có đao binh.
...
Giựt đất cắm cờ cắm cờ giựt đất
Cờ của hận thù đất của Việt Nam
Bom đạn cho ai vì ai lường lật
Đâu phải người ngoài giết nhau cho cam...
(Thương Cây Nhớ Cội)

Chiến tranh trong thơ Phương Tấn có nhiều cảnh điêu linh, tang tóc đến thảm hại của con người và đất nước. Suốt ba mươi năm chiến tranh, cơn sinh tử đã đẩy dân tình vào lầm than, đất nước vào khốn khó, cho nên quê hương là đất sống của niềm hạnh phúc vô biên mà cũng là nỗi đau vô lượng của kiếp người. Sự sống và sự chết hòa trộn vào nhau chính là vẻ đẹp oan khiên Phương Tấn đổ ào xuống trang giấy:

Con bấu mặt con tưởng mình xa lạ
Buồn đong đưa buồn đọng xuống hoang mang
Nỗi chết đó đột nhiên thành ân huệ
Quê hương kia ôi màu máu kinh hoàng.

Con dại
con ngu
cam mình bất hạnh
Xin quay về chong đôi mắt xanh xao
Đừng ngó tổ tiên
ngó cùng dân tộc
Ngó xuống hồn thân bỗng úa mênh mang.
(Thư Gửi Cha Bên Kia Sông Bến Hải)

Thơ Phương Tấn viết ra là để giải bày tâm sự, với người đã đành, mà còn để đối thoại với những con thú bé nhỏ bằng tư tưởng nghệ thuật riêng mình:

Thơ ta giã, ướp cùng sương khói
Ướp xương da và máu ở hai miền
Nhắp một ngụm nghe lòng đỡ đói
Nhắp cho qua thời buổi đảo điên.

Ta bẻ kiếm khi quanh thành lửa cháy
Khi cần lao mất cả ruộng vườn
Bom đạn đã nhiều hơn thóc lúa
Hận thù nhiều hơn cả tình thương.

Này anh Kiến chị Dơi và chú Muỗi
Thịt ta thơm xin cắn chút làm duyên
Cắn như đạn như bom như lửa dữ
Như xác anh em như máu hai miền...
(Chuyện Trò Cùng Anh Kiến Chị Dơi Và Chú Muỗi)

Tay ốm quá làm sao con che hết
Biển xô nhanh trên cùng suốt dân mình
Con rẽ bóng sống chung cùng rệp muỗi
Nỗi thật đen xòe đôi cánh đao binh.

Ơi giải phóng,
phóng bùa vong bản
Tiêu máu nhân dân
đỏ phố đỏ cờ
Chân vô thức bủa quanh đầu cách mạng
Con gõ hồn thân bỗng úa mênh mang.

Trong hiu hắt dòng chim rừng quẫy cánh
Dắt dìu nhau trôi dạt bến bờ xa
Lửa cuồn cuộn chìm sâu vào sử sách
Cội chia nguồn và bóng cũng chia ta...
(Thư Gửi Cha Bên Kia Sông Bến Hải)

Đời vốn nhiêu khê nên đời trôi nổi theo sinh động. Thơ Phương Tấn vì thế mà sinh động. Cũng chính vì thế, sáng tác của Phương Tấn trong tập thơ *Thưa Mẹ* là tiếng nói ngậm ngùi, là tiếng kêu trầm thống, là nơi ấp ủ tình thương và nỗi buồn, cũng là nơi lưu giữ đời đời sức mạnh của nhân tính và vẻ đẹp của bóng Mẹ bàng bạc trong thơ nên hình tượng Mẹ trở nên bất tử.

Phan Ni Tấn
(Canada 18-10-2018)

TRẦN HOÀI THƯ

ĐỌC LỤC BÁT PHƯƠNG TẤN NGHĨ ĐẾN CÁNH BƯỚM

Suốt tập thơ "Lục Bát Phương Tấn," có một điều cần phải nêu lên là hầu hết những sáng tác anh "rất yêu." Anh còn cho biết thêm: "Mỗi bài là một dấu ấn trong đời chỉ có nhớ thêm chứ không hề quên hoặc bớt."

Điều nêu lên đây là giá trị do nhà thơ thẩm định chứ không phải nhà phê bình hay nhận định thẩm định. Mà một nhà thơ có tầm cỡ, làm thơ rất lâu, từng chủ trương những tạp chí văn học, từng góp mặt trên những tạp chí thời danh bấy giờ... thì chẳng lẽ không khiến cho chúng ta tin cậy ư? Tôi biết là anh đã chọn rất kỹ, cân nhắc rất kỹ, để anh có thể xem chúng "rất yêu."

Bởi vậy, tôi cảm thấy thừa khi làm nhiệm vụ "bình thơ." Ngược lại phải cảm ơn anh. Nhờ vậy mới biết được con bướm để làm thăng hoa cái cuộc sống quá sức khắc nghiệt này.

Vâng. Anh chép lại và in lại "Lục Bát Phương Tấn" khi tuổi đã vào thất thập. Còn tôi, đọc nó khi tuổi cũng quá nhiều và khổ nạn cũng quá nhiều. Con bướm của anh không phải là con bướm mà Trang Tử nằm mơ, mà ngược lại nó "thơm ngát thơ". Nó là của anh và của tôi, của một thời để yêu và để sống:

Dư âm vàng rụng bên thềm
Dính trên vai bướm chợt thèm tiếng xưa.
(Tiếng Xưa)

Trần Hoài Thư

(NJ 5-2017)

TM

TÔN NỮ THU DUNG

Có Một Chàng Thi Sĩ Quên Là Mình Quạnh Hiu

Chiều xuống sâu buông tiếng thở dài
Đêm Sài Gòn chạm bóng thu phai
Có cô gái nọ ngồi hong tóc
Ngỡ gió lùa mây xỏa xuống vai.

Sóng cuộn đời sông, sông bạc phếch
Giang hồ xếp vó tự bao năm
Nhớ em mình nhớ thời yêu mệt
Ngóng mãi bên đường bóng biệt tăm.

Ai lỡ đưa người qua bến sông
Hình như bến lạc sóng mênh mông
Sóng xô thuyền mắc bờ nước lạ
Mình, kẻ lạc loài giữa gió đông.

Và như pho tượng bên triền núi
Chờ đến thiên thu một bóng người
Chờ đến xuân già sông rã nhánh
Ô hay, mình cứ tuổi hai mươi.
(Chờ đến thiên thu một bóng người)

Nói về thơ người khác bằng tâm cảm của mình rất nhiều khi lạc nhịp... nhưng từ trong vô thức, Tình-Yêu, nhất là tình yêu trong thơ luôn mang lại cho người cảm thụ một niềm bâng khuâng khó tả...

Đời sống vẫn có những khoảng lặng cần thiết để chúng ta yêu thương ấp ủ nhớ về, một dấu ấn không thể nào quên lãng... Với nhà thơ Phương Tấn đó là một mối tình đầu thanh khiết và lung linh để mãi mãi những mối tình sau luôn là một bản sao lóng lánh, một ánh lửa sáng, đẹp, lạ, buồn.

Tập thơ "Lung Linh Tình Đầu" được lựa chọn những bài viết từ năm 14 tuổi đến bây giờ... Một quãng đường quá dài đắm đuối với thơ.

Tôi "gặp" anh Phương Tấn từ những ngày ngập ngừng bước chân vào ngưỡng cửa văn chương từ bán nguyệt san Tuổi Hoa và tuần báo Tuổi Ngọc... khi tôi học lớp chín lớp mười thì anh Phương Tấn đã là một ông thầy dạy học đâu đó ở Biên Hòa, một ông lính không Quân hào hoa phong nhã, một sư phụ võ nghệ cao cường và là một nhà thơ nổi tiếng!

Có một ngày đọc trên mục "Nhìn Xuống Cuộc Đời" do anh Từ Kế Tường điểm tin trên tuần báo Tuổi Ngọc, biết được những việc anh Phương Tấn đã làm cho quê hương bỗng vô cùng yêu quý và cảm kích một tấm lòng nhân hậu.

Rất lâu sau, gặp anh ở Mỹ, mời anh cộng tác với tờ Tương Tri, một tờ báo hậu bối của Tuổi Ngọc ngày xưa... Vật đổi sao dời, nhưng riêng tôi, đối với anh, niềm cảm kích và yêu quý đó vẫn nguyên như thời cũ...

Nhiều người hỏi: Anh Phương Tấn có phải là nhân vật chính trong truyện ngắn "Thế Phục Hổ" của tôi? Thưa không, nhưng có thể từ tiềm thức, tôi vẫn viết và hay nhập chung những tính cách của những người mình yêu mến thành một nhân vật hư cấu mà vô cùng chân thực trong đời!

Tôi không muốn ca ngợi gì về tài năng đức độ hay phân tích rằng thơ anh hay chỗ nọ chỗ kia, ý tứ thâm thúy sâu sắc, ngôn từ bóng bẩy lưu loát như nước chảy hoa trôi chỗ này chỗ khác... (vì nhiều người đã viết). Tôi không hề là một nhà phê bình chân chính, tôi chỉ cảm nhận về anh bằng tư cách của một độc giả đơn thuần.

Đọc Phương Tấn, tôi liên tưởng đến The Gardener của Tagore Rabindranath:

...xin đừng bắt tôi dấn thân vào cuộc chiến chinh nào khác nữa, chỉ xin cho tôi làm kẻ chăm sóc vườn hoa... tôi sẽ hầu hạ người trong những ngày rãnh rỗi... tôi sẽ giữ gìn cho lối đi rậm cỏ xanh tươi, nơi buổi sáng chân người dạo bước... Tôi sẽ ru người trên những chiếc đu giữa những tàn cây râm mát, ở đó trăng non của chiều tà sẽ hôn vào áo người... và chỉ xin được phép nâng bàn tay nhỏ nhắn của người và quấn vào cổ tay những đóa hoa nho nhỏ... chỉ xin nhuộm gót chân người bằng chất son rồi thổi đi những hạt bụi ngẫu nhiên còn sót lại...

Những bài thơ là cả một Tâm Tình Hiến Dâng cho một người mơ hồ nào đó, có thể là Cô Bé Lọ Lem của ngày thơ tình thơ của xuân lãng đãng trên nhành thơ ngây... Cô học trò bé nhỏ có hai bím tóc áo thêu tên trường... Nàng thục nữ đã làm nhà thơ điên đảo ăn cả thiên thu gió hú rừng hoang ... Và Phương:

Sao em không về cho anh yên ngủ / sao em không về cho anh ngủ yên.../ Ơi mắt hiền đen mắt buồn dưới phố / Không mắt nào buồn, buồn hơn mắt Phương.../ Phương đứng bên trời chải tóc trong mai.../ để suốt đời Phương là sương hay sóng vỗ trong anh?

Nỗi buồn của sinh ly
Nỗi đau của tử biệt...

Cũng chỉ là một cách ngăn hữu hạn để thi sĩ mãi vẫn còn nghe... tiếng em từ đáy mộ, đùa giữa vườn u minh...

...Chiều xa chiều xa mãi
Ta khóc người khóc ta
Đò đi dò đi mãi
Người khóc ta khóc người...

Và thi sĩ, muôn đời sống trong cảm giác Gai hồng vuốt ngực xanh

Và chúng ta, có thể nào không biết rằng nơi cõi đời này đã...

...Có một chàng thi sĩ
Quên là mình quạnh hiu...

Tôn Nữ Thu Dung

(California tháng 8 năm 2020)

TM

NGUYỄN LỆ UYÊN

THƠ PHƯƠNG TẤN LÀ ĐỒNG VỌNG NHỮNG ĐAU THƯƠNG CỦA DÂN TỘC

"Vớt Bình Minh Trong Đêm" là một tập hợp 57 bài thơ từ đầu thập niên 60s trở về sau là những lời ca bi thống trong bối cảnh nhiễu nhương của đất nước. Ở đó, tuổi trẻ VN đã bước vào vũng lầy lịch sử đau thương, tan tác, đổ vỡ trong cuộc nội chiến càn rỡ, xấu xí nhất.

Và, dẫu chỉ là một giai đoạn ngắn ngủi 20 năm, khởi từ vết cắt lìa Nam Bắc; dòng Hiền Lương là chứng nhân là vết cắt đẫm máu, đầm đìa vết nhơ dân tộc chảy dài oan nghiệt rồi nối tiếp cuộc đuổi chạy kinh hoàng có một không hai trên những đợt sóng cuồng bạo, trở thành thủy mộ quan lấp xác hàng trăm ngàn con người chui trốn khỏi địa ngục trần gian để mong tìm đến bến bờ tự do.

Với những đoạn lìa khốc liệt như vậy, hẳn nhiên không người cầm bút nào có thể làm ngơ như kẻ bàng quang trước vận nước đau thương.

Họ đã lên tiếng.

Họ đã ghi lại bằng chữ nghĩa, hình ảnh, âm thanh, màu sắc…

Họ lên đường và tiếp tục lên đường, hàng hàng lớp lớp. Đặc biệt giai đoạn chiến tranh ác liệt nhất tại miền Nam, từ 1964 trở đi.

Những người viết văn làm thơ thời kỳ này đã tạo ra một hình hài của văn chương miền Nam thật sự tự do, nhân bản, khai phóng.

Những máu, nước mắt, những phẫn nộ lẫn buồn chán… trộn vào nhau, tạo thành khúc ca bi tráng của thời đại.

Lớp nhà văn trẻ hậu Sáng Tạo xuất hiện trên các tạp chí văn nghệ thủ đô Sài Gòn ngày càng đông đảo, đủ mọi thành phần trong xã hội và hầu hết vừa cầm súng vừa viết văn.

Phương Tấn thuộc thế hệ này. Anh xuất hiện khá sớm trên các tạp chí văn nghệ miền Nam đầu thập niên 60s, khi mới 15 tuổi với những câu thơ nhuốm đầy những suy tư, dằn vặt về thân phận làm người.

Đêm bay lên xòe đôi mắt đen ngòm
Ta cởi dạ thả giữa bồn trăng huyết
Thân chẻ vụn giăng làm hoa diễm tuyệt
Kết hồn này bằng âm điệu sầu ma.

Từ bấy đến nay, gia tài thi ca anh để lại tuy không đồ sộ nhưng lại là một phần nhân chứng của thời kỳ nội chiến tàn khốc nhất.

Thơ Phương Tấn là những điệu buồn, ray rức như giữa khuya chợt nghe tiếng chim lẻ loi rớt trong bóng đêm thăm thẳm, như giọng ru con nghẹn ngào của bà mẹ quê gửi niềm thương nhớ người chinh phu.

Và, ở tập này, "*Vớt Bình Minh Trong Đêm*", Phương Tấn sử dụng hình thức cổ phong cách tân, phá vần, tung điệu nhưng cái ngân nga âm hưởng trong từng câu, từng từ, sâu thăm thẳm là những lời oán thán về số phận bi thương của dân tộc trong thảm cảnh nồi da xáo thịt!

Chúng ôm bom khiêu vũ
Trên quá khứ cha ông
Mong giết đi lịch sử
Xóa nhòa tổ tông ta

Đã từ lâu, giai điệu Bà Mẹ Gio Linh của Phạm Duy vẫn mãi ám ảnh tôi mỗi khi Thái Thanh đẩy ca từ vào âm vực cao nhất, rộng nhất. Nó cứ nghẹn ngào, u uất đến tưởng chừng rất phi lý nhưng hoàn toàn có thật. Thơ Phương Tấn cũng rơi vào trường hợp này.

Hãy vui như tình đắng
Răng chạm giữa đường răng
Ngỡ hai hàng nến trắng.

Đọc thơ Phương Tấn là dẫn cả đôi chân, tâm trí bước vào những hang hốc tăm tối, những bãi cỏ gai... Rồi khi khép lại nghe như bị cào xước tận đáy lòng; đôi khi như cái chạm nhẹ thịt da phơi trần lên mặt đá sỏi. Một chút rỉ máu, một chút nhói đau như cái vuốt tay cuối cùng trong cuộc tình lỡ.

Với Phương Tấn, người thõng chân vào cõi thơ anh chính là kẻ bại trận trước những phơi bày năm chữ dàn kín cả tập đẩy nhịp thở dồn dập khôn cùng của cánh chim từ cành cao đột nhiên rơi tõm xuống thảm cỏ ướt đẫm mưa đêm.

Sự tỉnh thức trong thơ anh chính là những hình hài co quắp, một đụn tro tàn hôm qua bỗng lóe sáng buổi bình minh, nhưng lại là bình minh của đêm nguyệt tận, của hai mươi năm dài phi thực phi mộng phi lú mê, đủ để nỗi buồn cùng những thất vọng vón lại thành căn bệnh trầm kha cho tuổi trẻ Việt Nam, khóc với nhau trên những giọt lệ tràn, đắng cay, tủi nhục.

Ta khóc người khóc ta
Người khóc ta khóc người
Ta khóc người khóc ta
Cơn mưa chiều úa rã.

Đó cũng là thế giới đầy huyễn hoặc của chàng trai trẻ khi mới mười lăm đã bước vào cuộc rượt đuổi phong trần chữ nghĩa và thế sự trượt dài.

Và vì thế, "Vớt Bình Minh Trong Đêm" là tiếng kêu thầm, đồng vọng những thanh âm nghẹn ngào nỗi đau của dân tộc, quê hương cùng những bà mẹ quê còng lưng với đôi quang gánh trĩu nặng máu xương trên đôi vai gầy. Và cũng chính vì thế, những bài thơ năm chữ của anh không màu mè, bóng bẩy cũng chẳng ẩn dụ cao xa. Nó thật gần trong tầm với, trước mắt như những dề gai xương rồng nhọn hoắc cào găm vào thịt da đến tóe máu.

"Vớt Bình Minh Trong Đêm" chính là những âm hưởng, vang vọng một trời tang thương và một đời đau thương.

Nguyễn Lệ Uyên

(Sàigòn tháng 5-2020)

NGUYỄN VY KHANH

PHƯƠNG TẤN

Tên thật Nguyễn Tấn Phương, sinh năm 1946 tại Đà Nẵng. Thơ văn đăng trên các tạp-chí và tuần báo Mai, Văn, Văn Học, Gió Mới, Bách Khoa, Thời Nay, Ngàn Khơi, Khởi Hành, Phổ Thông, Văn-Nghệ Tiền Phong, Tiểu-Thuyết Tuần San, Vận Động, Sóng, Thế Đứng, Lý Tưởng,... các nhật báo Dân Ta, Quật Khởi, Cấp Tiến, Ngôn Luận, Công Luận, Dân Chủ,..., ông còn viết ký sự nhiều kỳ "Trai Việt Gái Mỹ" và giữ chuyên mục "Lá Thư Mỹ Quốc" trên Phổ Thông và làm chủ-bút các tạp-chí Sau Lưng Các Người (1963), Cùng Khổ (1968) và Ngôn Ngữ (1973) dưới nhiều bút hiệu Phương Tấn, Hồ Tịch Tịch, Phương Phương, Chị Ngọc Ngà, Người Thành Phố, Thích Như Nghi, ... Trước 1975, ông là Giảng viên Anh ngữ trường Kỹ thuật thuộc Bộ Tư Lệnh Không Quân. Đã xuất-bản hai tập thơ Thơ Tình Của Một Thi Sĩ Việt-Nam Trên Đất Mỹ (Hoa-Kỳ, Người Trẻ Việt-Nam, 1-1970; tái-bản Sài-Gòn 3-1970), Khổ Lụy (1971), hai tập bút ký Trai Việt Gái Mỹ (1972), Hòa-Bình, Ta Mơ Thấy Em (1974), và góp mặt chung trong ba tuyển tập Rừng (14 nhà thơ, Những Người Của Rừng, 1963), Vỡ (7 nhà thơ, Những Người Của Rừng, 1965) và Nhân Chứng (1967). Phương Tấn chủ yếu là một nhà thơ và trội bật qua ba chủ đề tình-yêu, than-phận và chiến-tranh.

Tình-yêu:

Nhà thơ trãi rộng theo thời-gian và không-gian địa lý, với những nàng diễm tình lưu danh hoặc ẩn danh. Nhà thơ nòi tình, năm 15 tuổi đã có người yêu tên Phương và trong bài thơ tình có thể là đầu tay Cười Nghiêng Ngửa Bóng, người tình 'quấy rầy' trí tưởng và giấc ngủ nhiều lần nếu không phải là thường trực:

Sao Phương không về cho anh yên ngủ
Trở giấc thương hoài buồn hoài khôn nguôi
Mây trắng bay bay mây trắng ngậm ngùi
Cười lên cho cao cười nghiêng ngửa bóng.

Cười lên cho cao cười sao đủ ấm
Sao Phương không về cho anh ngủ yên
Hồn thôi xanh xao hồn ôm mộng hiền
Anh lùa trăng sao lùa chim ca hát.

Lùa áo Phương bay lùa môi ngào ngạt
Rồi ngắt đêm sâu cài lên mắt Phương
Cho mắt Phương sầu, sầu xui nhớ anh.

Chúng mình ngoan em đất trời xao xuyến
Chúng mình ngoan em rì rào trò chuyện
Tròn tiếp lời ru, lời ru thiên đàng
Chúng mình yêu nhau, yêu nhau mênh mang.

Sao Phương không về cho anh yên ngủ
Mộng mị chập chờn se sắt châu thân
Sao Phương không về còn chi ngại ngần
Tình ngẩn ngơ trôi dập dờn con sóng.

Cười lên cho cao cười nghiêng ngửa bóng
Cười lên cho cao cười sao đủ ấm
Sao Phương không về cho anh ngủ yên...."
(Đà Nẵng 1966; Cười Nghiêng Ngửa Bóng)

"*... ngắt đêm sâu cài lên mắt Phương ...* " đã là những dòng thơ tình đặc sắc! Rồi nhà thơ phải xa Phương, làm cho nhung nhớ ngập tràn kỷ niệm: Phương là tất cả, do đó sẽ còn trở lại trong Ngồi Giữa Ruộng, Ngắm Trăng, Uống Trà, Nhớ Phương và có thể ẩn tàng nơi những vần thơ khác:

Trăng khẽ đậu lao xao đầu mép lúa
Thu trổ vàng xao xuyến một trời quê
Bìm bịp kêu:
- 'gánh lúa dắt trâu về'
Cây trở gió và đất trời trở giấc.

Lòng xin trải lót đôi bàn chân mật
Tiếng Phương cười rót ngọt cả thơ ngây
Ôi chao thương,
thương lạ ở nơi nầy
Guốc ai khuất mà hồn ai còn gõ.

(...) Ngại người xấu e có người sẽ méc
Với Chúa là mình đã bỏ bê nhau
Chúa sẽ rầy la,
mình chắc không vui
Mây biếng chơi và trời e nhạt nắng (...)
(Sàigòn 1962)

Chàng trai xứ Quảng đã phải lòng người con gái tên Phương, nên vài năm sau trở về chốn cũ: Ở Huế Nhớ Phương, mà lòng vẫn '*buổi mai buổi chiều nhớ chi nhớ lạ*', nhớ mắt đen buồn, môi mũm mĩm, và từng nét da, thân hình, tóc xuống hai vai, mà 'đòi' vuốt thân nàng, bồng nàng, ...

Ơi mắt hiền đen mắt buồn dưới phố
Không mắt nào buồn,
buồn hơn mắt Phương
Phố thả lầu cao phố trắng dị thường
Gió hót véo von cười nghiêng ngửa áo.

Gót lẫn trong sương sầu bay ảo não
Trời cũng trầm trầm thơm ngát da Phương
Cánh trắng choai choai phơ phất trong trời
Ơi Phương ơi Phương anh về nhóm lửa.

Xin dấy cho cao hồn reo từng bữa
Để lấy thơ hồng thắp sáng thân Phương
Sương sẽ vàng phai chảy xuống êm đềm

Mắt sẽ hiền vui nằm ve vuốt nắng.

Thơ thắp cho cao soi tay lụa trắng
Phương đứng bên trời chải tóc trong mai
Nắng thả lầu cao nhỏ xuống hai vai
Chim cũng chuyền vui reo đầy vạt áo.

Anh vuốt thân Phương ăn từng hạt bão
Anh ăn sầu em cho hết cô đơn
Yêu Phương của anh bằng nước mắt này
Chăn con chiên anh chăn từng sợi tóc.

Những lúc Phương biếng ăn
biếng ngủ
biếng chơi
hay Phương hờn khóc
Anh đấm ngực mình đổ tội cho anh
E Phương gầy thêm mắt có còn xanh
Mắt có còn xanh nằm ve vuốt nắng.
Ơi Huế buổi mai buổi chiều nhớ chi nhớ lạ
Ngại quê mình trời trở lấy ai hôn
Ai bồng Phương anh ngại má phai hồng
Ai khẽ đậu cho mây trời xuống nhạc.

Ớt chi không cay muối chi không mặn
Má lúm đồng tiền bảo chi không thương
Mùa thu quê mình thường mưa không Phương
Sao lệ anh rơi dù chưa kịp khóc.

Sao mây bay bay cho anh tưởng tóc
Sao trời xanh xanh cho nhớ dáng Phương
A, người ngày xưa bảo có thiên đường
Anh e thiên đường nằm trong mắt ngọc
Ngọc những buồn buồn vì Phương hay khóc
Công chúa khóc nhè là Phương của anh!

Phương nghe đó trời thu lên lành lạnh
Lòng cũng vàng theo lá ở trên cây
Vui cũng bay theo gió ở trong ngày
Một chút lệ thêm chút buồn vừa chín.

Nhớ chi lạ biết môi còn mũm mĩm
Cắn ô mai răng là lúa ở trên trời
Tay cầm lược là lụa ở trên mây
Mắt là ngọc ở trong thu vừa trổ.

Buồn chi lạ, buồn không ai buồn hộ
Hồn vi vu bay khuất ở trong trăng
Ngậm chút gió chừng có hơi Phương thở
Phương là sương hay sóng vỗ trong anh...
(Huế 1964, Khổ Lụy)

Bài thơ thuộc lãnh vực tình đậm đà, với người con gái tên Phương lồng trong khung cảnh thân thương của quê nhà một thời rất trẻ – những con đường em đi, những tiếng hót ca của chim trời như tung hô tình của hai người, của nắng, của bình minh, hoàng hôn, của đời-sống trẻ đang đắm chìm trong men say của tình. Một chuyện tình được kể lại – nghĩa là đã sống trong con tim yêu, trong tâm thức sống, nay được nhớ lại, sống lại một cách trọn vẹn và theo diễn biến của trí tưởng, của tình cảm, của từng con chữ, và từng nhịp điệu của thi ca và của con tim. Nhịp thơ, cách dùng chữ khá tài tình, tự nhiên (có ai gò ép được tình ai!). Nhà thơ đã 'giỏi' 'tình ái hóa' sự vật, cảnh trí ("*lòng cũng vàng theo lá ở trên cây, vui cũng bay theo gió ở trong ngày, một chút lệ thêm chút buồn vừa chín*", "*ngậm chút gió chừng có hơi Phương thở / Phương là sương hay sóng vỗ trong anh*"... vàng lá trên cây, cánh gió vui, gió hơi thở, (nàng là) sương hay sóng vỗ. Con chữ đa tình! Thời Phương Tấn yêu đã có những hành cử (hoặc thi tưởng, kỹ thuật!) rất... hiện sinh, hiện thực. "*Anh vuốt thân Phương ăn từng hạt bão / anh ăn sầu em cho hết cô đơn*". Con chữ của tình yêu ở đây bước thêm một bước cụ thể, trần trụi trong cái thi-ảnh, ẩn dụ, liên tưởng,... - tùy ở cảm nhận người đọc / nhận bài thơ! Và hình như trong tình-yêu, nếu chưa day dứt, đau khổ, lỡ làng,... thì chưa ... trọn vẹn ("*Buồn chi lạ, buồn không ai buồn hộ / hồn vi vu bay khuất ở trong trăng / ngậm chút gió chừng có hơi Phương thở / Phương là sương hay sóng vỗ trong anh...")*

Phương còn trở lại trong Và Đời Đời:

Ru Phương, Phương ngủ đi thôi
Còn đêm còn mộng mai rồi rã riêng.
(1965, Khuya Vỗ Về Nhau)

Và nhà thơ cũng có những thoáng nhớ nhung tình tứ không tên:

Gai hồng chích lệ khô
Mưa hoài không bến đổ
Gai hồng vuốt ngực xanh
Hồn lạnh những không ngờ.

Anh sầu trong mắt lá
Em cười trong cánh gai
Anh sầu trong mắt đá
Em cười trong cánh phai (...)
(Sàigòn – Đà Nẵng, 1965; Hãy Vui Như Tình Đắng)

Thân phận:

Thơ Phương Tấn được dành phần lớn cho con người vùng đất khô cằn miền Trung, về thân phận người Việt, kiếp nhược tiểu, cũng như về tình gia-đình, cha mẹ trong những hoàn cảnh éo le của đấu tranh ý thức hệ, v.v. Trong tập Khổ Lụy, nhà thơ đặc-biệt có ba bài Thưa Mẹ, Cha Và Con và Thư Cho Cha Bên Kia Sông Bến Hải gởi cho song thân trong những tình huống khác nhau của thời chiến-tranh vừa qua, thời "tương tàn kia bòn mót hết xương da", cả ba sáng-tác cùng năm ông 19 tuổi. Trong Thưa Mẹ, người mẹ dấu yêu về trong giấc mơ con:

Con lột mũ cởi giày và tháo mép
Những chua ngoa xin mắc lại cho đời
Nay trở ngựa rầu rầu qua lưng mẹ
Thân cũng tàn con gõ lấy mà chơi.

Xin đừng hỏi e một lời cũng mỏi
Tương tàn kia bòn mót hết xương da
Con ngồi gỡ trăng phơi trong mắt lạnh
Lấy nắng chiều hong một chút sầu khuya.

Cho được thở hơi bay trong kẽ lá
Chút lòng vui đậu xuống mép sương chiều
Chút gió nổi lay hồn trong bãi đá
Hồn nghêu ngao cùng bầy lệ chắt chiu.

Cho được nói lời bay trong kẽ nón
Lời reo vui lách tách vỗ quanh vành
Chân bập bỗng xin quỳ trong mắt mẹ
Thân đã vàng hay nắng đã vàng hanh.

Con sẽ thở hơi con trong vú mẹ
Tí bi ai khẽ động mé chân đời
Chim lẻ bạn chơi mỗi mình quạnh quẽ
Chạm tiếng kêu ngại Chúa cũng chơi vơi.

Thôi đà mỏi con vui lòng trở ngựa
Tương tàn kia bòn mót hết xương da
Chiến tranh kia vẫn nằm ve vuốt lửa
Vuốt lưng người đất xé vuốt lưng cha.

Thôi đà mỏi con vui lòng trở ngựa
Thân tong teo dắt dạ chắt chiu về
Thêm chút gạo chút lửa cười trong bếp
Chút bao dung lóp bóp vỗ trong con.

Mẹ so đũa gắp lòng reo trong mắt
Gắp một đời rót xuống chén cơm con...
(Thưa Mẹ, 1965)

Ý tình thắm thiết, chân thật, từ tựa đề Thưa Mẹ đến những vần thơ đầy tình mẫu tử của người con bước vào đời thời chinh chiến, thời ngăn cách địa lý và chia phôi tình cảm: *"chân bập bỗng xin quỳ trong mắt mẹ / thân đã vàng hay nắng đã vàng hanh"* hay *"chiến tranh kia vẫn nằm ve vuốt lửa / vuốt lưng người đất xé vuốt lưng cha"* để nhắc nhở người cha xa xôi cách trở!

Bài Khoai Lang Vỏ Đỏ Lòng Vàng vẽ lên chân dung tình cảnh đời-sống của người trẻ mới ra đời:

Kính thưa chị cơm bữa no bữa đói
Nhà lêu bêu thuê tháng được tháng không
Xuôi với ngược cũng làm thân tôi mọi
Ngược rồi xuôi vẫn lấy cát lấp sông.

Tuổi thì nhỏ sao lòng nghe đà mỏi
Mắt còn trong sao dạ đã bơ phờ
Chúa thì cao em làm sao mà với
Khổ còn qua, qua mãi ai ngờ.

(...) Thôi chịu dại như một loài tầm gửi
Xin ở đây ăn bưởi trổ sau vườn
Ngủ trên cây xước mía lùi trong bếp
Buồn cỡi trâu mà tìm được quê-hương!
(Biên Hòa, 1972).

Chiến-tranh:

Có mặt trong thơ ông, nhất là trong tập Khổ Lụy được NXB Người Trẻ Việt Nam giới thiệu: "*... Hầu hết những bài trong tập này được viết trước năm 20 tuổi. Tập thơ được in ra như để thu vén một khoảng đời xót xa của quê hương, của cơn bệnh cùng sự đìu hiu tuyệt cùng của Phương Tấn, một khoảng đời thê thảm đến lạnh người...*" .

Phần thi-ca về chiến-tranh chiếm nhiều bài như Chỗ Cuối, Thế Sự, Cha Và Con, Túy Ngọa Sa Trường Quân Mạc Tiếu, Không Cọng Cỏ Che Thân, Thư Cho Em Trai Ở Bệnh Viện Nguyễn Huệ Nha Trang, Quê Chung, Đạp Bóng Đêm Hướng Về Phía Chân Trời, Chúng Ta Đến Theo Mặt Trời Vừa Nở, Đêm Ngại Ngủ, Chuyện Trò Cùng Anh Kiến, Chị Dơi và Chú Muỗi, v.v. qua đó nhà thơ vang lên những tiếng kêu thương, những tâm tình nổi loạn, phản đối và cả bất lực của con dân Việt-Nam.

Trong bài Cha Và Con, Phương Tấn gợi vết thương của nhiều gia-đình Việt-Nam thời chiến-tranh: cha con không cùng chiến tuyến, cảnh nồi da xáo thịt bi đát. Nghịch cảnh của Phương Tấn không là độc nhất, trong văn-học miền Nam thời này còn có Nguyễn Bắc Sơn, Nguyễn Xuân Hoàng (Cha Và Anh, *Vấn-Đề* 56, 3-1972), v.v.

Nguyên văn thi-bản, với những chỗ chúng tôi muốn nhấn mạnh:

Chiều nằm xuống như da vàng của mẹ
Sông núi buồn queo quắt ngó dung nhan
Vạt máu vãi trên đồi cao bóng lẻ
Máu quân thù hay máu của quê chung.

Máu vẫn đỏ những con đường đất đỏ
Mẹ còng lưng gánh lúa dắt trâu về
Cha cúi xuống suốt khoảng đời khốn khó
Những chiều hôm vấn thuốc ngủ ven đê.

Con sẽ xới cho người đôi chút máu
Chút xương da người lính ở trong này
Trông có đỏ như sông hồng ngoài ấy
Có ngọt ngào như màu máu quê chung.

Đêm đà nổi vẫy lưng trời với bóng
Ý phân tranh vỗ cánh hót quanh mình
Mắt chưa vuốt vắt ngang đời có mỏi
Hồn chưa nguôi hồn đọng giữa tàn phai.

Ơi lường lật nằm sau tầm giới tuyến
Con giết cha không khác một kẻ thù
Người nằm đó vắt qua lòng dây kẽm
Mượt hơi bom lửa rót mát như thu.

Cánh dơi chiều vỗ một đời tủi cực
Chúa buồn thiu, thần thánh cũng quay đi
Mây cũng mỏi theo đất trời day dứt
Đợi bóng câu xa lắc buổi tương phùng.

Chiều nằm xuống như da vàng của mẹ
Lá không vui che dạ thở trong cành
Và người chết vắt qua lòng dây kẽm
Xác quân thù hay xác của anh em"
(Việt Nam 1965; Cha Và Con)

Và trong Không Cọng Cỏ Che Thân năm 1964, ông cũng đã cho biết "*Chúng nó bán quê-hương / chúng nó bán mình rồi / làm người dân khi chết / không cọng cỏ che thân / Cha tôi theo kháng chiến / chưa một lần biết mặt / sự thật đen bốn phía / bằng gươm giáo trên lưng ...*". Phương Tấn trưởng thành trong khói lửa chiến-tranh, ông cũng đã tham dự cuộc chiến, cũng như bạn bè, thân nhân của ông, và buồn thay, đã có những mất mát, chia xa, trong vài bài như Chỗ Cuối, Giữa Chiếc Quan Tài Trống, Một Vì Sao, Cõi Vĩnh Hằng, Đi Giữa Vườn U Minh, v.v.

Trước 1975, đã có vài nhà văn Việt-Nam sang Hoa-Kỳ tu nghiệp đã có những tác-phẩm ghi dấu như Doãn Quốc Sỹ, Du Tử Lê và Phương Tấn – đã xuất-bản Thơ Tình của Một Thi Sĩ Việt-Nam Trên Đất Mỹ khi tu nghiệp ở Texas và Ohio, và ông đã ghi lại trong thơ, như bài Và Bước Một Bước Lạ đăng trên tạp-chí Thế Đứng (số 2, Xuân Canh Tuất 1969) sáng-tác tại Los Angeles, California 1-11-1969:

Và bước một bước lạ
Mầy thấy được gì hơn
Ta bước một bước lạ
Chân thở những lệ đời
Ngực vui như tàu lá.

Và bước một bước lạ
Chiến tranh nào không qua
Dẫu từ chiều đã cạn.

Ta đứng vỉa hè nào
Phố lên như đêm vỡ
Ta ngồi vỉa hè nào
Khuya vui như phố kính
Ta bước vỉa hè nào
Mai trong như mắt họ.

Và bước một bước lạ
Ngày Mỹ đêm Việt Nam
Xứ thơm hơn dạ nhớ
Đường thơm xanh ổ gà
Nhà xanh thơm mái đạn
Cùng mộng vớt trong hoa
Cành hoa nào vừa úa.

Và bước một bước lạ
Ta điên vỉa hè nào
Đêm Việt Nam ngày Mỹ
Chiến tranh nào không qua.

Và bước một bước lạ
Ta điên nào ta điên.

Năm sau, ở Lexington bang Kentucky, Phương Tấn nói với người bạn tên Hải như bài Tuổi Trẻ Tội Chi Lạ, 1970:

Hải, mầy đang nhảy xổm
Đang hít đất đang bò
Đang tháo súng ráp súng
Nơi quân trường Quang Trung
Hay đang vuốt nước mắt
Trong một cuộc hành quân
Súng quay hoài vào ngực.

Hải, mầy câm hay sao
Tao hỏi mầy không nói.

Hay mầy đà đào ngũ
Vào ra như trò chơi
Hên xui như canh bạc
Lêu bêu như nước mình.

Hải, mầy câm hay sao
Tao hỏi mầy không nói.

Hay mầy đang vào chùa
Như tao vào xưa kia

Hay mầy đang ra chùa
Như tao ra xưa kia
Tìm hoài không ra Phật.

Hải, mầy câm hay sao
Tao hỏi mầy không nói
Tao hỏi mầy không nói.

Và nhớ nhất là người má kính mến nơi quê nhà vùng xôi đậu bạn thù bất phân trong bài thơ Mẹ ơi, Con Không Về Kịp Tết:

Thưa má, má của con
Con không về kịp Tết
Buồn như chưa được buồn
Buồn như năm vừa hết
Buồn như lòng vừa chết.

Ở Mỹ không hạt dưa
Không lì xì không mứt
Không lấp ló sau nhà
Chờ được mừng tuổi Má.

Xuân ở quê nội con
Có bà con cô bác
Cầm tay ngỡ kẻ thù
Có anh em ruột thịt
Mà giết nhau như chơi.

Xuân ở quê nội con
Rượu mà như nước mắt
Khóc say nhau một lần
Mai chắc gì thấy mặt
Mai chắc gì anh em.

Xuân ở quê nội con
Chúc nhau mà lại khóc
Phòng mai mình chết đi
Không còn người để khóc
Phòng mai người chết đi

Còn có mình đã khóc.

Xuân ở quê nội con
Xuân sao buồn chi lạ
Buồn như thế chiến tranh
Buồn như năm buồn bã.

Xuân ở quê nội con
Xuân sao buồn chi lạ.
(Wilmington - Ohio, 1969)

Trong cả ba bài vừa dẫn, có những câu thơ và ý tưởng được Phương Tấn lập đi lập lại, nếu đọc lện sẽ cảm được tấm lòng người xa quê-hương vẫn nhớ về và những dấu hỏi cho cuộc chiến đang sôi đọng không lối thoát ở quê nhà.

Phương Tấn yêu thơ văn, yêu mến các nhà văn, đã có những bài thơ cảm tác gởi Hàn Mạc Tử, Nguyễn Nho Sa Mạc, hay thơ tặng gởi Nguyễn Thị Thụy Vũ tác giả Mèo Đêm lúc đó vừa xuất hiện trên văn đàn miền Nam:

Ta giong thơ chạy quanh người
Lửa khua hồn mỏng ta cười đầy tay
Người theo ta xuống phương này
Ta theo người xuống chăn bầy nhân gian...
(Trong Đêm Tối, *Khổ Lụy*, 1963)

Bài thứ hai viết khi Nguyễn Nho Sa Mạc mất, một ngôi sao lạ vừa xuất hiện đã vụt tắt, gợi nỗi buồn chung của thi-ca miền Nam:

Dấy từ bão cát trôi lên
Cỗ xe người trắng lênh đênh theo về
Ngàn con nước kéo lê thê
Một vùng biển lạ trăm bề hoang mang
Xôn xao lụa gió điêu tàn
Thôi yên sầu thổi nhạc vàng xuống thân...
(Theo Sau; Hội An, 1964)

Con đường thi-ca của Phương Tấn bước vào thi-ca lúc rất trẻ tuy khiêm tốn về lượng thơ xuất-bản, nhưng thơ ông khá đặc thù nếu so với những nhà thơ cùng thời và cùng quê Quảng Nam, Đà Nẵng như ông. Nhiều tình cảm, tình quê, có lãng-mạn nhưng cũng có những cách tân ngôn-ngữ thơ. Ở Phương Tấn, thơ ý tình bay xa, đến tận những chân trời lạ, xa, và mở rộng, nhưng con chữ hiền hòa như con người Việt-Nam truyền thống. Bài Túy Ngọa Sa Trường Quân Mạc Tiếu sau đây là một trong những bài thơ hay, hay vì đã cố gắng tóm gọn cảm nghĩ của con người Việt-Nam trước bao đổ vỡ, chia xa mà chiến-tranh đã gây ra và tiếp tục hủy hoại đất nước, con người:

Từ tâm thu lại di truyền
Chân con giải phóng bóng thuyền vong lưu
Hồn xô tay phất oan cừu
Tiền thân tự đó thu mình quạnh hiu.

Ý lao lung ý tiêu điu
Ý trong lưng ngựa dập dìu thổi lên
Mạng buồn một kiếm lênh đênh
Một gươm vóc nọ trôi lên chiến trường.

Đạn chim chíp vỗ hoàng lương
Thây lăn lóc vỗ thiên đường hò reo...

Nguyễn Vy Khanh

(Văn-Học Miền Nam 1954-1975: nhận-định, biên-khảo và thư-tịch (Nhân Ảnh, 2019), quyển hạ - Tác giả trang 1381-1389)

TM

TRẦN VẤN LỆ

"THƠ PHƯƠNG TẤN – TUYỂN TẬP 1"

ÊM ÁI TÌNH THƠ

Phương Tấn là một nhà thơ thành danh. Tôi nghe danh anh đã lâu, trước 30 tháng 4 năm 1975 cho đến bây giờ - anh vẫn là một người làm thơ, vẫn có thơ in thành sách.

Được biết, Nhà xuất bản Nhân Ảnh ở California sẽ gom thơ anh làm từ năm 1960 đến nay để in thành nhiều tập. Tôi mừng quá, vậy là tôi sắp có thơ anh để thưởng thức không phải đi tìm trên Facebook, Website hay ở báo Văn Học nào nữa. Tôi tiếc là ngoài đời, tôi chưa có lần gặp anh để một lần bày tỏ lòng ngưỡng mộ, hai là ngồi yên lặng ngắm một tài hoa... Trước mặt tôi hôm nay, trên màn hình của laptop, tôi đọc được nhiều, nhiều bài thơ của Phương Tấn, dạng bản thảo, trên quá trình lay out tôi nhận được từ NXB Nhân Ảnh với lời dặn: "Xem và góp vài ý kiến". Vâng ạ, tôi nghe lời và tôi cũng nghe trong lòng tôi dâng trào niềm phấn khích!

Phương Tấn đã từng in thơ, sách anh lưu chiểu tại Thư viện Đại học Cornell, Mỹ từ năm 1970, nhưng chắc không "mỹ thuật" bằng sách anh sắp sửa ra đời tại NXB Nhân Ảnh. Nó (nhiều tập) sẽ dồi dào, sẽ tràn ngập yêu thương, chan hòa tình, ý. Những bài thơ anh làm từ năm 1960 tới bây giờ, năm 2022, hơn nửa Thế Kỷ không ngừng nghỉ, hẳn nhiên phải là sợi chỉ đỏ xuyên suốt... Nghĩ thế, tin thế, tôi vui với tôi một cách lạ lùng! Tôi thật lòng biết ơn NXB Nhân Ảnh và tác giả Phương Tấn cho tôi cái hạnh phúc nồng nàn về Thơ.

Chắc tôi không để lại trong bài tôi đang viết này ý kiến nào đâu. Tôi góp thêm chỉ là thừa. Nhiều người tài danh đã viết về Phương Tấn. Điều tôi trân trọng nhất khi nghĩ về Phương Tấn: ***"Thiên Tài Thơ Từ Lúc Bé Thơ!"*** Anh nổi tiếng từ năm mười bốn tuổi! Anh cộng tác với nhiều báo và cùng thời (nhưng là đàn anh) của "Tổng Bí Thơ tuongtri.com" của tôi! Tôi thỉnh thoảng có bài trên tuongtri.com nhưng lòng tôi nể phục Tôn Nữ Thu Dung vô cùng. Tôn Nữ Thu Dung khen Phương Tấn... thì tôi còn dám nói chi?

Chẳng chỉ mình Tôn Nữ Thu Dung khen, tôi thấy có cả Thầy tôi, nhà phê bình Tam Ích (giáo sư Việt Văn dạy tôi các năm 1958, 1959 ở Đà Lạt). Ngoài ra, còn nhiều nhà văn, nhà thơ khác, ai cũng nổi tiếng, gần như gặp nhau ở một giao điểm: Thơ Phương Tấn sâu lắng và thắm thiết quá! Nên chi: Tôi mừng Phương Tấn về những tập Thơ sắp chào đời trên Văn-Thi-Đàn Việt Nam, tôi cầu chúc anh nhận được nhiều cái bắt tay êm ái, nhiệt tình của độc giả yêu quý anh.

Trần Vấn Lệ

(Tháng 6-2022)

TM

LÊ VĂN TRUNG

HUẾ CỦA PHƯƠNG, MỘT PHƯƠNG TÌNH VIỄN MỘNG

Để nói về một con người - một con người mà đấng quyền năng đã tạo dựng nên - một cách đầy đủ và trọn vẹn, trung thực và chân thành, thật không dễ! Lại càng không dễ khi con người đó lại mang một sứ mệnh mà không phải bất cứ ai trên cõi đời này được chọn lựa và trao gởi.

Người đó là thi sĩ, là nghệ sĩ. Cho dù họ mang một sứ mệnh thiêng liêng là khám phá và tuyên xưng cái đẹp, nuôi dưỡng và phát huy nhân văn nhân bản, sáng tạo và rao truyền nghệ thuật. Họ có thể là người không hoàn hảo về thể chất nhưng lại toàn bích về tinh thần.

Xin thưa! Đó chính là những thi sĩ - những con người vượt không gian và thời gian. Không gian của họ là một tổ quốc chung không biên giới, thời gian của họ là quá khứ trong hiện tại và hiện tại trong tương lai.

Để nói về họ đầy đủ thật không dễ gì. Cho nên, trong bài viết ngắn này, tôi xin chỉ nói về một mảng màu như trong một bức tranh đa sắc màu: Một Phương Trời Viễn Mộng Tình Yêu Trong Thơ Phương Tấn. Chúng ta nhắc lại đôi nét đời thực về thi sĩ Phương Tấn.

Chàng trai trẻ thi sĩ Phương Tấn Nguyễn Tấn Phương nguyên quán thành phố cảng tuyệt đẹp Đà Nẵng. Anh có niềm đam mê văn chương rất mãnh liệt và tài năng phát tiết rất sớm. Cộng vào đó là tình yêu quê hương dân tộc trong anh cũng vô cùng mãnh liệt.

Vào khoảng thập niên 60, chàng trai trẻ Phương Tấn đã có những việc làm đáng trân trọng và ngưỡng mộ. Về mặt xã hội, anh đã thành lập một nhóm thiện nguyện gồm anh chị em cùng trang lứa. Anh em của anh đã tự đi bán sách báo để lấy tiền mua gạo, thực phẩm, áo quần... cứu trợ đồng bào nghèo, hay sau này anh cho xuất bản, tái bản tập bút ký "Hòa Bình Ta Mơ Thấy Em" của anh để lấy tiền cấp học bổng toàn niên Trung học cho học sinh nghèo hiếu học, cứu giúp đồng bào cùng khổ trong các trại tị nạn và thực hiện nhiều công tác xã hội. Tuổi trẻ bấy giờ thật lý tưởng.

Anh bước vào khu vườn văn chương rất sớm, cái thời còn là một học sinh trung học tại một ngôi trường danh tiếng ở Đà Nẵng. Trường Phan Chu Trinh. Sự nghiệp văn chương, báo chí của anh khá đồ sộ và có một chiều dài bằng cả cuộc đời anh. Tôi ấn tượng nhất về anh là đã quy tụ được một số anh em văn nghệ rất trẻ in ấn và xuất bản một số tạp chí có giá trị như Sau Lưng Các Người, Cùng Khổ, Ngôn Ngữ cùng các thi tuyển Rừng, Vỡ... Đặc biệt là những bài thơ trong tập thơ "Di Bút Của Một Người Con Gái" ký bút hiệu Thái Thị Yến Phương trong thân phận một cô gái làm điếm đã gây tiêng vang lớn trong làng báo làng văn lúc anh chỉ vừa 14, 15 tuổi. Anh là con chim đầu đàn trong nhóm anh em văn nghệ Đà Nẵng lúc bấy giờ. Anh đã tham gia viết cho hầu hết các báo ở miền Nam trước 1975, từ nhật báo, tuần san đến nguyệt san...

*** Thơ Phương Tấn xoay quanh hai chủ đề Tình Yêu và Quê Hương.**

Thơ là tiếng gọi vọng từ thiên cổ, băng qua thảo nguyên đồi núi đồng bằng đời người, băng qua chập chùng dâu biển tang thương, xiển dương niềm hạnh phúc và cả nỗi khổ đau, để hóa giải thành một dòng nhân sinh dù qua muôn vàn bất trắc vẫn tụ về trong biển chân thiện mỹ. Và tình yêu trong thơ là một mặc định cho chân lý vĩnh hằng đó.Với anh, Phương là một bài thơ. Phương là nỗi khát khao cháy bỏng của thơ. Phương là một khung trời viễn mộng. Phương là nỗi buồn và niềm vui đẹp như đóa hoa vừa nở vừa đón chờ tàn phai.

Không mắt nào buồn.
buồn hơn mắt Phương

Phương là hương là nhụy là sắc màu trên một bức tranh có cả bình minh và hoàng hôn.

Gót lẫn trong sương sầu bay áo não
Trời cũng trầm trầm thơm ngát da Phương

Phương là da là thịt đất trời. Phương là sương là tuyết, là nỗi nóng chảy lửa chiều, là băng giá lạnh căm của ước mơ mộng ảo mà nghe: “Hồn reo từng bữa” và “Để lấy Thơ hồng thắp sáng thân Phương”.

Phương là lụa trắng, là ngọc ngà, là chim ca, là lá reo, là “nắng xuống vai gầy”. Tình yêu trong thơ Phương Tấn là sóng vỗ miên man dội vào muôn trăng biển cát. Cát là Phương, bờ bãi là Phương. Tình yêu trong thơ Phương Tấn biến tấu muôn ngàn giai điệu. Khi trầm lắng, khi dữ dội, lúc u buồn, lúc tươi vui. Đủ biết tâm hồn của thi nhân mênh mông lãng mạn đến vô cùng.

Yêu Phương của anh bằng nước mắt này
Chăn con chiên anh chăn từng sợi tóc

Như mục tử chăn đám chiên lành. Với anh, Huế của Phương là một Phương tình viễn mộng. Phương của anh là một nhành liễu. Phương của anh là đóa sen hồng. Phương của anh là một nàng tôn nữ. Phương của anh là mấy cửa nội thành, là “Áo em trắng quá nhìn không ra (HMT)”. Phương của anh là Đông Ba Gia Hội, là bến Ngự Phủ Cam, là Đồng Khánh Thương Bạc...

Ôi Huế buổi mai buổi chiều nhớ chi nhớ lạ
Má lúm đồng tiền bảo chi không thương

Nỗi buồn tình yêu trong thơ Phương Tấn đẹp đến se lòng. Cảm xúc của anh bén nhạy quá:

Sao lệ anh rơi dù chưa kịp khóc
Sao mây bay bay cho anh tưởng tóc

Nỗi buồn trong thơ tình Phương Tấn là một nỗi buồn đẹp, đẹp ví như đóa hoa nở giữa mùa thu:

Phương nghe đó trời thu lên lành lạnh
Lòng cũng vàng theo lá ở trong cây
Vui cũng bay theo gió ở trong ngày
Một chút lệ, thêm chút buồn vừa chin.

"Chút buồn vừa chín" là một tín hiệu của mối tình đạt đến ngưỡng cửa tuyệt đối: Đó là hạnh phúc của một nỗi buồn.

"Buồn chị lạ, buồn không ai buồn hộ"

Là lời kêu cầu khát khao tuyệt đích trong tình yêu. Xin cảm ơn anh, thi sĩ Phương Tấn. Cảm ơn bài thơ "Ở Huế Nhớ Phương".

Lê Văn Trung

(Quê nhà 25-6-2022)

TM

TRẦN DZẠ LỮ

PHƯƠNG TẤN -
NGƯỜI KHÉO TẬN DỤNG THỜI GIAN CHO THI CA

Biết nhau từ thập niên 60 trên các tập san văn chương nhưng mãi đến thập niên 90 tôi mới thật sự gặp anh. Đó là một người mê đắm văn học và biết tận dụng thời gian và không gian có ích cho mình và cho người. Anh tên thật Nguyễn Tấn Phương và tôi biết đã có rất nhiều người viết về anh trong mọi sinh hoạt văn học nghệ thuật. Vì vậy, tôi viết thêm về anh có cần thiết chăng? Nói là nói vậy, chứ đã là bạn bè trên 50 năm tôi lại im sao được? Có những năm tháng ghi dấu không thể nào quên vì nhà tôi và nhà anh chỉ cách nhau một con đường Lê Văn Sỹ. Tôi bên này Trần Hữu Trang và anh bên kia Huỳnh Văn Bánh. Do thuận tiện nên tôi và anh Phương Tấn thường gặp nhau cà phê và "tám chuyện văn chương". Anh là một người rất sôi nổi và chí tình khi giao tiếp với bằng hữu. Lúc này anh lại còn là chủ biên một lúc 2 tạp chí Võ Thuật. Đúng là văn võ song toàn.

Vì có quá nhiều bài viết về thơ Phương Tấn nên tôi chỉ (chủ quan) nhấn mạnh mấy điểm sau về thi sĩ:

1.

Ai cũng có mẹ và luôn kính nhớ về mẹ là chuyện thường hằng. Nhưng với Phương Tấn kính yêu mẹ lại khác người vì ngoài nỗi nhớ, anh còn nắn nót viết vô số bài thơ và những bức thư cho mẹ như suối nguồn tuôn chảy từ trái tim hồi hổi của mình. Anh tâm sự với tôi, đầu năm 2024 Nhà xuất bản Nhân Ảnh (Hoa Kỳ) sẽ xuất bản Tuyển tập thơ văn THƯA MẸ gồm 53 bài thơ và 40 bài văn viết cho Mẹ.

2.

Anh nổi tiếng qua tập *Thơ Tình Của Một Thi Sĩ Việt Nam Trên Đất Mỹ* xuất bản tại Hoa Kỳ năm 1970 - tập thơ đã gây sóng lừng với bạn đọc và anh chị em văn nghệ tại Mỹ và ở quê nhà. Và anh cũng là người Việt đầu tiên tổ chức *"Đêm thơ Phương Tấn"* trong ngày mồng một Tết Việt Nam tại Mỹ năm 1971.

3.

Càng nổi tiếng hơn khi anh hóa thân một *Thái Thị Yến Phương* tài hoa và đã là cơn địa chấn trên các báo và tạp chí ở Miền Nam từ năm 1962 đến 1965 trước 75 qua các bài thơ độc đáo, thể hiện tâm trạng một "cô gái điếm" thời tao loạn. Các bài thơ đã được đưa vào thi phẩm *Di Bút Của Một Người Con Gái* mang tên Thái Thị Yến Phương và Nhà xuất bản Nhân Ảnh (Hoa Kỳ) xuất bản năm 2017, tái bản năm 2019. Muốn biết tác giả Phương Tấn tự sự gì qua *Thái Thị Yến Phương* xin mời đọc *Di Bút Của Một Người Con Gái*.

Để thẩm thấu hơn cõi thơ Phương Tấn xin mời quý bạn tìm đọc trên 10 tác phẩm của Phương Tấn đã xuất bản và trên 20 tuyển tập mà Phương Tấn đã góp mắt:

4.

*** Những bài thơ của Phương Tấn mà tôi thích:**

VÁN KHUA LÁCH CÁCH HỒN KHE KHẼ VỀ
((Hội An 1964, bài thơ thứ nhất gửi Nguyễn Nho Sa Mạc)

Khuya xa xác đổ về trời
Phố cao sầu cũng nghe dời vóc hoa

Tay lùa con nước xót xa
Chân lùa bóng vỡ phôi pha thiên tài.

Từ anh bỏ lại tuổi mai
Cát vàng thả gió chia hai bạn bè
Bừng bừng xô dạt lòng khe
Ván khua lách cách hồn khe khẽ về

THÔI YÊN, SẦU THỔI NHẠC VÀNG XUỐNG THÂN
(Hội An, 1964, bài thơ thứ 2 gửi Nguyễn Nho Sa Mạc)

Dấy từ bão cát trôi lên
Cỗ xe người trắng lênh đênh theo về
Ngàn con nước kéo lê thê
Một vùng biển lạ trăm bề hoang mang.

Xôn xao lụa gió điêu tàn
Thôi yên, sầu thổi nhạc vàng xuống thân

CHỜ ĐẾN THIÊN THU MỘT BÓNG NGƯỜI
Chiều xuống sâu buông tiếng thở dài
Đêm Sài Gòn chạm bóng thu phai
Có cô gái nọ ngồi hong tóc
Ngỡ gió lùa xoã xuống vai.

Sóng cuộn đời sông, sông bạc phếch
Giang hồ xếp vó tự bao năm
Nhớ em mình nhớ thời yêu mệt
Ngóng mãi bên đường bóng biệt tăm.

Ai lỡ đưa người qua bến sông
Hình như bến lạc sóng mênh mông
Sóng xô thuyền mắc bờ nước lạ
Mình, kẻ lạc loài giữa gió đông.

Và như pho tượng bên triền núi
Chờ đến thiên thu một bóng người
Chờ đến xuân già sông rã nhánh
Ô hay, mình cứ tuổi hai mươi.
(2017)

*** Những bài thơ ký bút hiệu THÁI THỊ YẾN PHƯƠNG:**

LỜI CUỐI
Nằm nghe thân thể hao mòn
Tang thương quánh đặc cô hồn tuổi thơ
Mang thân mười tám dại khờ
Bầm vai, cổ lệch, bơ phờ người ơi

NGỒI BÊN CẦU ĐỢI BÓNG CÂU
So chân ngồi kéo đỉnh trời
Im im côi cút vẽ vời phận con
Ôi chao dạ những bồn chồn
Sầu che sắc diện che hồn héo khô.

Buồn sông bóng nổi cơ đồ
Bão bùng phô đợi người xô dạt vào.

BÁN THÂN CHO NGƯỜI
Bầy con gái ngực phơi trần
Hồn ca biển loạn môi cười yến oanh
Ôm lênh đênh xác song hành
Môi hôn rướm máu chanh vanh bãi cồn.

Ngoài những bài thơ trên, tôi còn thích, rất thích những bài thơ về Mẹ kính yêu của Phương Tấn.

Trần Dzạ Lữ

(Xuyên Mộc tháng 8-2023)

TM

PHẠM VĂN NHÀN
VIẾT NGẮN VỀ PHƯƠNG TẤN

Mới đó mà gần 20 năm Phương Tấn nhỉ. Ngày về Việt Nam, những bạn bè họp mặt tại nhà Nguyên Minh tham dự buổi ra mắt sách của 3 tác giả: Phạm Văn Nhàn, Lê Văn Trung, Nguyên Minh.

Anh em bạn bè qui tụ về. Với tôi, những người bạn một thởi, hôm ấy tôi mới gặp lại. Nào Lê Ký Thương, Lữ Kiều, Thân Trọng Minh, Đỗ Hồng Ngọc, Mường Mán, Lại Quảng Nam, Phương Tấn, Sâm Thương, Trần Duy Phiên, Trần Dzạ Lữ, vợ chồng Lê Văn Trung, và nhiều anh em khác nữa, tôi không nhớ hết. Những bạn bè một thời cầm bút trước 1975 nay gặp lại, còn niềm vui nào hơn. Phải không Phương Tấn? Những bạn bè nay gặp lại trong nước cũng như ngoài nước đều góp mặt trên tạp chí Thư Quán Bản Thảo do tôi và Trần Hoài Thư chủ trương.

Để rồi hôm nay, tôi nhận được 2 tập thơ: Di Bút Của Một Người Con Gái và Thơ Phương Tấn – Tuyển tập 1 của bạn gởi tặng tôi. Tôi lại nhớ những kỷ niệm ngày nào. Những kỷ niệm một thời lại về với tôi. Và, tôi cũng đã nghe về Thái Thị Yến Phương (Phương Tấn). Khi ấy lâu rồi trên đài phát thanh Sài Gòn xưa. Cô Hồ Điệp ngâm bài thơ của Thái Thị Yên Phương trong chương trình Tao Đàn do thi sĩ Đinh Hùng phụ trách. Và tôi đọc ngay bài thơ lục bát chỉ có 6 câu thôi đã gây cho tôi một cảm súc mạnh Phương Tấn ơi: Bài: BÀI CA TRUY ĐIỆU

Mai thân con gái vào đời
Hồn cao nuối tiếc rã rời thanh xuân

Bạn bè nghe, buồn bang khuâng
Ơi xin giả biệt ngôi trường thân yêu.
Tiếc chi một chút mỹ miều
Phân lay bóng hắt buồi thiu giữa đời.

Cầm 2 tập thơ của Phương Tấn trên tay. Tôi như người quay về bến giác. Một thời lăn lộn trong cuộc chiến. Rồi hòa bình lập lại. Lăn lộn kiếm sống qua ngày. Thù thù oán oán nặng lòng. Nhưng, chợt đọc những câu thơ trong bài PHÚT TÂM RỚT HẠT BỤI TRẦN của Phương Tấn, tôi tỉnh lại...

PHỦI TÂM RỚT HẠT BỤI TRẦN

1.
Và trong bụi đất vô minh
Tiếng chuông trầm lụy vọng kinh vô thường
Thương thương. Ghét ghét. Thương thương
Còn đây. Mất đó. Nghe dường rỗng không.

2.
Đừng trông mong. Đừng đợi mong
Lội sông vớt bóng vướng dòng phù vân

Phủi tâm rớt hạt bụi trần
Lấm lem khổ lụy dậy mầm phân ly.

3.
Ô kìa ánh chớp từ bi
Gửi trong vô lượng xanh rì nguyên sơ

Ô kìa tiếng khóc trẻ thơ
Thế gian chìm đắm bên bờ tử sinh.

4.
Tay lần hạt. Lật trang kinh
Sắc không. Không sắc. Giật mình. Mình ư?

Lật trang kinh. Tìm chân như...
Phật ơi, đời loạn! Trầm tư, kiếp người!

5.
Ác ma giả khóc giả cười
Níu chân phiền não giả người thiện tâm

Thiện căn trổ nhụy xanh mầm
Pháp thân tọa giữa chân tâm cõi đời.

6.
Chúng sinh nằm gác vai đời
Tiếng chuông rụng xuống đất trời sầu bi

Ô kìa ánh chớp từ bi
Gửi trong vô lượng xanh rì nguyên sơ.

Thơ Phương Tấn còn nhiều nữa. Có dịp tôi sẽ nói nhiều hơn về một nhà thơ Xứ Quảng, mà nơi đó có những nhà thơ một thời tôi yêu mến.

Phạm Văn Nhàn

(Houston 18-3-2024)

DUNG THỊ VÂN

Gian Nan "Khổ Lụy" Cùng Phương Tấn

Sự thật thì không thể nào tô điểm hay chải chuốt bất cứ điều gì, đây là một đoạn hồi ký ngắn mà tôi muốn viết: tôi đã có tập thơ "Khổ Lụy" của Phương Tấn từ bao giờ, và tại sao tôi còn giữ được cho đến hôm nay sau 44 năm mới biết được tác giả mà cũng chỉ thông qua Internet. Trong đoạn hồi ký này, những từ sử dụng thời 30 tháng tư năm 1975 như thế nào, nay tôi lặp lại nguyên văn.

1.

Đầu mùa hạ năm 1971 tôi vừa học xong lớp mười, giáo sư hướng dẫn lớp tôi lúc đó là thầy Phạm Được cho lớp tôi làm một cuốn "Đặc san mùa hạ" và thầy đã nhờ bạn của thầy là thi sĩ Nguyễn Tường Văn tuyển chọn bài vở cho cuốn đặc san này. Ngày cắm trại hè chung toàn trường Trung học Đức Trọng tỉnh Tuyên Đức, thầy mời thi sĩ Nguyễn Tường Văn từ Đà Lạt xuống tham dự trại và giới thiệu cho cả lớp làm quen. Thi sĩ Nguyễn Tường Văn tuyên bố có 3 giải thưởng gồm 2 giải văn và một giải thơ. Những giải thưởng ấy do thi sĩ Nguyễn Tường Văn tự đặt ra nhằm khuyến khích lớp tôi về chuyện viết lách chứ không phải là giải văn chương gì to lớn. Nhưng thuở ấy, ngay khi nghe thi sĩ Nguyễn Tường Văn tuyên bố, tôi đã thấy nó ghê gớm lắm. Hai giải văn lớp tôi là ai, tên gì... tôi không còn nhớ. Riêng giải thơ thuộc về tôi. Món quà tôi nhận được gồm: một tập thơ "Khổ Lụy" của Phương Tấn, một bài thơ "Dù tiếng thoảng qua" của thi sĩ Nguyễn

Tường Văn với lời đề tặng: "Để tặng Dung Vân người có nhiều triển vọng về thơ", một tờ "tiểu sử văn học" của thi sĩ Nguyễn Tường Văn thêm một "name card" của ông. Tôi đã cất giữ món quà này cho tới bây giờ và cho đó là một điều "vinh dự" đối với riêng tôi. Hai từ "thi sĩ" với tôi thời bấy giờ vô cùng thần tượng. Tôi thích đọc thơ và rất thích làm thơ cho nên trong lòng tôi lúc nào cũng ước mơ mình sẽ trở thành thi sĩ.

Ngoài cuốn "Đặc san mùa hạ" của riêng lớp tôi, thời đó nhà trường còn làm thêm một cuốn "Giai phẩm xuân". Cả hai cuốn này tôi đã đăng tổng cộng mười tám bài thơ. Riêng năm lớp chín (15 tuổi) tôi đã có một bài thơ và hai đoản văn được đăng ở báo Tiền Phong (Tiền Phong là báo tuần hay báo tháng tôi thực sự không còn nhớ). Báo Tiền Phong có một chuyên mục "Tiền Phong Trẻ" ở trang chính giữa tờ báo với cái tên "Gia đình tý hon" do chị Thục Huyền phụ trách. Tôi được đăng bài thơ đầu tiên với tựa đề "Bé yêu" ở trang này. Sau đó tôi xin gia nhập "Gia đình tý hon" với bút hiệu Lan Chi, số thứ tự là TP.445. Sau ngày 30 tháng tư năm 1975, chị tôi tới nhà một người bạn chơi, tình cờ đọc thấy bài thơ "Bé Yêu" trên báo Tiền Phong nên đã xin tờ báo đem về cho tôi. Tôi cất giữ bài thơ đó như một kỷ vật cho tới bây giờ.

2.

Tháng 3 năm 1975 mọi người thi nhau đổ xô về Sài Gòn với cái từ gọi là "di tản". Tình hình Việt Nam lúc bấy giờ thật phức tạp. Chiến tranh tràn lan. Thời sự mỗi ngày một nóng bỏng và người dân miền Nam sống trong tâm trạng hoang mang tột cùng. Ngày 27 tháng 3 năm 1975 gia đình tôi "di tản" về Sài Gòn, riêng tôi và bố tôi vì công việc nên sáng ngày 02 tháng 4 năm 1975 mới về Sài Gòn, và ngay chiều hôm đó tôi được tin tỉnh Tuyên Đức (nay là tỉnh Lâm Đồng) đã được "giải phóng". Song song với việc "di tản", lúc này người dân miền Nam lại ồ ạt rủ nhau "vượt biên" ra nước ngoài làm cho bao người thân yêu, bao gia đình lại chịu thêm khổ đau, ly tán...

Năm ấy, tôi đã hai mươi tuổi. Hành trang của tôi chẳng có thứ gì quý giá ngoài cái đồng hồ đeo tay và một tủ sách nhỏ. Phân vân mãi không biết làm sao đem đi được mấy quyển sách, trong đó có tập thơ "Khổ Lụy" của Phương Tấn về Sài Gòn khi mà mọi chuyện tôi cứ nghe "đồn ma đồn mỵ" nên rất ư là lo lắng. Suy nghĩ mãi, cuối cùng tôi quyết định nhờ bố tôi đang làm ở phi trường Liên Khương gửi sách theo đường bay trong lúc tôi vẫn còn ở Đức Trọng.

Cảnh tượng ở phi trường Liên Khương hôm bố tôi và tôi về Sài Gòn vô cùng hỗn độn. Người dân tập trung ở sân bay đông nghẹt, trong khi chỉ có một chuyến bay hai động cơ duy nhất của quân đội Mỹ dành chở nhân viên của phi trường Liên Khương về phi cảng Tân Sơn Nhất, Sài Gòn. Với chiếc cầu thang nhỏ nối ngay cửa máy bay cách mặt đất khoảng hai mét. Hễ cứ ai là nhân viên của phi trường Liên Khương thì đưa tay lên cho ông chỉ huy phó phi trường là người Việt nhận mặt, nếu đúng thì ông đưa tay nắm kéo lên cùng với sự trợ giúp của một người Mỹ. Khi tôi được kéo lên chiếc cầu thang nhỏ và vào được khoang máy bay, người tôi vẫn cứ ngẩn ngẩn ngơ ngơ không hồn không vía. Nhìn lại cổ tay thì chiếc đồng hồ đã mất, nhìn xuống chân thì chỉ còn có một chiếc guốc cao...
Những hình ảnh đó đã ám ảnh tôi đến mãi hôm nay và có lẽ theo tôi suốt đời.

3.

Tập thơ "Khổ Lụy" của Phương Tấn đã theo tôi từ năm 16 tuổi, mãi đến năm tôi 20 vẫn theo tôi với biết bao "gian nan khổ lụy". Trong khi những cuốn báo Tiền Phong có bài của tôi lẽ ra tôi phải mang theo, hoặc cắt bài mang theo cho gọn nhẹ thì tôi lại không nhớ và không hề nghĩ đến. Những cuốn sách mà tôi đã nhờ bố tôi gởi từ phi trường Liên Khương đã về tới Sài Gòn cho chị tôi. Tôi nhớ những ngày đầu tiên sau 30 tháng tư năm 1975 là những ngày vô cùng phức tạp với người dân miền Nam. Tôi đã sống trong lo lắng và căng thẳng. Tôi đã đốt hết năm cuốn nhật ký, mỗi cuốn dày 500 trang khổ giấy A5.Tôi cứ nghĩ lỡ mình chết đi, người ta sẽ đọc được nhật ký của mình nên quyết định đốt sạch. Bây giờ đã hơn bốn mươi mấy năm rồi mà chị tôi vẫn còn tiếc và nhắc lại mỗi lần nghĩ đến.

Lúc ở Đức Trọng tôi có 3 người em trai kết nghĩa, đó là Sơn,

Quốc và Phong. Cả ba em đều ở Sài Gòn và cháu của giáo sư Lê Tuấn Lương ở Đà Lạt là thầy dạy tôi. Chúng tôi đã gặp nhau và kết nghĩa chị em khi chúng tôi cùng đến thăm thầy cô Lê Tuấn Lương ở Đà Lạt. Sau ngày tôi "di tản" về Sài Gòn các em có đến thăm tôi. Cuối tháng 5 năm 1975 trước khi trở về sống ở Đức Trọng, tôi có gửi Sơn giữ hộ một số sách trừ tập thơ "Khổ Lụy" của Phương Tấn". Mãi hơn 10 năm sau, tôi có nhận được một lá thư chị của Sơn gởi thăm và báo cho tôi biết là Sơn đã mất. Cuộc đời thật vô thường. Khi trở lại Sài Gòn sinh sống, tôi đã đi tìm địa chỉ nhà Sơn với hy vọng gia đình Sơn còn giữ số sách đã gửi, nhưng tất cả đã không còn... Nếu tập thơ "Khổ lụy" của Phương Tấn đã gửi cho Sơn thì nay không có "gian nan khổ lụy" và cũng chẳng có đoạn hồi ký này.

Sau biến cố 1975 tôi đi làm và dời chỗ ở liên tục, thường là ở các công trường vùng kinh tế mới "rừng sâu núi thẳm". Và cũng vì công việc và cuộc sống, suốt nhiều năm dài tôi làm thơ không nhiều như thời trước tuổi 20. Mãi đến năm 2006, tôi mới sáng tác đều và có điều kiện xuất bản tập thơ đầu tay cũng như gởi bài đăng ở các báo. Tính đến năm 2015, tôi thực sự cầm bút được 10 năm và đã xuất bản được 5 tập thơ. Tôi tin rằng mọi thứ cho dù vô tri vô giác vẫn có "số phận" của nó. Những gì thuộc về mình thì dù đó là "người hay đồ vật" đều có "trăm ngàn lý do" để được ở bên mình, giữ bên mình. Đó là lý do tập thơ "Khổ Lụy" của Phương Tấn luôn bên cạnh tôi dù tôi chẳng hề biết tác giả là ai, ở đâu mà chỉ biết đó là một tập thơ hay, cảm thấy quý thì cất giữ. Có một điều lạ và rất thật là theo thời gian các sách vở của tôi cất giữ gần như bị mối mọt ăn loang lổ, nhiều trang, nhiều đoạn không còn thấy chữ. Vậy mà tập thơ "Khổ Lụy" của Phương Tấn vẫn lành lặn, chữ nghĩa còn nguyên. Phải chăng đó là một định mệnh vô hình.

4.

Mặc dù sở hữu tập thơ "Khổ Lụy" của Phương Tấn từ năm 1971, tính đến năm 2015 đã được 44 năm. Nhưng tôi chưa bao giờ đọc được tên tác giả trên bất kỳ thông tin nào từ báo chí đến trang web hay một cuốn sách nào. (Có thể tôi đọc quá ít nên chưa thấy chăng). Những năm ở Đức Trọng, thỉnh thoảng tôi vẫn mở tập thơ "Khổ Lụy" của Phương Tấn ra đọc, mặc dù thuở ấy tôi không hiểu hết những câu từ trong thơ anh, nhưng lạ thay, tôi vẫn cảm nhận được thơ anh rất hay, rất buồn mang đầy tính thế sự và nặng sâu tình người. Do vậy, cái tên "Khổ lụy" và cả cái tên Phương Tấn như đã hằn sâu vào trí nhớ tôi. Tập thơ chỉ có 26 bài nhưng Phương Tấn đã viết không thiếu một đề tài nào. Phương Tấn viết về quê hương đất nước, về thân phận con người trong hoàn cảnh trước 1975. Những bài thơ xót thương về cha mẹ, về anh chị em. Rồi tình yêu và những người con gái đã được Phương Tấn bật hẳn thành tên vào những bài thơ anh viết. Tác giả viết về đề tài nào cũng hay, xúc động và cháy bỏng như con tim của một người thơ căng đầy máu nóng. Những dòng thơ mang tính triết lý hiện thực. Cho tới thời điểm này, cho dù những bài thơ anh sáng tác đã qua 50 năm mà đọc lại thơ Phương Tấn, tôi vẫn thấy thơ anh có sức hút thật lạ với những ẩn dụ thâm thúy, ngôn từ mới lạ nhưng rất đời, một nét riêng độc đáo không lẫn lạc vào ai.

5.

Cho đến một ngày trong tháng 5 năm 2015, tôi bất ngờ thấy tên Phương Tấn xuất hiện ở Facebook và càng ngạc nhiên hơn khi thấy hình bìa tập thơ "Khổ Lụy" của anh mà theo anh đã thất lạc từ sau 1975. Tôi đã liên lạc với anh qua facebook, giúp anh đánh lại những bài thơ trong tập thơ "Khổ Lụy", hứa sẽ trao lại "Khổ Lụy" cho anh và hôm nay kể cho anh nghe về "gian nan Khổ Lụy".

Tôi nghĩ Phương Tấn đã quá may mắn vì người lưu giữ tập thơ của anh còn sống. Tôi là "kẻ sống sót sau trận đau chí tử năm tôi ba mươi mấy tuổi". Tôi nhớ đã đọc một đoạn văn từ lâu lắm mà tôi rất tâm đắc nhưng lại vô tình quên tên tác giả: *"Đời quả là những chuyện thật tình cờ như chiêm bao, chiêm bao không một lần tỉnh giấc"*. Vâng, đúng là "Khổ Lụy" đã đi vào giấc mơ thực. Và Phương Tấn tâm sự qua email với tôi rằng anh đã khóc khi được thấy và đọc lại những bài thơ của chính mình.

Và cũng thật tình cờ trước đây 8 năm, trong lúc chuyện trò với nhà thơ Trần Ngọc Trác, tôi hỏi anh có biết nhà thơ Nguyễn Tường

Văn không. Anh trả lời là biết và cho tôi số điện thoại của nhà thơ Nguyễn Tường Văn. Ngay sau đó tôi đã liên lạc và được nói chuyện với nhà thơ Nguyễn Tường Văn qua điện thoại sau hơn 32 năm đằng đẵng. Tuy nhiên, đến nay tôi vẫn chưa hề được gặp mặt nhà thơ Nguyễn Tường Văn ngoài cô Mẫu Xuân vợ của ông - chúng tôi vẫn thường gặp nhau và rất thân tình.

Qua một chặng đường dài 44 năm do biến cố và do hoàn cảnh, tôi dần dần loại bỏ gần hết những cuốn sách mang theo trừ tập thơ "Khổ Lụy" của Phương Tấn. Đến đây, thì tôi đã tin rằng mọi thứ trên đời đều có số phận, không duy chỉ có con người. *Qua đoạn hồi ký này, hy vọng Phương Tấn sẽ không còn thắc mắc. Bởi chính tôi cũng không thể nào lý giải được tại sao tập thơ "Khổ Lụy" của Phương Tấn sau bao năm thăng trầm, dâu bể vẫn không hề mất đi. Và cũng qua đoạn hồi ký này, tôi hy vọng những bài thơ trong tập thơ "Khổ Lụy" của Phương Tấn sẽ sống mãi trong cõi thi ca.*

Dung Thị Vân

(Sàigòn 19-8-2015)

THƠ PHƯƠNG TẤN TỪ NĂM 15 TUỔI. THEO DÒNG THỜI GIAN

■

Tạp chí Gió Mới số 6 năm 1961:
NHỮNG VẦN THƠ MANG NHIỀU HƯƠNG SẮC ĐIÊN DẠI VÀ NỔI LOẠN.

"... Chính vì bị vây phủ bởi những hình ảnh thù nghịch nhưng mà lại không còn tìm được một tình thương yêu, một nơi ẩn náu cho tâm hồn, nên người trẻ tuổi của chúng ta rơi vào một cơn ác mộng hãi hùng. Trong đó, thế giới biến thành tha ma, phố phường là nghĩa địa. Thật vậy, một khi quanh mình không còn một tình thân nào nữa, thử hỏi khoảng cách biệt giữa sống và chết có ra gì? Phương Tấn đã phác họa cảnh tượng kinh hoàng ấy trong những vần thơ mang nhiều hương sắc điên dại và nổi loạn."

■

Tuần báo Văn Nghệ Tiền Phong số 129 năm 1961:
AI OAN AI OÁN THAY NHỮNG TIẾNG THƠ KHÓC CHO THẾ KỶ ĐIÊU LINH.

"... Tôi có cảm tưởng nhìn thấy nét mặt tuyệt vọng của người viết những câu thơ trên. Ai oan ai oán thay những tiếng thơ khóc cho thế kỷ điêu linh. Phương Tấn đến với chúng ta qua những tiếng đau thương ghê gớm."

■

Tuần báo Văn Nghệ Tiền Phong số 152 năm 1962:
NÉT THƠ ĐẶC BIỆT CỦA PHƯƠNG TẤN.

"... Phương Tấn đã có thơ đăng trên Văn Nghệ Tiền Phong và khuynh hướng lúc nào cũng đi tìm những nguồn cảm hứng có ít nhiều kỳ lạ.

Tuy nhiên lời thơ của Phương Tấn thường lại rất đơn sơ, dễ dàng. Tất cả những thứ ấy tạo thành nét thơ đặc biệt của tác giả."

■

Nhà báo Hàn Tâm, tuần san Tinh Hoa số 2 năm 1962:

TIẾNG KÊU THẤT THANH TRONG ĐÊM KHÔNG TRĂNG SAO

"...Chúng ta đã phiêu du trong vườn thơ Thái Thị Yến Phương – thế giới rặt u sầu và đầy tội lỗi – chúng ta không thể trách Thái Thị Yến Phương quá bạo dạn nói lên sự thật của một lớp người đang bị đào thải, hay đang được lành mạnh hóa mà chúng ta chỉ nên coi Thái Thị Yến Phương như một nhân chứng. "Tiếng nói" của Thái Thị Yến Phương là tiếng kêu thương cầu cứu. Hiểu như vậy, chúng ta mới đủ tình cảm đi sâu vào tâm hồn Thái Thị Yến Phương."

■

Nhà báo Terèse Thùy Nhiên, tuần san Tinh Hoa số 11 năm 1963:

SAY MÊ NHƯ NHỮNG CÂU THƠ CỦA NGUYỄN DU.

"... Thì ra chỉ có chúng ta, chỉ có những người trót "làm thân con gái" như chúng ta mới có thể thông cảm nổi, mới có thể nhìn rõ những tủi sầu của nhau. Và có một tủi nhục nhất của "kiếp đàn bà" là bán thân cho người vì hoàn cảnh, vì cuộc đời hay vì trời bắt vậy. Thái Thị Yến Phương đã diễn tả được sự thực não nề chua chát đó:

Bầy con gái ngực phơi trần
Hồn ca biển loạn môi cười yến oanh
Ôm lênh đênh xác song hành
Môi hôn rướm máu chanh vanh bãi cồn.

Chỉ bốn câu thơ đủ phác họa một cảnh lõa lồ giữa người con gái bán xác thịt với khách làng chơi. Tôi đã đọc bốn câu thơ này của Thái Thị Yến Phương say mê như những câu thơ của Nguyễn Du tả cảnh Kiều bán mình.

■
Nhà báo Người Xứ Huế, nhật báo Tự Do Năm 1963:
NHỮNG ĐAU KHỔ ĐẾN DỒN DẬP.

"... Ta thấy những hình ảnh con người vô lương tâm - 'bầy ác điểu' - thi nhau xâu xé đời người con gái một cách tàn nhẫn, dã man. Những đau khổ đến dồn dập ứ đọng trong tâm hồn người con gái, làm nàng quẫn quại không còn nhận ra đâu là thể xác với linh hồn. Tâm trạng ấy đã được Thái Thị Yến Phương lồng vào bức tranh tối tăm, đường nét sắc cạnh."

■
Nhà thơ Nguyễn Lệ Tuân trong tập thơ "Quê Hương Máu Và Nước Mắt" năm 1966:
TÔI KHẼ GỌI TÊN THÁI THỊ YẾN PHƯƠNG TRONG TRÍ NHỚ.

"...Cách đây 3 năm, thơ Thái Thị Yến Phương xuất hiện hầu hết trên các nhật báo, tuần báo, tạp chí. Giới văn nghệ bắt đầu chú ý đến lối thơ độc đáo của Thái Thị Yến Phương. Nhà thơ đã thể hiện được nguồn rung cảm chua xót nghẹn ngào thân phận người con gái buôn hương bán phấn.
Và tôi thật sửng sốt khi hay tin Thái Thị Yến Phương đã từ trần tại "nhà thương thí Đà Nẵng." Vâng, một cái chết rất âm thầm và đau đớn. Thế là xong một thảm kịch của đời người. Ôi! Không còn một kiếp sống nào bi đát hơn mà người ta thường lên án: kiếp làm đĩ.
Phải chăng, chiến tranh tang tóc đã làm cho xã hội tan nát, lòng người ly tán cùng cực và xô đẩy con người vào bước đường cùng. "Và tuổi trẻ bỏ ra ngoài cuộc sống để trở lại bản thể của mình. Một bản thể trơ trẽn trên nỗi đau nhọc nhằn của thời gian. Thái Thị Yến Phương tự xóa tên mình trong quyển sổ đời để rồi không còn nhìn thấy kiếp sống oằn oại trong máu lửa.
Trời Đà Nẵng vương nhiều nước mắt. Trên dòng sông một cánh hoa héo úa, tàn tạ trôi lênh đênh như số phận của con người mang trạng thái ngập lụt tâm hồn".

■

Nhà báo Minh Phú, nguyệt san Quyết Thắng số 6 năm 1968:

THIÊN TÀI THĂM THẲM Ở CHIỀU SÂU.

"... Trong lúc giá trị quy kết nơi hiếm hoi, cô đọng. Thiên tài thăm thẳm ở chiều sâu. Tôi nghĩ Thái Thị Yến Phương có thể thuộc vào loại sau này. Không phải ngay ở vài bài thơ thơ thứ nhất. Dĩ nhiên. Nhưng khởi hành với hơi thở thoảng mùi gió lạ, Phương có đà để đi xa trên lối vạch ra cho mình. Và tôi tin mong ở Phương những đợt hứng khởi tiếp theo.

... Chỉ còn đây những bài thơ thứ nhất của Phương, hơi gió đầu mùa của một tiết trời lạ lắm. Nhưng tiết trời ấy không bao giờ có nữa, khi con người có thể làm nên một thời tiết đó đã vĩnh viễn ra đi."

■

Nhà thơ Phổ Đức tại diễn đàn CLB Phấn Thông Vàng, Sài Gòn năm 1969:

ĐÂU PHẢI AI CŨNG LÀM THƠ HAY
NHƯ THÁI THỊ YẾN PHƯƠNG.

"... Theo thiển ý của tôi, thi nhân là người bị hoàn cảnh dồn đến cùng cực thêm với khả năng của trời cho mà người ta thường gọi là thiên tư để trở thành thi sĩ.

Hàng vạn người hỏng thi đâu phải ai cũng trở thành thi sĩ như Tú Xương. Trong số những người bị "hủi" đâu phải ai cũng làm thơ để trở thành thi sĩ như Hàn Mặc Tử. Trong số hàng triệu cô gái lầu xanh đâu phải ai cũng làm thơ hay như Thái Thị Yến Phương."

■

NXB Người Trẻ Việt Nam trong tập thơ Khổ Lụy năm 1970:

PHƯƠNG TẤN, MỘT KHOẢNG ĐỜI
THÊ THẢM ĐẾN LẠNH NGƯỜI.

"... Khổ Lụy, tập thơ thứ hai của Phương Tấn. Hầu hết những bài trong tập này được viết trước năm 20 tuổi. Tập thơ được in ra như để thu vén một khoảng đời xót xa của quê hương, của cơn bệnh cùng sự đìu hiu tuyệt cùng của Phương Tấn, một khoảng đời thê thảm đến lạnh người."

■

Bộ Thông Tin/Sở Phối Hợp Nghệ Thuật Việt Nam ra quyết định năm 1970:

CẤM XUẤT BẢN TẬP THƠ "KHỔ LỤY".

HỒ SƠ GHI RÕ:

"... Thơ Phương Tấn chán nản vì chiến tranh, vì tang tóc, vì bị trị..." (Dù không có giấy phép nhưng tập thơ "Khổ Lụy" vẫn được Nhà xuất bản "Người Trẻ Việt Nam" in và phát hành rộng rãi trong năm 1971).

■

Bán nguyệt san Phổ Thông số 241năm 1971:

ĐÊM ĐỌC THƠ

CỦA MỘT NHÀ THƠ TRẺ VIỆT NAM TRÊN ĐẤT MỸ.

"... Mồng một Tết VN 1971 tại Mỹ, nhóm "Người Trẻ Việt Nam" ở Mỹ đã tổ chức một đêm đọc thơ và phát hành tập thơ "Thơ Tình Của Một Thi Sĩ Việt Nam Trên Đất Mỹ" của Phương Tấn tại "Foreign Training Office" thuộc căn cứ Huấn luyện "Sheppard Air Force Base, Texas. Thơ Tình Của Một Thi Sĩ Việt Nam Trên Đất Mỹ" là một thành công của Phương Tấn – một nhà thơ trẻ Việt Nam trên đất Mỹ. Được biết, tập thơ hiện được lưu trữ tại Thư Viện Đại học Cornell University Library, USA.

■

Giáo sư Tam Ích, tạp chí Đời Mới số 43 - Xuân Tân Hợi 1971:

HOA GẤM VÀ NGÔN NGỮ DÂN TỘC

"...Thi sĩ Kiên Giang Hà Huy Hà và Sơn Nam: Người trên từ 1946 đã làm vạn câu dân tộc, người dưới làm đôi ba, dăm ba, mươi - nhưng đều thắm tình dân tộc và nhạc tính độc đáo!

Nhưng muốn nói về nhạc tính lạ, ý và lời tuyệt tác thì tôi cầu nguyện cho các văn - thân - hữu đọc những bài sau này mà tôi đã được đọc trong tạp chí Thời Nay. Đây là ba nhà thơ Nhất Uyên, Phan Trần và Phương Tấn, thơ thì tuyệt! Nhạc tính: độc đáo! Nhịp thơ: hiếm! Từ, tứ, ý thơ, riêng tôi, lần thứ nhất tôi mừng được thưởng thức thơ. Tôi lẩn thẩn nghĩ: cần gì phải làm trăm nghìn câu thơ, cần gì phải in tới nhiều tập thơ! Một bài thơ! Một sắc diện màu sắc và âm thanh! Tôi cầu nguyện cho có người bắt chước được từ thơ, tứ thơ, ý thơ, mạch thơ ấy."

■

Nhà báo - võ sư Từ Võ Hạnh, Chủ bút nguyệt san Văn học & Võ Thuật năm 2012:

LỜI THƠ "TỤC LỤY"
NHƯNG LẠI ĐẦY THANH CAO TRONG SÁNG.
ẤY CHÍNH LÀ ƯU ĐIỂM MÀ MẤY AI "NGỘ" ĐƯỢC

"...Phương Tấn là một chủ bút các tạp chí Võ Thuật sừng sỏ, không những thế ông còn là một nhà tổ chức tầm cỡ quốc tế qua các tổ chức "Liên hoan Quốc tế Võ cổ truyền Việt Nam" và "Liên hoan Võ thuật Quốc tế Hồng Bàng" từ năm 2006 đến nay, thu hút mỗi kỳ hàng ngàn VĐV và trên 40 quốc gia và vùng lãnh thổ tham gia biểu diễn và tranh tài. Chính gương làm việc của ông đã khiến tôi kinh ngạc.
Nên, khen ai chứ khen Phương Tấn thì quá thừa. Theo tôi, từ trước đến nay khó thấy một nhân tài như Phương Tấn - một người "nghiên cứu võ không tập võ" nhưng lại đóng góp thành công quá nhiều cho phong trào "Võ thuật Thế giới" suốt mấy thập niên..."
Ngoài Võ, ông còn là một nhà thơ có tiếng, một nhà văn viết văn hay và một nhà báo lão luyện. Thơ Phương Tấn có nhiều bài mà mỗi bài như một ca khúc tràn đầy nhạc tính. Thơ ông luôn ấp ủ nhiều điều mà trí óc bình thường khó lòng diễn tả... Thơ rất lạ nhưng lại rất quen. Đọc thơ Phương Tấn chúng ta sẽ thấy mình ẩn hiện trong đó. Lời thơ "tục lụy" nhưng lại đầy thanh cao trong sáng, ấy chính là ưu điểm mà mấy ai "ngộ' được. Trong cái bình dị vẫn toát nét kiêu sa, trong sự thơ ngây vẫn phảng phất một cái gì lạ lắm. Phương Tấn có lối dùng chữ tài tình, mộc mạc như ngô khoai nhưng tràn đầy hương vị tinh khiết và khát vọng của tình yêu - Yêu mình yêu người và yêu quê hương."

■

Nhà giáo, dịch giả Lưu Như Hải (+) trong tập thơ "Lung Linh Tình Đầu" năm 2015:

NƯỚC PHÁP CÓ BÀI SONNET CỦA ALEXIS FELIXARVERS THÌ Ở VIỆT NAM TA CŨNG CÓ BÀI THƠ "Ở HUẾ NHỚ PHƯƠNG" CỦA PHƯƠNG TẤN

"...Phương Tấn từ thập niên 1960 cho tới bây giờ sáng tác nhiều bài thơ làm rung động lòng người nhưng chỉ một bài "Ở Huế Nhớ Phương" cũng đã đủ để làng Thi Ca ngợi khen Phương Tấn với cùng lời thân thương như với Felix Arvers.
Tôi sẽ bị gán nhãn là "Anh em trong nhà khen nhau" khi nói:"Nước Pháp có bài Sonnet của Alexis Fe_lix Arvers mà Khái Hưng chuyển ý thành bài "Tình Tuyệt Vọng" thì Việt Nam ta cũng có bài thơ "Ở Huế Nhớ Phương" của Phương Tấn."

■
Nhà thơ, dịch giả Thiếu Khanh trong tập thơ "Di Bút Của Một Người Con Gái" năm 2017:
LÀ THI SĨ VIỆT NAM DƯỜNG NHƯ ĐẦU TIÊN ĐÃ CHO IN THƠ MÌNH TẠI NƯỚC MỸ

"... Có một lần, lâu rồi, chắc là phải hơn... nửa thế kỷ, tôi tình cờ nghe một chương trình Tao Đàn của thi sĩ Đinh Hùng trên đài phát thanh Sài Gòn dành cho thơ của một người con gái chết trẻ tên Thái Thị Yến Phương. Tôi chưa được đọc bài thơ nào của người nữ thi sĩ trẻ này. Và chỉ biết có chừng đó....
Thi sĩ Phương Tấn nổi tiếng từ cuối thập niên 60 thế kỷ trước, là thi sĩ Việt Nam (dường như đầu tiên) đã cho in thơ mình tại nước Mỹ xa xôi từ khoảng đầu thập niên 1970, với tác phẩm "Thơ Tình Của Một Thi Sĩ Việt Nam Trên Đất Mỹ"!
"Nhưng điều tôi không ngờ Thái Thị Yến Phương là bút hiệu của thi sĩ văn võ đều tài hoa này!"

■
Nhà văn Thế Phong, trang thang-phai.blogspot.com năm 2018:
ĐẢO NGƯỢC 2 TỪ CUỐI; CHÍNH LÀ PHƯƠNG TẤN.

"...Vậy là, tôi cũng như độc giả đã biết tác giả đích thực tập thơ "Di Bút Của Một Người Con Gái" là ai rồi. Đó là một ex-airman Không lực

VNCH tên thật là Nguyễn Tấn Phương - tôi bật nhớ ra ngay ở thời tiền chiến, một thành viên chủ lực "Tự Lực Văn Đoàn," có một thi nhân tên thật là Nguyễn THỨ LỄ - đảo ngược 2 từ cuối thành THẾ LỮ, từng nổi danh với: Nhớ Rừng (thơ) + Vàng & Máu (văn)... -- thì, cuối thập niên '60s, ở miền Nam (VNCH) cũng có một tay cầm bút có tên thật Nguyễn TẤN PHƯƠNG, đảo ngược 2 từ cuối; chính là PHƯƠNG TẤN".

Phương Tấn không những viết văn làm thơ mà còn rất xông xáo, tay không vào hang hùm; xắn tay áo, tự lực cho xuất bản 2 tạp chí võ thuật hàng đầu ở Việt Nam: "Ngôi Sao Võ Thuật" + "Sổ Tay Võ Thuật". Và, cho xuất bản cuốn sách về võ thuật rất kỳ vĩ: "Những Người Mở Đường Đưa Võ Việt Ra Thế Giới"(Pioneers Who Have Paved The Way For Vietnamese Traditional Martial Arts To The World) -- (sách dày 312 trang, kích cỡ sách 21x 28,5 cm + hình ảnh -- một số bài viết trong sách được chuyển ngữ tiếng Anh + Pháp. Sách được tái bản, không chỉ phát hành trong nước mà còn đưa ra quốc tế)."

■

Nhà thơ Xuân Thao (+) trong tập "Phương Tấn - Bạn văn - Báo chí - Dư luân" năm 2019:

50 NĂM VỀ TRƯỚC MÀ PHƯƠNG TẤN ĐÃ LÀM THƠ HAY NHƯ THẾ NÀY, QUẢ LÀ THIÊN TÀI THI CA

..."Ở bài thơ: "Khoai Lang Vỏ Đỏ Lòng Vàng" - Một bài thơ mà tôi tâm đắc nhất của Phương Tấn. 50 năm về trước mà Phương Tấn đã làm thơ hay thế này, quả là thiên tài thi ca. Tôi chỉ lặp lai lời khen của cụ Nguyễn Vỹ năm 1962 khi đăng thơ và hình của Phương Tấn trên tạp chí Phổ Thông. Ai đã sống trong thời kỳ ấy chắc còn nhớ.

Nói đến thơ Phương Tấn tôi không thể không nhắc đến những bài thơ mang tên:"Di Bút Của Một Người Con Gái" với bút hiệu Thái Thị Yến Phương đã một thời gây sóng gió trên thi đàn miền Nam Việt Nam mà tác giả chỉ là một cậu học sinh mới 14 - 15 tuổi đang học lớp đệ ngũ, đệ tứ trường trung học Phan Tây Hồ, Đà Nẵng.

"Và, tôi cũng không thể không nhắc đến những lá thư gửi Mẹ của Phương Tấn trong tập bút ký "Hòa Bình Ta Mơ Thấy Em" cùng những bài thơ gửi Mẹ của Phương Tấn trong tập thơ "Thưa Mẹ" là tâm cảm của Phương Tấn gửi Mẹ Quê Hương với tấm lòng đau xót vô biên của người con khi thấy Mẹ Việt Nam còn tang thương trong chiến tranh và thù hận. Tất cả mang ý nghĩa như một thông điệp đầy tính nhân văn, dưới bút pháp tài hoa của Phương Tấn - một thi sĩ chân tài."

■

Nhà giáo, nhà thơ Quyên Di trong tập thơ "Di Bút Của Một Người Con Gái" năm 2021:

THÁI THỊ YẾN PHƯƠNG ĐÃ MỘT THỜI KHUẤY ĐỘNG GIỚI LÀM VĂN CHƯƠNG NGHỆ THUẬT MIỀN NAM VIỆT NAM (THẬP NIÊN 60, 70).

"... Tên tuổi và những bài thơ của Thái Thị Yến Phương đã một thời khuấy động giới làm văn chương, nghệ thuật miền Nam Việt Nam (thập niên 60, 70) với những bài nhận định, ngợi khen, kết án, tranh luận; thậm chí "tưởng niệm" khi hay tin "nữ thi nhân" này đã "mệnh một."

Thật ra, Thái Thị Yến Phương là một trong những bút hiệu khác của Phương Tấn. Giữa thập niên 60, khi mới mười mấy tuổi, tôi viết văn, làm thơ cho các cô cậu "húi cua, thắt bím, thích ô mai" thì cùng lứa tuổi ấy, Phương Tấn đã múa bút trong chốn giang hồ, làm thơ cho người lớn đọc. Những bài thơ trong "Di Bút Của Một Người Con Gái" là tâm sự não nề của nàng kỹ nữ đem thân cho khách mua vui."

■

Nhà thơ Nguyễn Văn Thức cảm nhận thơ "Lục Bát Phương Tấn" năm 2023:

THI SĨ DƯỜNG NHƯ KHÔNG Ở THẾ GIỚ NÀY

".... Rừng thơ lục bát của Phuong Tấn. Như mùa xuân, gió bay, về trời. Về đâu... tôi cũng ngại nói đến những nặng nề suy tư khổ lụy. Tôi đang muốn nói đến mênh mông, mênh mang. Kỳ lạ. Hồn xiêu phách lạc.

MÈO ĐÊM

Ta giong thơ, chạy quanh người
Lửa khuya hồn mỏng ta cười đầy tay

Người theo ta, xuống phương này
Ta theo người xuống chăn bày nhân gian...
(1963)

Bài này làm từ 1963. Hồi ấy còn nhỏ, Phương Tấn làm thơ hay quá. Tôi không ngờ đọc được bài thơ lục bát hay đến như vậy. Vô cùng tận. Không phải thơ và người nữa mà như phảng phất một thiên tài.

Và

VÁN KHUA LÁCH CÁCH
HỒN KHE KHẼ VỀ

Khuya xa xác đổ về trời
Phố cao sầu cũng nghe dời vóc hoa
Tay lùa con nước xót xa
Chân lùa bóng vỡ phôi pha thiên tài.

Từ anh bỏ lại tuổi mai
Cát vàng thả gió chia hai bạn bè
Bừng bừng xô dạt lòng khe
Ván khua lách cách hồn khe khẽ về.
(Hội An 1964, gửi Nguyễn Nho Sa Mạc)

Thi sĩ viết bài này vào năm 1964. Trẻ quá, rất trẻ. Hồn xiêu phách lạc. Lạ quá. Hấp háy dưới phố. Đứng quần ống thấp ống cao. Thi sĩ dường như không ở thế giới này. Gió bay. Hay hai tay sải ra bay. Thơ, trời ơi thơ. Như đã nói ở trên dường như gió bay về, báo hiệu một thiên tài có thật.

Nguyễn Văn Thức
(Sàigòn 24-5-2023)

PHẦN VĂN THƠ NGÔN NGỮ 31

LỜI CHIA BUỒN MUỘN

KÍNH GỞI GIA ĐÌNH NHÀ THƠ PHAN XUÂN SINH

1948- 2024

Nhà thơ Phan Xuân Sinh đột ngột qua đời ngày 28-2-2024; vào thời điểm này, Ngôn Ngữ số 30 đã phát hành. Trên mặt báo, chúng tôi không kịp tiễn biệt anh cũng như chia buồn cùng gia đình. Trong số 31 này, được sự đồng ý của tác giả, chúng tôi xin đăng lại hai bài tưởng niệm của hai anh Song Thao và Trần Doãn Nho, xem như lời phân ưu muộn, kính gởi đến gia đình nhà thơ Phan Xuân Sinh, cùng cầu nguyện hương người quá cố an bình trong cõi mới.

TM

SONG THAO

Phan Xuân Sinh, Người Của Mọi Người

Năm đầu thiên niên kỷ 2000, làng văn hải ngoại có một cuộc quần hùng tụ họp rất đông đảo. Nay thiên niên kỷ đã già 24 tuổi mà cuộc tụ hội này vẫn chưa bị phá kỷ lục. Tôi nghĩ với sự thưa thớt mỗi ngày của giới viết lách, sẽ chẳng bao giờ có một cuộc gặp gỡ kỳ thú như vậy. Ngày đó, từ bốn phương tám hướng chúng tôi kẻ lái xe hơi, kẻ cưỡi máy bay nhằm đích đến: Boston. Một số anh chị em chẳng cần cưỡi chi, họ ở ngay tại chỗ. Trần Doãn Nho, Lâm Chương, Nguyễn Trọng Khôi, Trần Trung Đạo, Dư Mỹ, Lương Thư Trung. Từ mọi miền đất nước Hoa Kỳ túa tới có Hoàng Lộc, Đức Phổ, Phạm Nhã Dự, Ngô Minh Hằng, Lê Mai Lĩnh, Trần Hoài Thư, Quan Dương, Hoàng Thị Bích Ti, Nguyễn Xuân Hoàng. Từ Montreal, Canada, chúng tôi gồm Luân Hoán, Hoàng Xuân Sơn, Nguyễn Vy Khanh, Hồ Đình Nghiêm, Lê Quỳnh Mai, Khải Minh và Song Thao tới bằng nhiều xe, mạnh ai nấy đi, chẳng hàng lối chi. Tôi đã cố điểm lại tất cả những khuôn mặt bên nhau ngày đó nhưng biết chắc cái trí nhớ đã lộn xộn của tôi không cách chi nhớ hết nổi.

Chuyện chi mà náo động thế giới vậy? Anh Phan Xuân Sinh ra mắt tập thơ "Đứng Dưới Trời Đổ Nát." Tập thơ thứ hai nhưng coi như tập thơ đầu. Trước đó, vào năm 1996, anh đã cùng đứng chung với Dư Mỹ trong tập "Chén Rượu Mời Người." Anh Phan Xuân Sinh chăm sóc cho tập thơ đầu trong cung cách mà chúng tôi không ai theo nổi. Anh cặm cụi ngồi khâu, làm bìa cứng cho từng cuốn. Nhìn những chồng sách chỉnh chu cao nghệu nằm trên bàn, chúng tôi lắc đầu lè lưỡi. Ngày đó cái tên Phan Xuân Sinh còn có phần xa lạ trong văn giới nhưng nhờ đâu anh lại tổ chức được một cuộc ra mắt sách dữ dội như vậy? Tôi nghĩ là nhờ cái tình của anh với sách vở và với anh em viết lách. Có lẽ đây là dịp nhiều người gặp anh Phan Xuân Sinh lần đầu. Tôi cũng vậy. Chạm trán anh, tôi cảm thấy ngay cái thân tình trong dáng vẻ xuề xòa của anh. Khi đó anh là người đang rất thành công trên thương trường. Tôi chỉ loáng thoáng nghe anh có tiệm này tiệm kia, tiệm nào cũng đông khách, nhất là tiệm rượu. Rượu bữa đó tràn đầy như tấm lòng của anh với anh em. Chuyện anh mới tới định cư tại Boston được vừa đúng chục năm theo diện HO mà thành công như vậy, chẳng ai nói ra. Bữa đó, chỉ có chuyện chữ nghĩa. Và nghĩa tình. Từng đó con người mà không ai phải ở khách sạn. Ngôi nhà rộng rãi của anh chị Phan Xuân Sinh – Thiên Nga và nhà của các văn hữu trong vùng đã là nhà của mọi người.

Nhà thơ Phan Xuân Sinh và Song Thao (Boston, 2000)

Cái tình của anh chị Phan Xuân Sinh với anh em văn giới thiệt hiếm có. Nhà thơ Quan Dương kể lại: *"Lúc tôi mới qua Mỹ ở nhà thuê. Bà xã tôi thấy tiền thuê nhà mỗi tháng ngang với tiền mua nhà nhưng có sự khác biệt đó là trả tiền mua nhà sau khi trả hết thì là nhà của mình. Còn trả tiền thuê nhà thì trả hoài trả hủy thì vẫn là nhà của người ta. Thế là có ý định mua nhà. Muốn mua nhà thì phải có tiền đặt cọc ít nhất là 5% trị giá căn nhà trước khi vay ngân hàng. Hai vợ chồng tôi mới qua đi làm công cho hãng xưởng làm gì có tiền đặt cọc. Thế là tôi đem chuyện này lên quán Cây Me để hỏi. Hỏi là hỏi vậy thôi chứ không hy vọng gì. Vậy mà chưa đầy 24 tiếng đồng hồ sau, ông bưu điện đem khẩn cấp đến nhà tôi tấm check của anh Phan Xuân Sinh ký cho mượn khi nào có tiền thì trả, bao lâu cũng được. Tấm check anh gửi overnight. Nhờ sự giúp đỡ sốt sắng này mà vợ chồng tôi mới có tiền đặt cọc mua căn nhà này để ở tới bây giờ. Điều đáng quý trọng đó là chỉ quen biết nhau qua chiếc cầu thơ văn thôi chưa gặp mặt vậy mà anh chị quyết định cho mượn tiền không sợ quỵt nợ chỉ vì tôi là dân tị nạn chính trị mới qua Mỹ theo diện HO."*

Phan Xuân Sinh tốt nghiệp trường sĩ quan Thủ Đức, đã bỏ lại một bàn chân trên chiến trường. Trong cuốn tạp bút "Bơi Trên Dòng Nước Ngược," cuốn sách chỉ có 206 trang nhưng được anh Lương Thư Trung cho là "tình người" nhất khi viết trong bài tựa: *"Mười bốn đoản văn trong tập sách này là mười bốn bức tranh trong một dòng sống mà tác giả đã từng bơi qua hơn một lần thật vô cùng sống động. Chúng tôi không nghĩ là nó sẽ hay hơn các bài thơ của ông mà chúng tôi tin là nó sẽ làm cho chúng ta hiểu tấm lòng tác giả hơn và không khỏi bồi hồi xúc động về một thân phận đầy bất hạnh giữa dòng sông đời mênh mông vô định, về một tâm hồn nghệ sĩ. Trong tập sách nhỏ này nó không có chỗ cho sự khen chê mà là một chuyên chở những chất liệu quý báu vô cùng của một khoảng đời hơn nửa thế kỷ qua mà tác giả đã từng trải."*

Anh Phan Xuân Sinh sanh ngày 2/1/1948 tại Nại Hiên Tây, Đà Nẵng, mồ côi mẹ khi mới 11 tháng tuổi. Sống với người cha dạy học gà trống nuôi con, anh chịu thiệt thòi ngay từ tấm bé. Anh có chí lập thân ngay từ lúc thiếu thời. Anh đã sống trọn với đất nước trong cuộc chiến, đã mất mát nhiều kể cả bàn chân phải nhưng vẫn sống với lòng nhân hậu, với cái tâm của một người hiền. Anh viết trong "Lời Mở Đầu" cuốn "Bơi Trên Dòng Nước Ngược" về cuộc chiến mang lại nhiều mất mát của anh: *"Những chuyện đúng sai, công tội, để lịch sử phán xét, và tùy ở quan niệm cá nhân. Trong tư cách của chứng nhân, tôi viết trong trạng thái bình thường, không hằn học, hận thù. Dù trước đây tôi là một người lính của miền Nam, mất một phần thân thể trong cuộc chiến đó. Cái nhìn của tôi có thể sai lệch vì định kiến, nhưng chung quy, tôi viết về cuộc chiến mà tôi trực tiếp tham dự bằng trung thực của trái tim mình. Tôi tránh viết về chiến tranh vì mỗi lần đụng tới nó, vết thương cũ của tôi lại đau nhức nhưng rồi cũng không tránh được."*

Từ trái: nhà thơ Phạm Nhã Dự, nhà thơ Nguyễn Xuân Thiệp, nhà thơ Phan Xuân Sinh, nhà văn Lâm Chương, nhà thơ Triều Hoa Đại, nhà văn Lương Thư Trung, nhà văn Thu Thuyền, nhà thơ Hoàng Xuân Sơn, vợ chồng Song Thao, họa sĩ Chung Thanh Thủy.(Boston 8/2004)

Từ Boston, anh rời nhà qua Houston khi nào, tôi không rõ. Tôi thường lui tới thành phố này và mỗi lần tới thế nào cũng gặp anh và anh Lương Thư Trung. Hai anh như hình với bóng. Vẫn với cái dáng lè phè, quần áo xộc xệch và giọng nói thân tình như ngày ở Boston. Không biết có phải anh như một cục nam châm thu hút anh em không mà các anh Lương Thư Trung, Trần Doãn Nho, Nguyễn Trọng Khôi cũng đều từ miền Đông qua miền Tây với anh. Trong những cuộc trò chuyện, anh cho biết anh dời chỗ ở vì công việc làm ăn. Đây là cú chót anh thách đố với số phận. Anh bán tất cả các cơ sở thương mại tại Boston, ôm bạc triệu qua Houston mua nguyên một khu thương mại gồm nhiều cửa hàng. Phần lớn anh cho thuê, chỉ giữ lại một căn làm tiệm rượu và một cây xăng. Nếu thắng, anh sẽ rũ tay khi kiếm được một mớ tiền đủ để gia đình sống suốt đời để sống trọn vẹn với chữ nghĩa. Vận may không mỉm cười với anh. Chưa khai thác cơ sở mới được bao lâu, Walmart mở cửa hàng ngay trước mặt, khu thương mại của anh mau chóng sập tiệm.

Với nhà thơ Phan Xuân Sinh (Houston 08/2011)

Những lần tôi tới Houston sau đó, anh cho biết đang từ từ làm lại gần như từ đầu. Cái mất mát không nhỏ này hình như không làm khó được tính kiên nhẫn của anh. Có có không không, anh có vẻ coi như pha. Anh đã nhiều lần ngã và nhiều lần đứng dậy. Cú ngã nặng nhất là khi đất nước tan tành, tên lính thua trận ngu ngơ sống trong chế độ mới.

Anh bị đẩy ra bán chợ trời. Chỉ được ít tháng, phần vì hết vốn, phần vì bị công an đuổi, anh giã từ vỉa hè. Anh sống lay lắt những ngày khi đói khi no tới khi ông bố từ Đà Nẵng vào cho 3 lượng vàng để làm ăn. Đây là số tiền ông dành dụm được sau suốt một đời dạy học. Anh góp ba cây vàng quý hóa này với 3 người bạn để sản xuất bột giặt. Anh chỉ biết sơ qua cách chế biến bột giặt nhưng tới đường cùng nên bốc phét biết làm cho bạn yên tâm. Sau nhiều ngày thí nghiệm, từ thất bại này tới thất bại khác, nhờ trời anh thành công. Khi đó hàng tiêu dùng khan hiếm, bột giặt được giá, giá thành một bán ra lời mười nên anh phất lên nhanh chóng. Chỉ sau 4 tháng hoạt động, nguồn vốn từ vài cây vàng phồng lên thành 400 cây. Khoái chí mấy chàng độc thân bốc như rượu. Trong khi cả nước đi xe đạp, mỗi chàng mua một chiếc xe hơi vi vu với đời. Vui chơi nhưng vẫn không quên bạn bè. Các bạn văn trong đó có nhà thơ Tường Linh và nhà văn Vũ Hạnh được anh lòn cửa sau, mỗi ngày tuồn cho mỗi người 50 ký mang đi bán chợ đen. Sáng lấy hàng đi bán, chiều về trả tiền. Ngày nào bị công an hốt sạch thì xí xóa, lấy hàng khác đi bỏ mối. Khi nhà nước đổi tiền, cơ sở làm ăn mất hết vốn vì mỗi người chỉ được đổi có 200 đồng. Sau đó là đợt đánh tư sản mại bản, cơ sở sản xuất bột giặt bị kiểm kê. Trong hồi ký, anh viết về cú sập tiệm này: *"Tất cả cái gì có trong cơ sở đều bị vơ vét, tụi tôi bước ra mình không với vài bộ áo quần cũ và chuẩn bị đi vùng kinh tế mới. Từ những người có nhà lầu, xe hơi, tiền bạc vào ra như nước, sau một đêm trở thành những kẻ bần cùng, thân tàn ma dại. Những người thân, bạn bè cũ một phần sợ liên lụy, một phần sợ nhờ vả, không ai dám gặp tụi tôi. Đứng ngoài đường nhìn đoàn xe chở đồ đạc của mình đi nơi khác, anh em ôm nhau rơi nước mắt."* Anh cùng bạn bè quay ra làm bột trẻ em Đông Phương. Tổ hợp làm ăn khá khẩm. Không những cho trẻ em ăn, bột còn được các bà vợ mua mỗi lần đi thăm nuôi các ông cải tạo. Sau đó là các cơ sở làm lương khô cho bộ đội, kem đánh răng Mimosa. Những lần gục ngã, những lần đứng dậy, anh Sinh chẳng bao giờ chịu thua hoàn cảnh. Cho tới khi gia đình anh được qua Mỹ theo diện HO.

Phan Xuân Sinh biết làm ăn nhưng cũng biết làm thơ. Anh đi vào văn học bằng thơ trước khi viết văn. Học giả Nguyễn Hiến Lê có lần viết: "Chúng ta có thói quen đọc sách chỉ để hiểu một truyện hay một hệ thống tư tưởng, ít khi tìm hiểu tấm lòng của tác giả". Đọc văn Phan Xuân Sinh, độc giả dễ dàng nhận ra tấm lòng của anh. Nó bộc lộ rõ ràng trong mỗi bài viết, dù là một bài văn xuôi hay một bài thơ. Thơ "cụt chân" mà không thấy oán than, trách móc. Trái lại chỉ cầu mong hòa bình cho đất nước khỏi tanh bành.

ở chiến trường như đứa ngu ngơ
nên đạn tìm ta một lần đốn ngã
máu không về tim nên xối xả
xui xẻo một lần thành đứa cụt chân
khi tỉnh giấc hồn dạ bần thần
ta vĩnh viễn làm tên vô dụng
ngó xuống bàn chân xưa đã mất
ta điếng người, tàn cả một đời trai
vẫn còn nghe tiếng đạn réo bên tai
cứ mỗi đêm lên cơn kinh động
người đuổi giết người như say máu
tỉnh giấc ngó quanh vã mồ hôi
chiến trường sao cứ mãi sục sôi
cứ mãi xé tanh bành đất nước
hòa bình, hòa bình sao chưa thức?
nối lại giùm ta, dịu bớt cơn đau

Lỗ một phần thân thể vì đạn của phía bên kia nhưng khi ngồi nhậu với nhau, hai "anh hùng" của hai phía vẫn muốn "để không phải còn nhìn nhau hận thù ngun ngút".

Hãy rót cho ta thêm cốc nữa đi
Ngồi với bạn hôm nay làm ta hứng chí
Chuyện ngày mai có chi đáng kể
Dẹp nó đi cho khỏi bận tâm.

Thằng lính nào không rét lúc ra quân
Khi xung trận mà không té đái
Ta cũng có người yêu nhỏ dại
Mỏi mắt trông chờ song cửa quê nhà
....
Người yêu của bạn ở ngoài phương Bắc

Giờ này đang hối hả tránh bom
Hay thẫn thờ dõi mắt vào Nam
Để chờ người yêu mình trở thành liệt sĩ

....

Uống với bạn hôm nay ta phải thật say
Để không phải còn nhìn nhau hận thù ngun ngút.

Thơ Phan Xuân Sinh không có những mộng mơ vì đời không cho anh có thời giờ mộng mơ. Anh rất thực tế nên thơ của anh rất đời, rất hào sảng.

Con người không bao giờ mỏi mệt với cuộc sống, không bao giờ cà khịa với cuộc đời, lúc nào cũng đầy đặn với mọi người đã bị một cơn trụy tim hất ra khỏi cuộc đời vào ngày 28/2/2024. Tôi nghĩ anh rất ngơ ngác vì cú hất này. Chia tay với anh trong ngỡ ngàng, tôi mượn câu thơ nho nhỏ của anh bạn Hoàng Xuân Sơn trong bài "Sinh Khấp."

Bơi đi
Bơi đi
Bơi đi
Nước ngược rồi cũng tới thì
Xuôi tay

Song Thao

28-2-2024

TRẦN DOÃN NHO

Tưởng Nhớ Phan Xuân Sinh

Từ trái: Trần Doãn Nho, Lương Thư Trung, Phạm Văn Nhàn, Phan Xuân Sinh
(Hình: TDN, Houston 2019)

Khi nghe tin Phan Xuân Sinh được khẩn cấp chuyển vào bệnh viện hôm 18/2/24, tôi bàn với bạn bè Dallas cùng đi thăm, nhưng do ai cũng bận bịu chuyện này chuyện nọ chưa thu xếp ổn thỏa, nên nấn ná. Hóa ra, trễ mất rồi. Anh đã từ giã cõi đời vào khuya 28/2/2024, sau hơn mười ngày hôn mê.

Trước nay, tuy cách khá xa (đoạn đường Dallas-Houston mất từ 4 đến 5 tiếng lái xe), nhưng thỉnh thoảng tôi vẫn tự lái xe đi thăm anh em bầu bạn và vấn an anh, người vốn đã không mấy khỏe, lại phải chăm sóc cho chị Nga, vợ anh, sức khỏe còn tệ hơn. Thế mà, trong lúc bạn bè ái ngại hỏi han, thì anh vẫn vậy, hiếm khi vắng mặt trong các cuộc gặp gỡ. Còn nhớ, bốn tháng trước đây (10/2023), chúng tôi

(Nguyễn Trọng Khôi, Thận Nhiên và tôi) đi Houston, cùng vợ chồng anh tham dự buổi sinh hoạt văn nghệ bỏ túi hội ngộ với anh chị Duy Trác và các con, do Ngu Yên tổ chức tại nhà riêng. Anh ở lại đến khuya, đọc thơ góp vui và sáng hôm sau, cùng đi uống cà phê và ăn trưa với nhau. Không ngờ đó là lần gặp anh cuối cùng. Mới đây, một ngày trước khi anh vào bệnh viện, khi Hoàng Xuân Sơn ghé Houston, anh chị vẫn đến với bạn bè, cà phê cà pháo bình thường, không có dấu hiệu gì báo trước tin xấu. Thế mà, anh ra đi, đột ngột. Đúng là sinh hữu hạn, tử vô kỳ!

Chỉ biết ngậm ngùi.

Trong đời sống, Phan Xuân Sinh là một mẫu người hiếm thấy. Nhà văn Song Thao, qua bài viết tưởng nhớ Phan Xuân Sinh chỉ một ngày sau khi anh qua đời, đã gọi anh là "*người của mọi người.*" [1] Quả thật thế. Khi còn ở Boston, anh là một trong những thành viên tích cực của cộng đồng và là "mạnh thường quân" cho các sinh hoạt văn nghệ. Mỗi lần có bạn văn từ xa tới để thăm viếng hay ra mắt sách, thì ngoài nhà thơ Trần Trung Đạo lo điều hành tổng quát, Phan Xuân Sinh gần như bao sân những chuyện còn lại, từ đưa đón, ăn ở cho đến tiệc tùng, tham quan. Một số buổi ra mắt sách (của Trần Doãn Nho hay Hoàng Lộc chẳng hạn) được tổ chức ngay trong nhà (mà cũng là tiệm) của anh. Phụ tá đắc lực cho anh không ai khác hơn là chị Nga. Không những tiếp đón khách, anh chị còn đảm trách luôn cả việc đưa anh chị em văn nghệ sĩ chúng tôi đi các nơi tham dự các sinh hoạt văn nghệ: Canada, Washington DC, New Jersey, Philadelphia... Anh lái xe, chị lo ăn uống. Nói tóm, hễ anh em cần là anh chị sẵn sàng, hiếm khi từ chối. Giai đoạn 1995-2006, Boston xôn xao sinh hoạt văn học nghệ thuật (tôi đoán có lẽ chỉ thua... Quận Cam), một phần là nhờ anh. Giữa thập niên 2000, anh chuyển công việc làm ăn về Texas; thiếu anh, Boston dường như lắng xuống. Ngược lại, có anh, Houston khởi sắc lên, nhất là khi công việc làm ăn của anh chị xuôi chèo mát mái. Nhà anh luôn

---

[1] Song Thao,
Phan Xuân Sinh, Người Của Mọi Người - Văn Học Nghệ Thuật - Việt Báo Foundation – A Nonprofit 501 (c)(3) Organization (vietbao.com)

rộng mở, bất kể thịnh, suy. Bạn bè văn nghệ khắp nơi, khi đến Houston, không có chỗ nghỉ chân hay cần họp mặt hàn huyên là cứ tới nhà Phan Xuân Sinh. Chan hòa với cuộc sống như thế, không hiểu sao, vận rủi cứ liên tiếp đổ xuống gia đình anh, sau này. Chị Nga đột ngột bị đột quỵ, rồi lại tái đột quỵ, khiến công việc kinh doanh phải đình chỉ. Vốn là người bươn chải, năng động, nhưng từ đó, chị đành phải sống dựa vào anh, dù bản thân anh, vốn là thương phế binh thời VNCH, cũng mang đủ thứ bệnh của người lớn tuổi. Đã thế, tháng 9/2020, đứa con trai đầu của anh, độc thân, bị tai nạn, qua đời, khi đi phi trường đưa tiễn một người bạn. Đứa con trai còn lại, cũng độc thân và cũng bị bệnh, chỉ ở nhà phụ giúp chuyện lặt vặt. Xem như cả nhà có ba người thì đều là ba người bệnh. Bây giờ, anh ra đi thì yên phần anh, nhưng còn chị Nga và đứa con... Thiệt là "phúc bất trùng lai, họa vô đơn chí"!

oOo

Phan Xuân Sinh mê văn chương. Anh làm thơ đăng báo từ trước 1975 và tiếp tục làm thơ khi ra hải ngoại. Nhiều bài thơ của anh với hiện thực chan hòa trong lý sự, tạo hành một phong cách riêng, đã để lại ấn tượng mạnh trong lòng độc giả. Trước sau, anh xuất bản ba tập thơ. Tôi đã có nhiều dịp "bình" thơ Phan Xuân Sinh, hoặc qua lời Tựa hoặc khi anh ra mắt tác phẩm. Nói chung, theo tôi, "Hơi thơ của Phan Xuân Sinh lạ, ngang tàng mà u uất, cuồng ngạo mà xót xa, sâu lắng mà chân chất. Trong cuộc rượu, đọc lên nghe nghèn nghẹn, tưng tức và cảm giác như muối xát vào lòng." (thi tập Đứng Dưới Trời Đổ Nát). Thơ anh không cần phân tích dài hơi. Anh làm thơ y như thể đang trò chuyện với bạn bè trong cuộc nhậu. Dù đề cập đến bản thân, người tình, kẻ địch hay đồng đội, ngôn ngữ Phan Xuân Sinh thẳng băng, hiếm khi vận dụng lối nói tu từ màu mè, bóng bẩy. Muốn hiểu thơ anh, rất giản dị, chỉ cần mang bài thơ ra đọc. Là đủ. Bàn thêm, đôi khi sẽ thấy thừa. Lại không khéo sẽ làm bay đi mất cái "chất" riêng vốn sẵn.

trên chiếu rượu. Bạn là tay cự phách
cỡ như ta cũng phải chầu rìa
nhào vô. Chỉ thấy mình lãnh đạn

thối lui... đâu được. Cứ lia chia
máu Quảng Nam ta, hơi thô lỗ
vài ba chén rượu, đã cãi càng
bận tâm chi mấy lời nói sảng
rượu vô, điên tiết cứ huênh hoang
(Chén Rượu Ta Lòng Bạn Hiền)

Phan Xuân Sinh thế đấy: chầu rìa, nhào vô, lia chia, cãi càng, nói sảng, điên tiết...

Thực ra, nếu lưu ý, qua thứ ngôn ngữ nghe rất "đời thường" đó, thơ anh ẩn chứa một nét khác: tính nghịch lý. Chẳng hạn, nghịch lý *tiền tuyến/hậu phương*:

ta vẫn nằm trên đồi gió thổi
chim hót ban ngày, pháo dội ban đêm
em cứ chạy theo từng mốt mới
còn ta, uống rượu để tìm quên
(Nghe Chim Hót Trên Đồi 55)

Chẳng hạn, nghịch lý *quê hương/đảng*:

trên quê hương tôi
lòng người đổ vỡ, tan hoang
khi những người thắng trận
(...)
thay vì xây dựng quê hương
lại xây dựng đảng
thay vì vá lại những vết thương
lại vạch thêm những vết nứt
những đứa bé đến trường
phải thông qua lý lịch
bài học đầu đời không cần đạo đức
phải tỏ tấm lòng
nhiệt thành cách mạng
những học vị vứt vào sọt rác
lao động là vinh quang

những thằng vô học đứng trên bục giảng
rêu rao lý thuyết điên cuồng
như vẹt
không nuôi được nhân dân
nhưng làm giàu bè đảng
quê hương tôi chìm trong uất nghẹn
(Bom Nổ Giữa Tim Người)

Hay nghịch lý *bộ đội/lính*:

sau vài ly, ông nhìn tôi từ đầu tới chân
anh là ai? thấy quen quen như gần gũi
tôi trả lời ông, xin thưa, tôi là thằng "lính ngụy"
xưa kia... có lần tôi nhắm bắn trật ông
ông cười ha hả hèn chi thấy quen
mình là lính chuyên nghiệp,
mà "dở ẹt" nghề xạ thủ
bữa nhậu này tràn ly vẫn chưa đủ
tôi với ông đều là thứ lính dân chơi
(Người Lính Già, Bên Kia)

Bài thơ này còn hàm chứa một nghịch lý khác: bắn trật/bắn trúng. "Bắn trật" ở đây nói lên một yếu tố rất nhân văn của người lính Phan Xuân Sinh: không muốn giết người. Vậy ai là kẻ "bắn trúng." Dạ thưa, đây:

cuộc chiến qua, như một tấm tuồng đời
thấy chúng nó bắn đâu trúng đó
bắn tan xác nhân dân,
bắn tanh bành đất nước
vẫn chưa thỏa được lòng tham

Không những chỉ bắn trúng một cách chung chung, mà "bắn đâu trúng đó." "Chúng nó" chẳng ai khác hơn đám quan chức nhà nước hiện nay, tạo nên một vấn nạn nhức nhối của đất nước gần như không tìm ra lối thoát. Rõ là Phan Xuân Sinh nhạy cảm với cái nghịch lý. Và tìm cách biến nó thành thơ.

Đọc bài thơ trên, không thể không nhớ đến "định nghĩa" về chiến tranh của nhà thơ Paul Valéry (Pháp): *"Chiến tranh là cuộc tàn sát lẫn nhau giữa những người không quen biết nhau, để phục vụ cho những người quen biết nhau nhưng không tàn sát lẫn nhau"* (La guerre est un massacre de gens qui ne se connaissent pas au profit de gens qui se connaissent bien mais ne se massacrent pas).

Phan Xuân Sinh tiếp bạn văn tại nhà.
Từ trái: Phan Xuân Sinh, Phạm Văn Nhàn (Houston), Uyên Hà (VN), Bùi Huy, Trần Doãn Nho (Dallas), chị TDNho, chị PXSinh.
(Hình: TDN, Houston 2018)

Ngoài thơ, Phan Xuân Sinh còn viết văn. "Bơi Trên Dòng Nước Ngược," tập văn xuôi đầu tiên của anh, là một tạp bút. Trong lời mở đầu, anh thành thật cho biết: *"Đây là một tạp văn gom góp lại những mẩu chuyện nho nhỏ của tôi được đăng rải rác trên các báo và tạp chí tại hải ngoại. Vì sợ thất lạc và để dễ dàng gìn giữ nên tôi quyết định in ra để bạn bè, những người thân thuộc, những anh chị em quen biết, như một món quà giữ làm kỷ niệm, chứ không có hoài bão lớn lao nào khác."* Trong đoạn cuối, anh cũng thành thật viết *"Trong tạp văn này tôi gom đủ mọi thứ, buồn vui lẫn lộn, hư thực xen lẫn nhau. Để người đọc mua vui trong chốc lát..."*

Như thơ, văn Phan Xuân Sinh bộc trực, không quanh co, úp mở. Tấm lòng anh tỏ lộ trên từng câu, chữ, dù trong tùy bút, ký, tự truyện hay truyện ngắn. Anh gói mọi biến cố và bi kịch cuộc đời trong tình người. Vì thế, truyện của anh – tuy không ít kịch tính – lại có những kết thúc, lúc nào cũng làm... nhẹ lòng người. Thú vị nhất là theo anh xuôi về những kỷ niệm thời thơ trẻ với những tinh nghịch thuở học trò, với mối tình đầu và với vùng đất quê hương anh. Vui, buồn, tếu, cay đắng, khổ đau, hạnh phúc.... Đủ cả. Quê hương Quảng Nam xấu, tốt chi cũng đều bị anh lột trần. *"Con gái Bắc tế nhị, khéo léo bao nhiêu thì con trai Quảng Nam cộc cằn, độc đoán bấy nhiêu. Họ kín đáo thầm lặng bao nhiêu thì mình huỵch toẹt, ồn ào bấy nhiêu. Ôi cái xứ mình tạo ra những con người như thế, quá thẳng thắn, quá cứng rắn, mà cái gì quá thì nó cũng căng dễ đứt, không hay. Vừa phải chừng mực thì tốt hơn. Thế nhưng người Quảng Nam thì không chịu thái độ không dứt khoát này, chấp nhận tràn đầy chứ không thể lưng chừng."*

Cảm động nhất, có "Con Tàu Chỉ Có Một Người," truyện ngắn. Một tù nhân cải tạo bị vợ chê, không hề được thăm nuôi, bỗng nhiên nhận được một gói quà gửi qua đường bưu điện. Tưởng vợ mình hồi tâm, té ra không: vợ một người khác gửi cho anh. Đọc thư kèm theo, mới hay, chị vợ này bé cái lầm: do trùng họ tên lại trùng cả đơn vị trong quân đội, chị tưởng anh là người chồng - vốn bị mất tích từ lâu trong chiến tranh - hãy còn sống. Nhận quà bất ngờ, lòng không yên, anh viết thư ám chỉ xa gần rằng chị đã gửi nhầm. Tưởng thế là yên, không ngờ, quà và thư vẫn cứ gửi vào. Đã thế, còn được thăm nuôi. Tưởng người thân, hóa ra, lại là người phụ nữ không quen biết nọ. Anh ngỡ ngàng, nhưng chị ta ra dấu cho anh im lặng, làm như là vợ đi thăm chồng. Chị nói, nhận thư anh, chị biết mình lầm lẫn, nhưng vẫn cứ gửi, vì thương cho hoàn cảnh một người tù bị vợ bỏ rơi. Biết chắc chồng mình đã chết, chị tuyệt vọng nhưng bù lại, cảm thấy vui vì đã làm được một việc đầy ý nghĩa: mang chút tình sưởi ấm cho người bất hạnh. Kết truyện, diễn tả lại cảm xúc của người tù trước tình cảnh éo le này, Phan Xuân Sinh viết:

"Đêm nay anh nằm đây, nghĩ lại cái cảnh chị lầm lũi bước lên tàu trở về Sài Gòn. Con tàu chạy vùn vụt trong đêm tối. Chỉ còn một mình chị thức, nhìn ra bên ngoài với sự trống vắng. Chị ôm một nỗi buồn sâu lắng (...) Anh thấy trên con tàu trở về kia, chỉ có mỗi một mình chị. Còn tất cả đều nhạt nhòa. Một mình chị thôi, chứa trên đó nỗi đoạn

trường, bất hạnh của một đời người. Nhưng thật quý báu cho một tấm lòng. Anh cảm thấy chị và con tàu đang lao vào màn đêm, xé tan bóng tối và lạnh lẽo."

Bốn năm sau, anh cho in "Sống Với Thời Quá Vãng," cũng là một tạp bút. Trong lời đề tựa cho tập này, Trần Doãn Nho viết:

"... Qua những số phận rất riêng, thực ra, Phan Xuân Sinh muốn nói lên một cái rất chung: vết thương chia cắt dân tộc qua những năm dài chiến tranh và hơn ba thập niên không-chiến-tranh mà chưa có dấu hiệu gì đã được chữa lành. Bằng những ghi nhận sắc nét và cụ thể từ hiện thực, qua một chuyến trở về với vô vàn cảm xúc, Phan Xuân Sinh đã cung cấp cho người đọc những hình ảnh và những sự kiện rất thấm thía. Đây là một tác phẩm văn chương, cố nhiên. Nhưng mọi cái toát ra từ đây không chỉ là văn chương. Mà là một tấm lòng. Một bày tỏ. Một mối quan hoài. Và cuối cùng, một niềm hy vọng..."

Nội dung các câu chuyện khác nhau chỗ này chỗ kia, nhưng ý nghĩa chính của chúng gói gọn trong hai chữ: trở về. Trong "Ánh Sáng Cuối Đường Hầm," người vợ từ nước ngoài "trở về" nước tìm lại chồng con sau 15 năm cắt đứt mọi liên lạc chỉ vì tủi hổ đã bị hải tặc hiếp trên đường vượt biển. Trong "Khi Con Đường Không Lối Thoát," người con trở cũng từ nước ngoài "trở về" tìm gặp lại người mẹ đã bỏ chồng tù để lấy người khác. Cũng là bỏ, nhưng một người thì vì mặc cảm tội lỗi, còn một người thì phản bội. Hoàn cảnh khác nhau đưa đến hậu quả khác nhau. Người vợ này tìm thấy "ánh sáng cuối đường hầm," gặp lại được chồng con, được tha thứ; còn người vợ kia thì "không lối thoát" vì nhận ra quyết định của mình trong quá khứ là không thể sửa chữa được.

Và chính Phan Xuân Sinh cũng "trở về." Bút ký dài ghi lại chuyến trở về này là một chuỗi những sự kiện và gặp gỡ với nhiều tình huống và cảm xúc phức tạp. Cũng như hàng triệu người Việt Nam khác, anh rời bỏ quê hương; rời bỏ nhưng khát khao trở về; trở về thì hoàn toàn bị hụt hẫng: quê hương không nhìn nhận đứa con xa xứ. Cảm giác bị xem như một người lạ ngay chính nơi chôn nhau cắt rốn của mình là một kinh nghiệm mới mẻ đầy chua xót. Một trong những kinh nghiệm đó là xuất bản sách. Anh kể:

"Tôi về Việt Nam trong chuyến này, nhà xuất bản Văn Nghệ có in cho tôi một tập thơ, theo lời rủ rê của vài người bạn thân, tôi in một tập ở đây để biếu anh em, vì in ở Mỹ mang về khó quá. Theo dự trù, tập thơ sẽ in xong trước Tết, thế nhưng vào giờ chót không kịp. Nhà in hẹn mồng 8 Tết sẽ giao. Tập thơ mang tên: "Khi Tình Đang Ru Đời." Đúng ra tập thơ 225 trang, tôi layout sẵn. Thế nhưng khi nhận tôi nhìn thấy thay đổi tất cả, kể cả layout. Anh Tần Hoài Dạ Vũ (một nhà thơ trước 75) báo cho tôi biết là tập thơ bị kiểm duyệt 8 bài và 5 bài viết về tôi của Nguyễn Đình Toàn, Luân Hoán, Nguyễn Mạnh Trinh, Vương Trùng Dương và Lương Thư Trung bi cắt. Tập thơ chỉ còn lại 115 trang. Lý do vì sao bị kiểm duyệt? Tôi không được nghe chính thức giới có thẩm quyền nói ra, chỉ nghe qua người khác nói lại là những bài thơ bị kiểm duyệt có chút ít đụng chạm. Những tác giả viết về tôi, không phải là người trong nước viết nên bị loại. Đơn giản như vậy. Khi in tập thơ này, chính tôi đã tự kiểm duyệt, chỉ lựa ra những bài thơ vô thưởng vô phạt, thế mà cũng chưa vừa lòng người kiểm duyệt. Tôi là người viết ở hải ngoại, người đọc tác phẩm tôi là người đang sống tại hải ngoại. Có ai trong nước đọc được của tôi đâu để viết về tôi. Một sự đòi hỏi thật vô lý, tréo cẳng ngỗng. Thế nhưng người kiểm duyệt hình như họ không cần phải biết những điều như vậy. Họ chỉ là những bộ máy nghiền nát theo một chính sách chung. Thật khó lòng cho những ai muốn về nước để in ấn, khi bộ máy nghiền này chưa được tháo gỡ."

Thật thấm thía nỗi đời.

Chào vĩnh biệt Phan Xuân Sinh!

*

Phan Xuân Sinh sinh năm 1948 tại Nại Hiên Tây – Đà Nẵng. Định cư tại Hoa Kỳ 01-6-1990. Có bài đăng trên các tạp chí: Văn, Văn Học, Hợp Lưu, Thế Kỷ 21, Làng Văn, Phố Văn, Chủ Đề và các trang mạng Talawas, Da Màu v.v... Các tác phẩm đã xuất bản: Chén Rượu Mời Người (tập thơ, Phan Xuân Sinh-Dư Mỹ/1996), Đứng Dưới Trời Đổ Nát (tập thơ/2000), Bơi Trên Dòng Nước Ngược (tạp bút/2004), Khi Tình Đang Ru Đời (thơ/2008), Sống Với Thời Quá Vãng (tạp bút/2009).

Trần Doãn Nho

(3/2024)

LÊ ĐỨC LUẬN

Buổi Chiều Trên Biển Nha Trang

Ngồi trên bãi biển Nha Trang khi thủy triều xuống cuốn nước xa bờ để lại vạt cát dài màu trắng mịn, và lúc nắng chiều chiếu xiên trên mặt biển gợn sóng lăn tăn, trông như dải lụa dát vàng lung linh đến tận các hải đảo xa mờ mây nước, khách nhàn du sẽ mê mẩn với sắc màu kỳ diệu của buổi chiều tà mà quên hết cảnh huyên náo chung quanh.

Mùa hè năm rồi, Ông bà Frank đã chọn phố biển Nha Trang làm nơi nghỉ dưỡng. Bà Frank chọn Nha Trang là do tình cờ đọc được quảng cáo về các "Tour Du Lịch Sinh Thái" ở Việt Nam, còn ông Frank chọn Nha Trang là vì ông muốn tìm lại những kỷ niệm của mối tình đầu dang dở gần năm mươi năm về trước.

Năm 1972, Ông Frank sang Việt Nam, làm việc trong Trung Tâm Huấn Luyện Không Quân Nha Trang. Nơi đây ông gặp một người con gái trong đêm dạ vũ. Nàng có vẻ đẹp liêu trai với làn tóc mượt mà, óng ả xõa ngang vai làm ông say đắm. Nhưng không dễ chút nào, vì nàng con nhà lễ giáo, cha nàng là một sĩ quan cao cấp của trụng tâm và rất nghiêm khắc. Vậy mà, tiếng sét ái tình đã đem đến cho họ một mối tình lãng mạn, thăng hoa và trong sáng.

Gần một năm đằm thắm trôi qua, đợi một lễ cưới trang trọng theo ý muốn của cha nàng. Nhưng cuối năm 1974, tình hình chính trị ở Việt Nam biến chuyển, ông Frank được lịnh rời khỏi Việt Nam gấp rút. Họ đành chia tay trong nỗi ngậm ngùi.

Trước đêm chia tay, họ trao cho nhau tất cả ân tình... và hẹn ngày tái ngộ. Không ngờ một lần ân ái, Frank đã để lại giọt máu của mình trong thân thể người đàn bà.

Rồi biến cố ngày 30-4-1975 đã cắt đứt mọi mối dây liên lạc. Từ đó hai mảnh đời son trẻ rẽ ra hai hướng. Frank về Mỹ, mấy năm đầu sống trong sự nhớ thương ray rứt... chàng tìm đủ mọi cách để trở lại Việt Nam tìm người yêu, nhưng không được vì lúc đó Mỹ đang cấm vận Việt Nam. Thất vọng, chán chường! Ba năm sau Frank lập gia đình với người bạn gái, học cùng trường thời High School. Còn nàng thì rời khỏi Nha Trang, lên Buôn Mê Thuột, sau khi nhà cửa ở Nha Trang bị tịch thu và người cha bị đưa vào trại cải tạo.

Chiều nay, trên bãi biển Nha Trang, ông Frank nhớ đến mối tình đầu trên miền duyên hải thơ mộng này, ông kể cho vợ nghe. Bà Frank là người dễ tính, bà nhớ lại hồi còn học chung trường ở High School, Frank rất đẹp trai, những đứa bạn của bà theo tán tỉnh Frank, nhưng Frank không có tính trăng hoa và từ khi lấy bà, Frank là người chồng tử tế, chí thú làm ăn, lo cho vợ con, không "mèo chuột" linh tinh. Bà hiểu đàn ông, mấy ai không có những "mối tình gác trọ" nên bà rất thích nghe chuyện tình hiếm hoi của chồng.

Frank đang kể đến chỗ bi thương, thì một con bé khoảng ba tuổi, rời tay mẹ nó, chạy lẫm chẫm đến chỗ hai ông bà đang ngồi, trao cho bà chiếc vỏ sò. Một chút ngỡ ngàng, nhưng bà hiểu ra, con bé muốn tặng cho bà.

Ôi! Nó đẹp như thiên thần.

Bà ôm nó vào lòng, nó tỏ ra sung sướng lắm. Ông Frank nhìn nó cười, rồi vẫy tay chào Hello! Nó lại chạy qua ôm chân ông Frank, rất thân thiện. Mẹ nó cười buồn nhìn con thầm nhủ: "Sao tự nhiên nó lại thân thiện với ông bà già Mỹ này như vậy nhỉ?"

Chiều hôm sau, con bé đòi ra biển sớm để chơi với ông bà già người Mỹ, mẹ nó chần chừ. Nó khóc! Thế là phải dẫn nó ra biển.

Chiều hôm ấy, biển vắng! Ông bà Frank nằm trên ghế dài ngó mông ra biển. Con bé gỡ tay mẹ, lẫm chẫm chạy tới phía sau ông bà lay nhẹ. Ông bà rất vui khi gặp lại. Bà Frank quay sang ôm nó vào lòng. Bà lấy thỏi kẹo chocolate cho nó. Con bé cầm thỏi kẹo săm soi, bỗng nói: Thank you! Ôi! Sao mà dễ thương quá! Bà Frank âu yếm vuốt ve, hôn lên mái tóc nó. Người mẹ ngạc nhiên, tại sao nó nói được tiếng Anh? Có lẽ nó bắt chước những người lớn trong khu nghỉ dưỡng.

Hôm nay, người mẹ đứa bé ngồi lại với ông bà già Mỹ khá lâu. Nàng im lặng vì không nói được tiếng Anh, nhưng trong ánh mắt và cử chỉ cho thấy nàng muốn thổ lộ tất cả tâm tình. Ông Frank có dịp nhìn kỹ người con gái ấy, trông hao hao giống người yêu của ông mấy mươi năm trước, cũng mái tóc thề tỏa xuống ngang vai, đôi mắt bồ câu đen láy biểu lộ nét thông minh, nhưng nước da trắng bệch, thân hình gầy guộc trông rất thương tâm.

Họ ngồi bên nhau cho đến khi hoàng hôn buông xuống, ông Frank cõng con bé trên lưng, rời bãi biển. Khi đến đường Trần Phú (Duy Tân cũ) ông Frank trao con bé cho mẹ nó. Họ chia tay về khách sạn, hẹn gặp lại chiều mai trên bãi biển.

Chiều hôm sau, mẹ con nàng ra biển muộn. Ông bà Frank có ý mong chờ. Khi nắng chiều sắp tắt, mẹ con nàng đến đứng sau hai chiếc ghế, nàng khẽ để chiếc túi nhỏ bên cạnh ông Frank, con bé chạy vòng tới trước nũng nịu ngả vào lòng bà Frank. Ông bà Frank nói huyên thuyên, nàng không hiểu hết, nhưng đoán biết họ đang vui. Rồi nàng vừa bập bẹ vừa ra dấu cho ông bà Frank hiểu rằng: Nàng muốn gởi con bé cho ông bà trông hộ, nàng trở lại khu nghỉ dưỡng. Ông bà Frank hiểu ý, gật đầu, OK.

Tiếng OK làm nàng tin tưởng. Nàng muốn đến trước mặt quỳ lạy hai con người nhân hậu này để gởi gắm đứa con bé bỏng, nhưng nàng không đủ tiếng Anh để giãi bày tâm sự, nàng sợ hai ông bà không hiểu hết nỗi bi thương mà từ chối thì sẽ mất đi cơ hội để con nàng thoát cảnh bi thương sau khi nàng qua đời. Nên nàng đánh liều để lại đứa con bé bỏng cho ông bà Mỹ, lặng lẽ ra đi với nỗi lòng thương con dâng nghẹn...

Nàng biết từ đây sẽ không còn gặp lại đứa con thơ bé bỏng, nước mắt cứ tuôn ra! Nàng không muốn hai ông bà người Mỹ và đứa con thân yêu trông thấy những giọt nước mắt đang nhỏ xuống. Nàng vội quay đi, bước về hướng bắc.

Bãi biển nơi đây vắng người, nàng bước ra mép nước, nghe tiếng sóng vỗ rì rào, cảm thấy đời mình không còn lối thoát. Nàng có ý định quyên sinh để không phải chịu đựng những cơn đau khủng khiếp hành hạ mà không có tiền mua thuốc giảm đau. Chỉ cần từ mép nước này đi mãi xa bờ, làn sóng sẽ cuốn thân xác nàng vào lòng biển cả... nàng sẽ thoát cảnh khổ trần ai.

Nhưng khi nhìn lên tượng Chúa trên đồi La San, nàng nghe như có tiếng thì thầm bên tai: "Đừng quên lời răn thứ năm của Chúa: Hãy quý trọng thân xác và sự sống của mình cũng như của người khác." Là con chiên ngoan đạo, nàng bỏ ý định quyên sinh, quay về khu nghỉ dưỡng, kéo chiếc va li ra khỏi phòng, đi về hướng bến xe. Không ai biết nàng sẽ đi về đâu.

Từ lúc gởi đứa con cho ông bà già Mỹ đến khi hoàng hôn buông xuống đã gần hai tiếng đồng hồ, nhưng không thấy nàng trở lại, ông bà Frank hơi lo lắng. Đợi đến khi phố xá lên đèn cũng vẫn chưa thấy bóng dáng nàng đâu, lúc này ông bà Frank thực sự bối rối.

Ông Frank đi tìm viên chức coi an ninh khu vực, trình bày sự việc. Viên công an bảo ông Frank đem đứa bé giao cho Phường, rồi họ sẽ xúc tiến công việc đi tìm người mẹ. Ông bà Frank xin được chăm sóc đứa bé đêm nay, để chờ kết quả tìm kiếm mẹ nó như thế nào. Viên công an đồng ý. Ông Frank xin viên công an viết cho giấy chứng nhận để tránh trường hợp vu cáo "bắt cóc trẻ con." Hắn lấy giấy nguệch ngoạc mấy chữ, đưa cho ông Frank. Về lại khách sạn, con bé khóc tìm mẹ. Bà Frank vỗ về, cho nó uống sữa, ăn bánh cookie, tắm rửa... rồi dỗ nó ngủ. Bấy giờ ông Frank mới lấy túi nhỏ mà ban chiều người mẹ đứa bé để cạnh bên ông ra xem. Trong đó có mấy bộ quần áo trẻ con, tã lót, bình sữa và phong bánh kẹp, dưới cùng có hai phong bì.

Ông Frank mở ra đọc, lá thư thứ nhất viết bằng Anh ngữ, lá thứ hai viết tiếng Việt. Ông đọc lá thư Anh ngữ cho vợ nghe. Nội dung như sau:

"Kính thưa Ông Bà.

Trước tiên con xin Ông Bà rộng lòng tha thứ cho con về việc gởi đứa con bé bỏng cho Ông Bà - ra đi mà không nói rõ lý do.

Ông Bà ơi! Cho phép con giãi bày tâm sự: Con bị ung thư phổi đến thời kỳ cuối, bác sĩ cho biết không chữa trị được nữa và chỉ còn sống khoảng bốn, năm tháng nữa thôi. Nghĩ đến những ngày sau khi con chết, người ta sẽ gởi đứa con bé bỏng của con vào Viện Mồ Côi hay nó sẽ bơ vơ trên cõi đời oan nghiệt, lòng con đau như xé... tim con thắt lại! Nên hằng đêm con cầu xin Đức Mẹ soi sáng, dẫn đường cho con gặp được người nhân hậu để gởi gắm đứa con bé bỏng, trước khi con rời cõi nhân gian.

Ông Bà ơi! Đức Mẹ đã nhận lời cầu xin của con để buổi chiều hôm ấy, mẹ con con gặp được Ông Bà trên bãi biển.

Con bé Linh (tên của nó) rất sợ người lạ, ai thấy nó dễ thương muốn bồng bế, nó khóc và ôm lấy mẹ. Thế mà chiều hôm ấy nó tự động gỡ tay con, chạy đến tặng cho Bà chiếc vỏ sò nó nhặt được trên bãi biển mấy hôm trước và cất giữ như món đồ chơi quý giá.

Linh tính báo cho con biết: Chúa và Đức Mẹ đã tìm được cho con nơi gởi gắm đứa con thơ bé bỏng.

Ông Bà ơi, xin thông cảm cho con, con không đủ tiếng Anh để giãi bày hoàn cảnh bi đát và nỗi thương tâm... Nên đêm qua con ngồi viết lá thư này và nhờ người dịch ra tiếng Anh để Ông Bà đọc, với hy vọng đứa con bé bỏng của con sẽ được lớn lên trong vòng tay yêu thương và nhân hậu của Ông Bà.

Đọc xong thư này, Ông Bà lật dưới đáy túi xách để xem tấm hình và sợi dây chuyền vàng là chứng tích của hai cuộc tình bi thảm của bà ngoại và của con. Con phải giấu kín vì sợ công an bắt gặp tấm hình, họ sẽ kết tội con làm gián điệp; còn sợi dây chuyền sợ bọn bất lương đánh cắp.

Ông Frank gỡ cặp kính lão lau nước mắt, lật đáy túi xách lấy ra phong thư, trong đó có tấm ảnh đã phai màu và một sợi dây chuyền vàng gắn tấm 'lắc' hai chữ NL.

Cầm tấm hình lên xem, ông Frank ôm đầu, nấc lên rồi bật khóc! Trời ơi! Đó là tấm hình chụp ông với Loan, người tình đầu trên bãi biển Nha Trang mấy mươi năm trước.

Bà Frank ôm vai chồng, ôn tồn nói:

- Đây là thánh ý Chúa! Frank bình tĩnh lại, đưa lá thư tôi đọc tiếp xem nào. Bà đọc tiếp lá thư cho chồng nghe:

Ông Bà ơi! Sau đây là những lời bà ngoại nói với mẹ con, rồi mẹ con kể lại con nghe và con nhớ mãi đến bây giờ: 'Tháng 3-1975, Việt Cộng chiếm Nha Trang. Họ đuổi gia đình bà ngoại ra khỏi khu villa xinh đẹp. Ông cố của con bị bắt và chết trong tù. Bà cố dẫn bà ngoại về đồn điền cà phê của gia đình ở Buôn Mê Thuột, trong lúc bà ngoại đang mang bầu được bảy tháng. Bà ngoại sinh mẹ con vào tháng 7 năm 1975. Ba tháng sau đồn điền bị tịch thu. Bà ngoại làm lao công trong đồn điền cà phê của mình. Bà ngoại và mẹ con sống trong cơ cực, thiếu thốn. Đến năm 1987, chính phủ Mỹ cho phép con lai Mỹ được định cư ở quê cha. Lúc đó bà ngoại phải nuôi dưỡng bà cố già yếu, nên không đi Mỹ. Có người đến đề nghị mua mẹ con để họ lập sơ giả đi Mỹ, nhưng bà ngoại nhất định không bán và mẹ con cũng nhất định không rời bà ngoại. Thời gian trôi qua, mẹ con lớn lên lai Mỹ rất đẹp. Năm 25 tuổi, mẹ con lấy chồng, một người chồng hiền lành, tốt bụng, cùng làm việc trong đồn điền. Con được sinh ra tháng 9 năm 2001 ở trong khu đồn điền này.

Khi con lên hai thì bà ngoại con qua đời. Trước lúc lâm chung bà ngoại đưa cho mẹ con tấm ảnh và căn dặn giữ kỹ tấm ảnh này để có ngày tìm được người cha rất tốt bụng... nhưng vì hoàn cảnh phải chia ly.'

Cha mẹ con làm cu li trong đồn điền, cơ cực quá nên bỏ Buôn Mê Thuột xuống Nha Trang làm nghề khai thác tổ yến trên các hải đảo ngoài khơi biển Nha Trang. Bất hạnh thay, trong một đêm mưa to, gió lớn, thuyền của cha mẹ con bị chìm. Cha mẹ con chết mất xác. Lúc đó con lên chín tuổi, nhưng thân hình nhỏ như đứa bé lên sáu.

Trong cảnh mồ côi cha mẹ, một ông già mù lòa, không có vợ con, nhận con làm con nuôi. Con theo ông về túp lều vải gần ga xe lửa. Con chỉ mang theo một cái xách tay của cha mẹ con để lại, trong đó có mấy bộ quần áo của con và một hộp nhỏ đựng ít tiền và tấm ảnh này. Từ khi làm con nuôi ông già mù lòa, ông rất thương yêu con. Ngày ngày ông cháu dẫn nhau đi hát dạo trên bãi biển, trong công viên kiếm sống... Ông có giọng ca rất truyền cảm. Ông dạy con nhạc lý và tập luyện giọng. Chỉ một thời gian ngắn, ông cháu song ca rất mùi. Khách qua đường cho khá nhiều tiền. Nhưng bốn năm sau, ông già qua đời, con lại bơ vơ. Lúc đó con ở tuổi mười ba.

Một bà chủ nhà hàng thương tình, cho con vào rửa chén và làm những việc lặt vặt... được bao ăn, ở. Trong thời gian làm việc ở nhà hàng, con được ăn uống đầy đủ, nên trổ mã cao lớn rất nhanh.

Một hôm, tình cờ thấy trên TV thông báo tuyển lựa tài năng mới. Con đánh liều, trốn bà chủ đi thi thử. Không ngờ được chấm hạng nhất. Từ đây đời con bước vào ngã rẽ mới. Nhiều nơi gọi con đi hát, được trả 'cát sê' rất cao và con trở thành ca sĩ nổi tiếng, kiếm rất nhiều tiền.

Nhưng đường tình duyên của con không được may mắn. Năm mười chín tuổi, con gặp một anh Việt kiều, trong một đêm ca nhạc; trông anh ta rất hiền lành, lịch sự, đẹp trai ngỏ lời yêu thương và muốn cưới con đem về Mỹ. Lúc đầu con sợ lòng người dối trá, nhưng sự theo đuổi say đắm của anh ta làm con ngã lòng và sự khờ khạo của tuổi trẻ, con đã cho anh tất cả. Khi hay tin con có bầu, anh ta về Mỹ hứa sẽ trở lại làm đám cưới và bảo lãnh con sang Mỹ, nhưng rồi biệt tăm. Không hiểu anh ta phụ tình hay gặp tai nạn (?) Con vô cùng đau khổ và sinh bé Linh trong cô đơn.

Khi bé Linh gần ba tuổi, thì con bị bịnh ung thư phổi vào thời kỳ cuối. Bao nhiêu tiền kiếm được trước đây, đổ vào bệnh viện, nhưng không qua khỏi căn bịnh ung thư. Đời con sao mà lắm nỗi thê lương!?

Ông Bà ơi! Xin rộng lòng thương xót mà bảo bọc đứa con bé bỏng của con. Khi nó lớn lên, Ông Bà đưa cho nó sợi dây chuyền mà cha nó tặng cho con và giải thích về tấm 'lắc': N là viết tắt chữ Ngọc, tên của cha nó và L là viết tắt chữ Liên, tên của con. Đây là chứng tích một cuộc tình... may ra nó sẽ tìm được người cha đang sống ở CA.

Thư đã dài, con xin chấm dứt ở đây. Khi về bên kia thế giới con sẽ dõi theo và phù hộ Ông Bà cùng đứa con thân yêu của con.

Xin đội ơn...Vĩnh biệt Ông Bà!

Liên.

Ông Frank chống tay lên cằm, nước mắt ứa ra theo từng lời đọc của vợ và bà Frank cũng đầm đìa nước mắt, nói với chồng:

- Đây là sự an bài của Thượng Đế. Bằng mọi cách phải đưa con bé Linh theo mình về Mỹ ông ạ.

Ngày hôm sau, ông bà Frank liên lạc với Tòa Đại Sứ Mỹ, trưng dẫn những bằng chứng và tiến hành mọi thủ tục. Cuối mùa hè năm ấy, ông bà Frank dẫn bé Linh theo ông bà về Mỹ và nhờ Tòa Đại Sứ tìm giúp người mẹ của bé Linh. Ông bà Frank cũng cố gắng tìm người cha của bé Linh, nhưng chưa có kết quả.

Bốn tháng sau, ông bà nhận được thư báo tin từ Tòa Đại Sứ Mỹ, ở Hà Nội: "Bà Nguyễn Thị Ngọc Liên đã yên nghỉ nghìn thu bên ngôi mộ của bà ngoại Hoàng Bích Loan." Kèm theo lá thư là tấm hình chụp hai ngôi mộ nằm song song dưới chân đồi một đồn điền cà phê thơ mộng.

Lê Đức Luận

(Tháng 3-2024)

ra đi nước mắt chảy thầm
trở về mất dạng điếc câm đời thường
một hủ nho nhỏ ngấm buồn
nhúm tro nguội lạnh như tuồng nao nao
    vẫn chỉ là mộng vu vơ
thằng em mua được chỗ nào vùi sơ
hồn người cùng với hồn thơ
thêm mùi quê quán trộn vào hư vô
l u â n h o á n

CỔ NGƯ

CHỜ

Mùa trăng vỡ
Tan tành
Ngàn sao băng
Thời gian đứng
Im lìm
Từ trăm năm...

Ông ngồi xuống tảng đá thấp loang từng vệt rêu xanh. Nước lấp xấp quanh chiếc giày đã mòn vẹt đế. Giữa trời, những tia nắng xiên khoai cuối ngày cố sức nắm nuối hoàng hôn, đâm thủng màn chiều, làm ửng vàng lên từng chân mây xám. Ông đợi chim về giữa giờ bảng lảng. Trước tiên, một dải hải âu lướt trắng mặt hồ. Mùa đông, chúng trốn biển hung hãn, về tạm trú sâu trong đất liền. Những ngày hồ đóng băng, sương mỏng, màu trắng xám lông hải âu tiệp lẫn vào băng vào sương, chỉ có tiếng kêu sắc nhọn của chúng thỉnh thoảng xé toạc sự yên tĩnh đang đông cứng của vùng đất trũng này. Hải âu thanh mảnh, rụt rè, ngơ ngác như bọn gái tơ lại hàng ngày phải chung đụng với lũ quạ đen bóng dềnh dàng, lực lưỡng và táo tợn. Ông không hiểu vì sao, cứ tảng sáng, quạ ồn ào hàng trăm con ở rặng cây bên này hồ, rồi tản mác tìm mồi, moi rác, đôi khi phóng mỏ tấn công cả thỏ sóc, để chiều về, gọi nhau tụ thành cơn trốt đen quần đảo mãi một lúc, chờ khi hải âu kéo nhau trốn hết, thiên nga, vịt trời, gà nước rúc cả vào bụi lau bờ lách, mới tao tác đậu xuống kín cả chòm cây bên kia hồ. Thỉnh thoảng, gió lớn, một nhúm quạ bị rứt tung, xoáy tròn, tỏa ra rồi tụm lại chúm chụm vào nhau, truyền hơi ấm. Ông chợt rùng mình. Chiếc áo ngự hàn nặng trịch đang mặc trên người chẳng thể nào ngăn được hơi lạnh đang từ lòng ông bốc ra cuồn cuộn. Ngôi nhà nhỏ ở góc hồ đã lên đèn. Ngôi nhà mới xây, tường ốp đá trắng mái lợp đá đen, tiện nghi, vững chãi, có ánh đèn vàng ấm áp, tròn trịa, hắt bóng xuống mặt nước đã sậm màu. Hai đứa trẻ, sau khi đùa nghịch chán chê, sau khi vãi bánh vụn cho bầy chim nước, đã vào nhà. Thằng anh tóc loăn xoăn, vàng ươm. Con bé em má phúng phính, chạy lũn cũn theo anh, vang tiếng cười nắc nẻ. Đôi mắt nhập nhòe của ông chỉ nhận được chừng ấy chi tiết. Chúng làm ông nhớ thời thơ dại. Trước khi đi ngủ, hai đứa bé có quỳ bên thành giường nghiêm cẩn đọc kinh Kính Mừng như ông ngày xưa không? Có tiếng gầm gừ. Ông ngẩng nhìn. Con chó to vẫn nhảy quẩn quanh chân hai đứa bé hôm nay lang thang đến tận đây. Mỗi lần bị chủ đóng cửa bỏ quên, nó lại chạy đến chỗ này, thủ thế đe dọa, nhưng chỉ đợi ông đưa tay xua nhẹ, vội cúp đuôi lỉnh mất.

Quạ đã im hẳn. Giữa tiếng gió xô nhau chạy đuổi quanh những thân cây trơ nhánh của cánh rừng thưa sau lưng ông, thoảng có tiếng vó ngựa phi nước đại, tiếng bánh gỗ đai sắt nghiến xuống đá rải trên đường mòn, tiếng phụ nữ xôn xao cười nói. Tiếng của hội hè, đình đám, nhã nhạc, truy hoan. Những cỗ xe lao nhanh vào bóng đêm, cho kịp giờ hẹn với tình quân, tỏa lan khắp không gian mùi hương phấn của các nàng vương phi, công chúa. Này bộ tóc giả mượt mà, nọ ngấn cổ mảnh mai, trắng muốt, kia bờ ngực phập phồng xúc cảm dưới lớp xiêm áo rộng cổ kín tay. Những người đàn bà đem trọn cái xa hoa phù phiếm của kinh đô ánh sáng về gieo rắc trên con đường này mỗi kỳ trăng vẹn. Tiếng ngựa xe chưa dứt, ông đã giật mình nghe đạn pháo nổ vang trời. Không, giọng gào thét, lời van rên chỉ bật ra từ óc não ông, quanh đây vẫn yên bình tĩnh lặng. Chiến tranh, như loài đỉa đói, cắm ngập chiếc miệng đầy răng nhọn vào ký ức, bám dính ở đó và hút đến kiệt quệ thần trí ông. Cứ nhắm mắt lại, thấy ngay lửa rực, thây đổ, hầm hào lầy lội, đói, lạnh, chấy rận, máu xương. Cứ mở mắt ra, bên tai lại văng vẳng tiếng hát đứt đoạn, rời rạc trong nhịp thở ngắn dần của thằng bạn thân cùng làng:

Vĩnh biệt cuộc đời,
Vĩnh biệt tình yêu,
Vĩnh biệt em,
Ơi nàng kiều nữ,
Thôi hết thật rồi,
Này hồi chuông báo tử
Của cuộc chiến hung tàn,
Nơi dải đất này,
Ta sẽ phơi thây.
Ôi lũ chúng ta,
Bọn đầu xanh phải hy sinh!
Ôi lũ chúng ta,
Bọn thơ ngây chịu khổ hình! (*)

Sau này, ông mới biết, bài hát phản chiến ấy, như vết dầu loang, đem tên ngôi làng heo hút của ông gieo khắp đất nước, truyền miệng rỉ tai từ binh đoàn này sang sắc lính nọ. Hôm ấy, nghe Pierre hát chưa hết bài, ông phải bỏ nó nằm lại cong queo trong giao thông hào, bán sống bán chết rút theo lệnh chỉ huy. Bọn Boche (**) lợi dụng sương mù, tấn công chớp nhoáng. Rồi đến phiên chính ông bị bỏ rơi, bị bắt, bị cưa đi phần chân trái ung thối đến gần đầu gối, được thả, được gắn huy chương, được tuyên dương công trạng. Ông lần mò tìm về làng cũ. Chẳng còn gì cả. Bình địa. Mấy mùa xuân qua chưa đủ để hoa dại về khoe sắc. Ngôi làng hình tam giác thoai thoải nương theo sườn đồi xanh ngắt màu rau cỏ ngày nào giờ trơ ra kèo cột, giơ từng khúc đen đủi chĩa thẳng vào trời đòi trả oán. Mỗi ngôi nhà mất dấu dưới một hố bom. Xương thịt, gạch ngói, cỏ cây, sắt đá trộn đều, cháy tiêu, nát bấy trong hầm thiêu Địa Ngục. Louise, vợ ông, người thân yêu duy nhất còn sót lại trên đời, ở đâu, sống hay chết, lành lặn hay tật nguyền? Ông tần ngần tiếc nuối. Thế là giấc mơ cuối cùng cũng tan vỡ. Những giấc mơ của ông, khi trở thành hiện thực, còn đen đúa hơn cả cơn mộng dữ. Thằng bé con ngày nào ước mình được cuốn theo vó ngựa trường chinh của các hiệp sĩ thời Thánh Chiến. Ừ, thì nó đã được toại nguyện : thời cuộc ném nó vào lò lửa chiến tranh, như cách đây đúng một trăm năm, cũng tại nơi này, đã thiêu rụi tuổi thanh xuân hơn năm ngàn tân binh của Napoléon Đại Đế. Lớn thêm vài tuổi, chú nhóc choai thả hồn hải hồ cùng tiếng còi rúc dài khi đoàn xe lửa rời sân ga gần làng. Ừ, thì chú cũng được hài lòng: chất chồng trong những toa tàu tối tăm, hôi hám, ngột ngạt, người phế binh nhiều lần thấy cái chết đã gần kề giữa tiếng xình xịch, giật lắc trên đường ray những lần chuyển từ trại giam này sang nhà tù khác. Hoà bình, lại thêm những chuyến tàu hồi hương, thêm những xứ sở, cảnh trí vừa vụt đến đã bị bỏ lại sau lưng, nhưng ở đâu, cũng đầy dấu tích điêu tàn, đổ nát. Bây giờ, ở đây, nơi cha sinh mẹ đẻ, cũng thế, chẳng còn gì. Chẳng còn gì cả!

Ông tập tễnh về ngồi bên hồ. Cây mất ngọn, ngả nghiêng bật gốc, bờ hồ lở lói từng vùng đất thô cỏ chưa kịp phủ, xác xe xác pháo đây đó, nhưng nước đã phẳng mặt từ khi nào. Ông nhớ Louise da diết. Cái nhớ đeo đẳng suốt mấy năm xa cách đôi lúc bị chìm lấp, bị dìm sâu dưới những sự kiện cấp bách, cần kíp cho việc sống còn của kiếp người, giờ đây khoan thai trỗi dậy khiến cả hồn xác ông rúng động. Vợ chồng mới cưới, họ chưa đủ thì giờ để yêu nhau, đã phải vội vã chia xa. Nơi ân ái của Louise và ông, lúc ấm êm chăn nệm, khi giản dị đụn rơm, bụi rậm, đêm này mượt cỏ ven hồ. Họ yêu nhau như thú hoang giữa thiên nhiên, gào thét, rên rỉ, lăn lộn, ngả nghiêng giữa trời, trăng, rừng, nước. Và họ khóc như chưa từng khóc trong đời, và họ yêu nhau như đây là lần trao tình cuối, cho đến khi kiệt lực, chết giấc. Chết như thế, bên nhau, trong nhau, không sướng hơn chết vùi, chết lấp vì bom đạn, đói lạnh hay vì cô đơn hay sao? Bãi cỏ ven hồ vẫn còn kia, dù đã bị cày xới nát mặt, còn Louise dịu dàng, nồng nàn, Louise tóc dài mắt sáng của ông đâu? Em ở đâu? Cuối chiều, ông quyết định đứng dậy, cắp nạng dưới nách, bước đi. Ông vượt rừng, băng đồng, cứ thế, đi trong đêm chập choạng, không định hướng. Những oan hồn vướng vít, níu kéo, khiến ông vấp, chúi ngã mấy lần. Đây có phải bìa rừng ngã ba đường, nơi rậm rịt bụi dâu dại, điểm hẹn của lũ chim bạc má? Giờ trơ trốc mốc thánh giá đá trắng đã cụt ngọn, lơ lửng trong sương. Đây có phải vùng đất của ngôi làng trù phú lân cận làng ông, mang cái tên định mệnh "Làng Thở Dài"? Giờ chỉ còn gió hoang về quanh quẩn rú rít thê thiết như tiếng chó đói tru trăng. Khập khiễng đi như thế đã lâu, ông thấy mù mờ hiện ra trước mắt vài đốm sáng. Chẳng lẽ sao trên trời rơi cả xuống đây chờ giờ tận thế? Hay là đom đóm? Đâu đã đến mùa chúng kết bầy, tìm bạn! Thêm vài chục bước, ông nhận ra được ánh sáng lập loè của lửa, nhận ra vài khung nhà tạm bợ, nhận ra sự sống đang rụt rè trở về trên vùng đất chết. Ngôi nhà thứ nhất, ông bà cụ Martin cúi đầu lầm rầm khấn nguyện bên đĩa súp lỏng. Ngôi nhà thứ hai, lão Laurent cắm cúi ăn, thỉnh thoảng lại nghiêng chai ngửa cổ tợp thẳng một hớp vang đỏ. Toàn người làng cũ cả! Vẫn biết nhìn trộm vào nhà người là điều không phải phép, nhưng từ cửa sổ nhà này sang cửa sổ nhà nọ, ông thấy mình đang dần hồi sinh. Và hy vọng. Biết đâu? Nhìn vào gian bếp ngôi nhà cuối cùng, tách xa một khoảng so với dãy nhà đã bước qua, ông suýt kêu thành tiếng: Pierrot ngồi nơi bàn ăn, một tay chuyền bánh mì cho thằng con lớn, tay kia vuốt tóc đứa bé em đang lọt thỏm trong lòng. Thằng bạn thân không chết mục xương như ông tưởng, nó còn sống nhăn, và sống hạnh phúc nữa là khác! Người phụ nữ lúi húi nãy giờ bên bếp lò quay lại. Ông nghiêng người tránh tầm nhìn, nhưng vẫn kịp nhận ra khuôn mặt Louise. Tóc em đã cắt, dáng em hết thanh mảnh, nhưng mắt em vẫn ngời ngời niềm vui. Louise của ông, Pierrot và hai đứa bé. Ông ôm cứng lấy chiếc nạng, bấu víu vào nó để không bị quỵ ngã. Đứng sững như thế cho đến khi tiếng lao xao của bữa ăn gia đình dứt hẳn, cho đến khi lửa trong bếp lụi tàn, ông quày quả bước đi. Không, ông không có quyền đặt chân vào đó, để phá vỡ khung cảnh đẹp nhất mà ông thấy được từ mấy năm nay. Không, ông không thể để thằng bé có khuôn mặt giống ông như tạc, thằng bé khi nãy nhận mẩu bánh mì và tia nhìn trìu mến của Pierre, sẽ phải đặt những câu hỏi rối rắm về cội nguồn của nó. Không, chiến tranh đã dứt, ông không muốn làm quả bom cuối cùng nổ tung giữa nếp nhà yên ấm này.

Lại đêm. Trời trong veo, cao vút. Trăng rỡ ràng, sao nhấp nháy vạn con mắt xanh, lạnh. Cả đời, chưa bao giờ ông thấy nhiều sao đến thế, có lẽ nhiều hơn cả đêm sao hai đứa nằm đây bên nhau chờ trời rạng, buổi sáng ngày ông lên đường nhập ngũ. Đêm cuối bên Louise. Ngỡ chỉ một thời. Bây giờ đành trọn cả đời. Ông cẩn thận thắt gút thật chặt đoạn thừng nhặt được gần cỗ pháo gãy nòng vào cổ, chảy nước mắt khi nghĩ đến Gris-Gris. Cha mẹ mất đi, ông thừa hưởng được nếp nhà nhỏ, khoảnh vườn rau. Gris-Gris giúp ông hàng tuần tải hoa màu ra ga, hay thỉnh thoảng, rong ruổi tận mấy thành phố lớn quanh vùng những hôm có chợ phiên, lễ hội. Mỗi lần tròng dây cột xe thồ vào cổ lừa, ông đều cẩn thận vỗ về nó và không quên cho một vốc lúa mạch, món khoái khẩu của Gris-Gris. Bây giờ đứng đây tròng dây vào cổ, ông tự hỏi mình đã để lại gì cho đời sau? Chẳng có gì cả, họa chăng chỉ là sự tàn phá mà ông đã gián tiếp nhúng tay vào trong mấy năm ra trận. Còn thằng bé giống ông như tạc ngồi bên Pierre? Có phải nó là mầm sống mà ông đã cấy lại trong thân thể Louise đêm cuồng hoan trối chết? Nếu quả đúng như vậy, ít ra, mơ ước vơ vẩn của ông trong những giờ thấp thỏm bên chiến hào đã được thực hiện, dù không toàn vẹn như giấc mộng màu hồng vẽ vời trong trí tưởng. Ông lúi húi quấn hai vòng và buộc chặt đầu dây kia vào tảng đá xù xì, vừa một ôm tay, loang vết rêu xanh. Lần từng bước một, tay cắp nạng, tay khệ nệ đá, ông xuống hồ, hướng về nơi trăng sóng sánh in bóng. Nước rờn rợn thấm qua giày, qua quần, qua lớp áo ngự hàn, kéo trĩu ông vào lòng hồ buốt lạnh. Khi cảm thấy trái tim mỏi mệt của mình bắt đầu đông cứng, lấy hết sức tàn, ông buông nạng, hai tay ôm đá ném mạnh vào giữa bóng trăng lung linh sáng. Ông vút thẳng vào đáy hồ như vệt chim bói cá, xanh biếc. Loang từng đợt sóng trăng, giữa tiếng đập cánh hốt hoảng của lũ chim đêm bị quấy rối. Nhưng chỉ ít phút sau, nước đã vội thản nhiên phẳng mặt. Đêm yên như chưa từng.

Cúi nhìn chiếc giày mòn vẹt đế lơ lửng bên bờ cỏ lấp xấp nước, ông thở dài. Như thế, hết ngày này qua tháng nọ, từ suốt trăm năm nay, buổi chạng vạng nào ông cũng về đây, ngồi chờ giờ trăng vỡ.

Cổ Ngư

(*) phỏng dịch từ "Bài Hát Làng Craonne"
(**) tiếng lóng người Pháp gọi người Đức, cuối thế kỷ XIX, đầu thế kỷ XX, phổ biến nhất trong thời Đệ nhất Thế chiến

NHỊ NGÃ

Phở Và Cơm Nguội

Đầu mùa xuân, cây cối bắt đầu ra hoa, khí trời ấm áp, ông ấy đột nhiên biến mất. Ở cái thành phố đông người này, chuyện một người biến mất không phải là hiếm hoi; vì vậy, tin này không được lên báo. Tuy nhiên, trong cộng đồng người Việt nhiều lời xì xào. Giả thuyết ông ấy biến mất vì quên đường về, hoặc là tự tử, được nêu ra và nhanh chóng bị loại bỏ. Ông ấy còn quá trẻ để có thể mang bệnh lẫn. Và chẳng ai đi tự tử vào một ngày xuân trời đẹp như vậy. Bạn còn nhớ câu hát *"It's hard to die when all the birds singing in the sky"* chứ?

Tôi loáng thoáng biết tin này từ khách hàng đến Quán Nửa Khuya, nhưng bất ngờ nhất, là từ vợ của ông ấy. Có tiếng nấu món gì cũng ngon bà không bao giờ đi ăn tiệm, nhất là ăn tối. Vì thế chúng tôi chưa hề gặp nhau.

Bà đến lúc khá khuya. Quán vắng người. Tôi mang cho bà ly trà cúc đoán rằng bà muốn trò chuyện chứ không đến để ăn. Sớm hơn tôi dự đoán, bà nhập đề ngay lập tức.

"Tôi có việc này xin chị giúp giùm. Đây là ảnh của chồng tôi, người bị mất tích, chắc chị có nghe nói. Gần đây anh ấy có đến quán này không vậy chị và nếu có thì anh ấy đi với ai?"

"Ông có đến một đôi lần với ông chủ báo Mõ Làng."

"Tôi có biết ông Mõ. Anh ấy, thỉnh thoảng gửi bài đăng trên báo Mõ Làng. Những lần đến đây, anh ấy có vẻ gì khác lạ không vậy chị?"

"Tôi ít khi để ý đến cuộc trò chuyện của khách đến ăn. Nhất là ông xã chị thì hầu như suốt buổi chẳng nói gì."

Người đàn bà, mân mê ly trà, ngón tay rà theo mép của cái đĩa nhỏ. Người có nhan sắc. Da trắng như sứ, mảnh mai, tóc ngắn dợn sóng. Trông bà có vẻ nhanh nhẹn và thông minh.

Tôi hỏi ngập ngừng:

"Cuộc sống của ông bà có ổn không? Hạnh phúc chứ?"

"Chúng tôi cũng có một số chuyện lộn xộn nhỏ như bao nhiêu cặp vợ chồng khác. Chủ quan mà nói chúng tôi khá hạnh phúc. Tôi tin là anh ấy rất hạnh phúc."

Bà nhấn mạnh chữ rất rồi nói tiếp.

"Nhiều người nói rằng anh ấy trốn nhà đi theo tình nhân. Chúng tôi lấy nhau đã hơn hai mươi năm. Cuộc sống vật chất đầy đủ. Đứa con học xong ra ở riêng. Chúng tôi không bao giờ to tiếng với nhau vì anh ấy luôn luôn chiều ý nhường nhịn tôi."

"Ông ấy nói chuyện rất nhỏ nhẹ. Tôi chú ý đến ông ấy vì hôm ấy ông gọi món ăn khá đặc biệt. Phở và cơm nguội."

"Một vài lần anh ấy không vui với tôi vì tôi không bằng lòng cách ăn như vậy. Nhà đâu thiếu thốn gì. Đói thì ăn thêm, nước phở còn cả nồi, thịt bò đã thái sẵn. Sợ người ta cười cho là keo kiệt. Sau đó anh không ăn như vậy nữa nhưng mỗi lần nhà có phở anh ấy có vẻ không vui."

"Cách ăn của ông ấy cũng đặc biệt lắm. Nước phở phải nóng, và cơm phải thật nguội. Hạt cơm phải cứng, ông ấy không cho hấp cơm bằng microwave. Ông bảo chúng sẽ tự cân bằng với nhau. Ông Mõ và một số khách khác thấy ông ăn cũng đòi ăn giống như thế. Thỉnh thoảng còn nước phở mà hết bánh phở tôi đãi khách món này, không tính tiền."

Hôm sau ông Mõ Làng đến quán của tôi. Ông là khách hàng thường xuyên vì ông viết ban đêm, đến sáng mới đi ngủ. Tôi gợi chuyện thử xem ông có biết thêm chi tiết về người đột nhiên mất tích.

"Ông Mõ à. Ông nghĩ thế nào về chuyện một người đột nhiên biến mất như tan vào không khí?"

"Bà đang nói về ông Lành-Như-Bụt đấy à? Làm gì có chuyện vanish-into-the-thin air vào thời buổi này. Đi đến đâu cũng để lại dấu vết nào là passport, bằng lái xe, máy thu hình gắn cửa tiệm nơi nào cũng có, lại còn điện thoại nữa chứ. Tôi nghĩ là ông ấy đi trốn!"

"Sao lại trốn? Nợ nần hay phạm pháp?"

"Bà vợ kiểm soát hạnh kiểm ông chồng kỹ quá ông ấy không chịu nổi. Phải nói là ghen quá."

"Lại có chuyện ấy à? Tôi nghe nói họ rất hạnh phúc."

"Thật ra tôi cũng chỉ cóp nhặt những chi tiết từ người này người kia kể lại, chứ không phải nghe từ người trong cuộc. Hôm ấy bà vợ đi chợ, khi trở về thì ông ấy không còn ở nhà. Ông không lấy xe, không mang theo quần áo, tiền bạc, và ngay cả giấy tờ tùy thân. Computer và phone cũng bỏ lại."

"Có thể nào ông ấy bị bắt cóc không?"

"Không có dấu vết gì chứng tỏ là ông ấy bị bắt cóc ở ngay tại nhà riêng."

Em gái ông Lành cùng mấy cô thợ làm nail đến quán tôi ăn tối. "Anh ấy đòi có một phòng riêng để anh có thể yên tĩnh viết văn. Nghe buồn cười. Anh có cả căn nhà mà lại đòi có căn phòng riêng. Anh lấy cái phòng của đứa con đã dọn ra riêng, mang bàn ghế và đặt computer để viết. Được dăm ba bữa chị dâu mang đồ đan móc vào ngồi sau lưng anh để đan áo và khăn quàng. Thỉnh thoảng chị dâu ghé qua vai anh đọc ké. Khi anh yêu cầu chị dâu tôi để anh yên, chị than phiền nhà chỉ có hai vợ chồng không nói chuyện với anh thì chẳng biết nói chuyện với ai. Chị dâu tôi không vui lòng là anh tự ý về hưu non, mất nguồn lợi tức, lại còn đòi viết văn. Chị dâu tôi rất giỏi. Chuyện trong chuyện ngoài chị cáng đáng hết. Chị vẫn nói anh lấy được chị là may mắn lắm."

Em trai ông Lành cho rằng bà chị dâu ghen bóng ghen gió khiến anh mình khó chịu. "Anh tôi không dám chào hỏi cười nói với phụ nữ nào khác nếu tình cờ gặp họ trên đường phố hay trong siêu thị. Đi đâu với chị ấy, anh cứ cúi mặt mà đi. Chị ấy quan sát từ ánh mắt đến cái vẫy tay chào, và sau đó sẽ phê bình. Không la hét ngay lúc ấy, chỉ nghiến ngầm, rỉa rói khi về nhà."

"Phải có cái gì xảy ra trước đó khiến bà ấy ghen chứ."

"À chị dâu đọc được một truyện ngắn anh ấy viết, nhân vật chính là một người đàn bà. Vì muốn có phòng riêng để viết mà không được toại ý nên nhân vật lén chồng thuê một căn phòng trong nhà người ta đang ở, kiểu người mình nói là share phòng. Chủ nhân căn nhà là người đàn ông góa vợ. Hằng ngày nhân vật đến căn phòng thuê ngồi viết chừng một hai tiếng đồng hồ. Viết được hay không được cũng đến ngồi đó. Rồi nhân vật tơ tưởng chuyện ngoại tình mỗi khi có gì bất mãn với chồng. Chị dâu tôi cho rằng anh ấy có ý muốn ngoại tình nên kiểm soát gắt gao hơn."

Tôi hỏi ông Mõ về truyện ngắn người đàn bà tơ tưởng chuyện ngoại tình của ông Lành. Ông Mõ nói: "Tôi nghĩ vì ghen quá nên bà Lành kiềm chế chuyện viết văn của ông Lành. Bà không cho phép viết truyện tình yêu nhảm nhí, phê bình rằng truyện của ông chẳng có gì hay, nhân vật chỉ kiếm cớ đưa nhau lên giường cởi áo cởi quần. Bà Lành nói, 'viết gì thì viết không được viết truyện ngoại tình về âm mưu giết vợ. Không được làm thơ ca tụng các nàng thơ trẻ.' Bà ghét những chuyện tình các ông già sồn sồn mê gái trẻ cứ chú chú cháu cháu. Không được phê bình hay điểm sách của các nhà văn nhà thơ nữ. Bà cấm ông dùng facebook, nhưng ông phản đối mạnh quá đòi dọn ra riêng nên bà nhượng bộ đôi chút. Tuy vậy, ông vẫn phải giao mật mã facebook cho bà. Bà xóa tất cả những người bạn trên facebook nếu họ là phái nữ. Ông Lành sợ vợ đi gây chuyện với độc giả làm ông mất mặt nên lặng lẽ chịu thua.

"Nếu như ông Lành làm lơ bà vợ, cứ 'chơi facebook' cho tới bến thì sao?"

"Ông ấy bảo rất khổ tâm vì bà dựng đầu ông dậy lúc nửa đêm để hỏi cung, như cảnh sát hỏi cung tội phạm, không cho ngủ. À! Ông Lành rất bực bội vì bà đòi đọc bài trước khi ông gửi bài đến báo. Bà muốn kiểm duyệt tư tưởng của ông. Bà nói bà sẽ giúp ông viết cho hay hơn. Hai cái đầu thì tốt hơn một cái. Có thể bà nghĩ là suy nghĩ của bà tốt hơn của ông. Bà ấy lục tung trên mạng tìm xem ông viết văn nói xấu bà như thế nào, giỡn hớt với cô nào, âm mưu hãm hại bà như thế nào. Còn nhiều nữa kể không hết đâu. Ông ấy nói có cảm tưởng như đang sống trong truyện 1984 của Orwell vậy."

"Viết văn mà bị kềm chế quá căng thẳng thần kinh như vậy làm sao viết cho được. Tôi không hiểu được làm sao ông có thể chịu đựng được lâu như vậy. Có lẽ muốn giữ hạnh phúc phải chịu thiếu tự do." Tôi nói.

"Ông ấy trốn đi hoang một thời gian chừng vài ba tuần sẽ về. Bất quá bỏ viết lách vớ vẩn thôi. Thời buổi này viết văn thì có được ích lợi gì đâu."

"Nhưng tại sao lại phải trốn. Cứ đường hoàng đi ra cửa chính, xem chừng bà yêu ông lắm không ly dị đâu."

"Tôi đoán ông muốn chắc chắn là bà không thể nào tìm ra ông để bắt về. Bà ấy nói bà có đạo, dù gì đi nữa cũng không bao giờ đồng ý ly dị."

Ba năm sau, ông Lành vẫn không trở về. Cảnh sát không tìm kiếm ông Lành vì họ bảo rằng ông tự ra đi. Ông không cờ bạc hay nợ nần với ai. Anh em ông Lành nghe có người gặp ông ở nước ngoài. Bà Lành có thuê thám tử tìm nhưng không ra dấu vết của ông.

Cũng theo lời ông Mõ, có vài truyện ngắn ông Lành viết dùng bút hiệu khác. Những truyện này có điểm chung là, nhân vật trong truyện luôn tìm cách chạy trốn bằng cách này hay cách khác. Truyện một người đàn bà mê hoa lan, tìm ra một giống lan hiếm màu xanh lá cây nhạt và rất thơm. Bà gặp một người có thể biến hương hoa thành nước và màu hoa thành vật thể. Ông ấy đưa bà đến dòng sông có nước xanh nhạt và thơm ngát mùi lan. Trên sông có con thiên nga xanh đang chờ đưa người đàn bà xuôi dòng sông xanh đến cuối chân trời. Sau đó người ta phát hiện thi thể người đàn bà trong trại trồng lan, có lẽ chết ngạt vì hương hoa. Truyện một người đàn ông đến xếp hàng đầu tiên mỗi ngày liên tiếp ba tháng để chờ một phi thuyền của người không gian đến trái đất muốn đem người ra ngoài vũ trụ để dùng DNA của người trái đất chữa bệnh cho người hành tinh. Khi được phỏng vấn vì sao ông hăng hái tìm cách được tuyển chọn lên phi thuyền, ông ta bảo rằng muốn được thoát khỏi những luật lệ của xã hội ông đang sống. Truyện một người liên lạc với AI Robot hỏi cách viết codes để xây một cái hầm bí mật và vô hình làm chỗ trốn trong lúc nguy cấp. Người này tưởng chừng như biến mất nhưng thật ra vẫn ở ngay trước mặt mọi người chỉ có điều mắt thường không nhìn thấy. Trong computer của ông Lành có một tấm ảnh chụp một ngày trước khi ông Lành mất tích. Ảnh chụp con đường trail trong rừng, ở cuối đường hàng cây hai bên đường chụm vào nhau tạo thành hình bán nguyệt, giữa là sương mù trắng đục. Khi mở tấm ảnh ra to hết cỡ màn ảnh computer, có một vệt đen mờ giống như bóng người lao rất nhanh vào cửa động sương mù.

Cách đây vài ngày bà Lành đến quán của tôi. Bà gọi phở và cơm nguội khi thấy bảng trắng treo trên tường tôi có viết bằng bút lông màu. “Hết phở. Nước phở và cơm nguội không tính tiền.”

“Trong một lần đôi co anh ấy nói tôi là phở còn anh ấy là cơm nguội. Tôi đòi anh ấy giải thích nhưng anh ấy không trả lời. Im lặng thường xuyên là cách anh ấy trả lời tôi. Có lẽ anh muốn nói rằng cuộc hôn nhân của hai chúng tôi là một sự kết hợp không tương xứng, có thể hòa hợp nhưng tạm thời và bất đắc dĩ. Tôi muốn hiểu thêm cách ăn của anh ấy, tuy hơi trễ. Khi anh ấy bỏ việc làm để theo đuổi văn chương, tôi chế nhạo anh ấy bỏ phở để theo cơm nguội.”

Khách hàng vào quán tôi bảo rằng ra đi không mang theo của cải là một sự đoạn tuyệt quyết liệt. Người ta đo lường giá trị của sự thành công bằng sự hy sinh để đạt mục đích. Có lẽ, để được tự do viết văn, ông Lành đã hy sinh hạnh phúc hôn nhân. Giữa tự do và hạnh phúc, cái nào là phở cái nào là cơm nguội còn tùy theo quan điểm mỗi người. Hạnh phúc phải chăng như con bướm, chỉ đậu lên vai những kẻ không rập tâm giam giữ đôi cánh mong manh.

Nhị Ngã

1 tháng Tư năm 2024

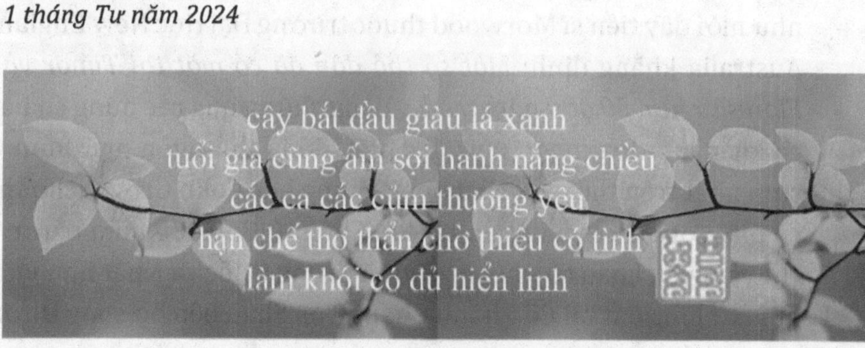

BK

THÁI TÚ HẠP

Ba Dòng Thơ Tiêu Biểu Phương Đông
Phần 1: Thơ Thiền Của Việt Nam

Thời điểm chúng tôi viết bài này là thời gian bắt đầu và cũng là đánh dấu khởi đầu cho một Thiên Niên Kỷ mới, tràn đầy hy vọng với những tiến bộ kỳ diệu về y khoa và kỹ thuật. Mỗi ngày những bộ óc siêu việt của nhân loại, mỗi khám phá những kiến thức mới mẻ về khoa học không gian, đưa những phi thuyền tự động lên Hỏa Tinh sau khi hoàn tất những chuyến đưa người lên Nguyệt Tinh. Chúng ta cứ tưởng đời sống đang phóng tới tương lai nhằm mục đích phục vụ con người có một đời sống tuyệt hảo về vật chất, có thể kéo dài tuổi thọ vượt quá định mệnh trăm năm. Trong khi đó những vấn nạn về kỳ thị chủng tộc, những ý niệm hoài nghi sự hiện hữu con người trên quả địa cầu này từ bao giờ vẫn là đề tài được các nhà khảo cổ và nhân chủng học bỏ ra nhiều thời gian và công sức sưu tầm trong cổ sử.

Có nhiều giả thuyết của các nhà tiến sĩ lừng danh trên thế giới, như mới đây tiến sĩ Morwood thuộc trường Đại Học New England của Australia khẳng định: *Một số thổ dân đã có mặt tại Timor và vùng Flores từ hơn 50.000 năm trước.* Bằng chứng qua các dụng cụ bằng đá có khắc một loại ngôn ngữ đặc biệt, đó là thứ ngôn ngữ hình thành sớm nhất trên thế giới. Nhà nhân chủng học Colin Groves cho thấy sự có mặt con người đầu tiên tại Phi Châu từ 850.000 năm trước. Toán chuyên viên khảo cổ phối hợp giữa Trung Quốc và Nhật Bản vừa khai quật từ lòng đất tại Cổ Thành Cheng Tou Shan bên bờ sông Dương Tử thuộc khu vực Li Xian tỉnh Hồ Nam, một tượng thờ hình người cách đây hơn 6.000 năm, được đánh giá là cổ vật lâu đời nhất tìm thấy tại Trung Quốc. Hiện tượng sự có mặt của hành tinh chúng ta đang sống thì rõ thật quá già đã hơn 4.5 tỷ năm nhưng mỗi ngày mỗi phút giây tâm ta vẫn cảm thấy hoàn toàn mới lạ. Giòng nước chảy hôm qua không phải ngày hôm nay. *"Không ai có thể tắm hai lần trên cùng một dòng sông"* - Triết gia Heraclitus. Mới hôm qua trên những cành khô khẳng khiu, sáng hôm nay ra vườn ta đã khám phá hàng triệu mầm non lấp lánh những hạt sương trong ánh nắng mặt trời. Hàng triệu triệu mạch sống đã luân chuyển trong cỏ cây. Hoa nở để rồi tàn, cứ thế trong từng sát-na mà ta đâu có hay biết. Có những điều mà sự khám phá mới của khoa học, thiên văn, vật lý, y học, nhân chủng học... hiện đại, chúng ta cứ tưởng là mới mẻ, thực sự, Chư Phật, Chư Bồ Tát đã dạy cách đây trên 25 thế kỷ. Ngày nay, nhân loại mới lần hồi tìm đến để chứng minh sự thực.

Cũng chính từ những tư duy tìm về đó, sáng hôm nay, tôi đứng ngẩn ngơ trong vườn đào, nhìn những nụ mầm đã nẩy thoát ra cành khô. Trời cuối đông lành lạnh, lòng tôi bỗng dạt dào với thiên nhiên như một tri âm tri kỷ. Chỉ có ta với trời đất và mây đã chia sẻ với ta những nỗi niềm buồn vui thế sự. Lòng ta chợt yêu cùng hoa lá từ cái thủy chung trầm mặc của đá, đến cái thay đổi vô thường của hạt sương trên cánh hoa. Và cũng từ những dạt dào chữ nghĩa xưa, nay tôi đã khám phá ba giòng suối ngọt ngào của ba dòng thơ tiêu biểu Đông Phương qua Thơ Thiền, Đường Thi và Haiku.

Trong bài này sẽ bàn về Thơ Thiền.

THƠ THIỀN CỦA VIỆT NAM

Qua tài liệu của cuốn *Việt Nam Phật Giáo Sử Lược* của Thượng Tọa Mật Thể và cuốn *Việt Nam Phật Giáo Sử Luận* của Giáo Sư Nguyễn Lang, *Le Bouddhisme en Annam des Origines au 13è siècle*, Trần Văn Giáp, Đạo Phật được các Tăng Sĩ Ấn Độ truyền vào Việt Nam khoảng đầu kỷ nguyên Tây Lịch, hình thành Trung Tâm Nghiên Cứu Phật Giáo Luy Lâu thuộc phủ Thuận Thành, tỉnh Bắc Ninh, sớm hơn thời điểm hình thành hai trung tâm Bành Thành và Lạc Dương ở Trung Hoa. Hồi bấy giờ (đầu kỷ nguyên) Ấn Độ đã biết sử dụng phương tiện đường biển để liên hệ thương mại trực tiếp với Trung Đông và gián tiếp với các quốc gia trong vùng Địa Trung Hải. Đế Quốc La Mã tiêu thụ rất nhiều vàng lụa, hương liệu, quế, trầm, tiêu, ngà voi và châu báu ngọc ngà... Các thương gia Ấn Độ phải nghĩ cách thu hoạch các mặt hàng theo yêu cầu để cung cấp cho thị trường ấy nên các nhà thương mãi không quản ngại tiến xa hơn về miền Viễn Đông. Và Giao Chỉ (Việt Nam) ta lúc đó là nơi chốn dừng chân lý tưởng để tránh các vụ gió mùa. Trong các chuyến thuyền đi xa ngàn dặm nhiều tháng lênh đênh giữa biển cả đầy giông tố hiểm nguy nên các thuyền trưởng thường hay cung thỉnh các vị sư theo để cầu nguyện chư Phật và chư Bồ Tát hộ trì cho họ tai qua nạn khỏi, đi tới nơi về tới chốn, an lành.

Cũng nhân cơ hội thuận lợi này các vị Lão Trượng Thiền Sư thuộc các trung tâm Amaravati và Nagarjuna-Konda thuộc khuynh hướng Đại Thừa đang phát triển mạnh mẽ tại miền duyên hải Đông Nam Ấn Độ nên có ý hướng đem Phật Giáo truyền bá vào các nước ở xa, chính vì lý do này đã thúc đẩy các vị Tăng có nhiều trình độ kiến thức cao về Phật Học đã tình nguyện đi theo các thương thuyền về miền Đông Nam Á. Trung Tâm Luy Lâu là một ý nguyện được hình thành trong mục đích cao quý này trong đầu kỷ nguyên tây lịch tại nước ta. Và cũng từ đó dòng suối mát từ ái của Đạo Phật đã thẩm thấu đất lành, sinh cây nẩy lộc từ đời này đến đời khác qua nhiều thế hệ thăng trầm của lịch sử cho đến nay có hơn cả ngàn năm. Tác phẩm đầu tiên viết tại đất Giao Chỉ (Việt Nam) đó là cuốn *Lý Hoặc Luận* của Mâu Tử, chứa đựng nhiều tư tưởng sâu sắc của triết lý Đạo Phật. Sở dĩ chúng tôi đan cử một số dữ kiện để chứng minh Đạo Phật từ Ấn Độ truyền vào chứ không phải Đạo Phật từ Trung Hoa truyền sang. Tuy nhiên, Đạo Phật đòi hỏi càng ngày càng đào tạo thêm những tăng tài uyên bác, dĩ nhiên các tăng lữ Việt Nam phải học hỏi tôn sư các vị Thiền Sư đến từ Trung Hoa. Qua kinh nghiệm giác ngộ triết lý của Đạo Phật và được đãi lọc qua nhiều lớp phù sa siêu việt của ngôn ngữ thi ca Việt Nam, thơ Thiền đối với kho tàng văn hóa Dân Tộc đã biểu hiện một sắc thái độc đáo tuyệt hảo như những hạt châu lấp lánh trong bảo tàng viện của nhân loại. Từ những Thiền Sư Khuông Việt thế kỷ thứ 9 đến các Thiền Sư Vạn Hạnh, Viên Chiếu, Huệ Sinh, Ngộ Ấn, Mãn Giác... thế kỷ thứ 10 đến các Thiền Sư Đạo Hạnh, Không Lộ, Diệu Nhân, Huyền Quang... vào thế kỷ thứ 11, chưa kể hai vì Vua Lý Thái Tông năm 1001-1054 và Trần Thái Tông (1218-1277) cũng trước tác nhiều bài thơ Thiền xuất chúng để đời. Và các Thiền Sư Trúc Lâm, Nguyễn Trãi, Nguyễn Bỉnh Khiêm, Hương Hải và Chân Nguyên trong các thế kỷ 13, 14, 15 và 16 nối tiếp phát triển thơ Thiền lưu lại hậu thế.

Trong phạm vi bài viết cô đọng giản lược về diễn biến dòng thơ Thiền Việt Nam, chúng tôi chỉ xin mạo muội đan cử vài nét tượng trưng của một vài Thiền Sư theo sở thích chủ quan của chúng tôi, như trường hợp Bài Thị Đệ Tử của Thiền Sư Vạn Hạnh:

Thân như điện ảnh hữu hoàn vô
Vạn mộc xuân vinh, thu hựu khô
Nhậm vận thịnh suy, vô bố úy
Thịnh suy như lộ thảo đầu phô
(Dạy Học Trò)

Thân như chớp sáng, có rồi không
Xuân hoa cỏ mọc, chết khô đông
Mặc đời suy thịnh đừng lo sợ
Suy thịnh dường sương ngọn cỏ bồng
(Võ Đình)

Nhà vua Lý Thái Tông ngoài tài lãnh đạo quốc gia và an bang tế thế, còn là một thi tài lỗi lạc, một hôm vua Lý Thái Tông mời các cao tăng đến thọ trai, nhân dịp hội ngộ tao nhân mặc khách, Ngài yêu cầu mỗi người sáng tác một bài kệ ngắn để tỏ bày sự kiến giải về đạo Phật. Khi mọi người còn đang lao lung suy nghĩ thì vua Lý Thái Tông đã khiêm cung trình bày bài kệ của mình:

Bát nhã vốn không tông
Nhân không, ngã cũng không
Ba đời các đức Phật
Pháp tính vốn chung đồng

Bát Nhã chân vô tông
Nhân không ngã diệc không
Quán hiện vi lai Phật
Pháp tính bản lai đồng

Nội dung bài kệ đề cập đến bản tính không (Sùnyata) của nhân, ngã, tông bát nhã và của các chư Phật trong hiện tại và vị lai. Về phương diện sáng tác, các Thiền Sư chỉ còn lưu lại một số bài thơ được người đời ca ngợi và xem là xuất chúng trong hàng ngàn bài bị tiêu tán qua thời gian. Như trường hợp của Thiền Sư Không Lộ, thơ Thiền ẩn dụ những ý tưởng cao siêu được xem như những bài kệ độc đáo:

Trạch đắc long xà địa khả cư
Dã tình chung nhật lạc vô dư
Hữu thời trực thượng vô phong đỉnh
Trường khiếu nhất thanh hàn thái hư
(Ngôn Hoài)

Chọn nơi địa thế đẹp sông hồ
Vui thú tình quê quen sớm trưa
Có lúc trèo lên đầu chót núi
Kêu dài một tiếng lạnh hư vô...
(Tiếng Lòng)

Ở một bài thơ khác của Thiền Sư Tuệ Trung khẳng định quy luật khách quan của tạo hóa, tự nhiên - tất cả vạn vật đều vận động theo quy luật - ngay cả chuyện tử sinh cũng xảy ra một cách bình thường. Dĩ nhiên sự sống chết không còn là vấn đề phải ưu tư và quan tâm đối với những nhà tu hành học đạo. Vấn đề đáng quan tâm hơn tất cả là sự giác ngộ tìm đến cõi thanh tịnh Chân Như:

Sinh tử do lai bãi vấn trình
Nhân duyên thời tiết tự nhiên thành
Sơn vân dã hữu xuất sơn thế
Giản thủy chung vô đâu giả thanh

Tuế tuế hoa tùy tam nguyệt tiếu
Triêu triêu kê hướng ngũ canh minh
A thùy hội đắc nương sinh diện
Thủy tín nhân thiên tổng giả danh
(An Định Thời Tiết - Tuệ Trung)

Sống chết về đâu chớ hỏi quanh
Nhân duyên thời tiết tự nhiên thành
Mây ngàn vốn tự bay ra núi
Nước suối thường khi đổ xuống ghềnh

Độ độ hoa cười xuân tới tiết
Đêm đêm gà gáy lúc tàn canh
Khuôn trăng người mẹ ai hay biết
Trời nọ người kia thảy giả danh
(Thời Tiết Yên Định - Đỗ Văn Hỷ)

Thiền Sư Mãn Giác cũng cảm nhận kiếp sống vô thường như huyễn của nhân thế. Tất cả lợi danh chỉ như giọt nước trên cành, như bóng mây qua cửa, có đó rồi mất đó, sắc sắc không không. Nhưng đời sống không phải là chuỗi ngày đầy bi lụy tối tăm, đầy đau thương khổ ải với nghiệp chướng oan khiên tràn đầy lệ thảm... Người đã thấm nhuần tư tưởng Phật Giáo, tự lý giải căn nguyên của khổ đau, luôn tỉnh thức, biến đau thương thành hy vọng hạnh phúc của cuộc sống. Hiên ngang chấp nhận mọi thử thách gian nguy của cuộc đời, bước tới đem đến nguồn sống đầy an vui hỷ lạc cho mọi người. Qua bài Dặn Dò Tăng Chúng của Thiền Sư Mãn Giác đã cho thấy một cách sâu sắc tinh tế bằng đức tin mãnh liệt vào sự tuần hoàn tự nhiên của tạo hóa, của kiếp nhân sinh để thắp lên niềm lạc quan, hy vọng ở ngày mai bằng những bông hoa trí tuệ nhân ái:

Xuân khứ bách hoa lạc
Xuân đáo bách hoa khai
Sự trục nhãn tiền khứ
Lão tòng đầu thượng lai
Mạc vị xuân tàn hoa lạc tận
Đình tiền tạc dạ nhất chi mai

Xuân đi trăm hoa rãi
Xuân đến trăm hoa khai
Xem chuyện đời trước mắt
Tóc trên đầu đã phai
Chớ bảo xuân tàn hoa rụng hết
Tối qua vườn trước một cành mai
(Có Bệnh, Dặn Dò Tăng Chúng)

Trong một ý niệm giải thích về Thiền, Thiền Sư Vô Ngôn Thông đã phát biểu: *Thiền hay Thiền Sư không phải là một cái gì có thể định nghĩa được, như cây thoan lư kia, nhìn thẳng vào đó thì thấy ngay, khỏi cần qua trung gian ngôn ngữ và khái niệm. Thiền là sự tỉnh thức, sự sinh hoạt trong thế giới thực tại, chỉ có thể thể nghiệm mà không thể đàm luận và giảng giải.* (VNPG Sử Luận). Thi ca là sự trực nhận tình cảm giữa người sáng tạo và đối tượng thưởng ngoạn. Thế giới của Thiền đâu phải là thế giới của câm lặng trầm mặc như vách đá sừng sững trước mặt. Tâm đã phóng lên cao ra ngoài cùng vũ trụ hòa nhập với trăng sao để tạo thành những thiên hà tuyệt kỷ. Sự kết hợp hoàn hảo đó các Thiền Sư Việt Nam đã để lại hàng hàng châu báu trong kho tàng văn học Việt Nam khởi đi từ đầu thế kỷ thứ nhất.

(còn tiếp:
Ngôn Ngữ Số 32 sẽ đăng về Đường Thi Của Trung Hoa
Ngôn Ngữ Số 33 sẽ đăng về Haiku)

Thái Tú Hạp

. Tài liệu tham khảo:
- *Việt Nam Phật Giáo Sử Lược của Thượng Tọa Mật Thể.*
- *Việt Nam Phật Giáo Sử Luận của Nguyễn Lang.*
- *Introduction To Haiku của Herold G. Henderson.*
- *Đường Thi Tam Bách Thủ của Sư Cúc Nhân, Hongkong 1953.*
- *Đường Thi Khái Luận. Thương vụ ấn thư quán. Đài Bắc 1958. Tác giả là Tô Tuyết Lâm.*
- *Thơ Thiền Lý Trần. Đoàn Thị Thu Vân.*

TRIỀU HOA ĐẠI

Mưa Nhòa

tôi trở lại bữa kia
quê nhà ôi xa ngái
năm xưa em về lại
treo nỗi sầu hư hao

nên không biết vì sao
khói xanh nhà đã xám
đời chỉ là cõi tạm
trăm nhánh nở không cùng

hôm nay. Chiều cũ hung
đếm những ngày xa xứ
năm mươi năm chắc đủ
che bụi ám rêu mờ

chợt buổi chiều xưa kia
cuối đường mưa cũng nhạt
ai dịu dàng năm trước
mà nỗi đời chia xa

lần dở trang thánh thư
vội cúi đầu sụp lạy
thượng đế nào có thấy
dưng không buồn xanh xao

cũng chẳng hiểu vì sao
ước chi mình mọc cánh
bủa vây nghìn. Xa cách
chở che linh hồn này. ■

PHẠM CAO HOÀNG

TẠM BIỆT MỘT CĂN PHÒNG

Gửi anh Trương Vũ

Căn phòng này
chiếc bàn này
nơi chúng ta đã từng ngồi
nâng ly
chúc mừng một bức tranh vừa hoàn tất
chúc mừng một cuốn sách vừa in xong
chào mừng một người bạn từ phương xa đến
có thể là từ Việt Nam
có thể là từ châu Âu
có thể là từ châu Úc
có thể là từ Canada
hay một nơi nào đó trong nước Mỹ này
ngồi bên nhau nhìn những chiếc lá vàng mùa thu Vienna
nhắc cùng nhau những kỷ niệm một thời
và nghe những ca khúc của chút-tình-đọng-lại.

Căn phòng này
không gian này
nơi có người họa sĩ
trầm ngâm ngồi trước giá vẽ
thả hồn vào nỗi đam mê
vẽ đôi mắt đẹp người thiếu nữ của đời mình
và nơi đây những bức chân dung đã ra đời

những khuôn mặt dịu dàng
những khuôn mặt phúc hậu
những khuôn mặt hiền hòa
thơm mùi sơn dầu
thơm tình bằng hữu
phảng phất nỗi buồn xa xứ
nhớ không Duyên?
nhớ không Nguyệt Mai?
nhớ không Cúc Hoa?
và nhớ không các bạn của tôi?

Căn phòng này
chiếc bàn này
không gian này
chiều nay
tôi ngậm ngùi
tạm biệt. ■

Virginia, 21/2/2024

LÊ CHIỀU GIANG

ÁNH MẮT TRÔNG THEO

Ta tưới rượu đầy thơ. Nhưng
Uống toàn nước lã
Nghe trăm lời yêu thương
Chẳng biết đâu
Chân.
Giả.
Như nụ hoa sớm mai
Vừa rơi vừa hé nở
Ta nhận sao ra
Trong tám tỷ con người

Ánh mắt ai nhìn?
Mười sáu tỷ con ngươi
Oán ghét
Thương yêu
Và có khi tĩnh lặng

Hãy nói ra lời
Dù trong im vắng
Để ta được nghe chút thanh âm
Đừng nói với nhau bằng
Ánh mắt lặng câm
Như tưới rượu đầy thơ. Nhưng
Uống toàn nước lã. ■

NGUYỄN ĐỨC NAM

Nửa Đêm Về Aberdeen Proving Ground

tặng Kim-Nga, Vũ An Thanh và chị Dậu.

Lối về trăng lạnh soi nghiêng,
Dáng gầy in bóng trên thềm hoang vu.
Chân buồn lê bước ngẩn ngơ,
Đèn khuya ngủ gật, để mờ phố đêm.

Sao xa nhau lại thấm buồn?
Tưởng mình chai đá không còn nhớ nhung!
Chiều vui một thoáng qua nhanh,
Lên xe vội vã về trường nửa khuya

"Lạy Trời biệt phái chóng qua,
Để con được ở bên Nga trọn đời." ■

TRẦN THỊ NGUYỆT MAI

Cầu Xin

Cảm hứng từ tập thơ *"ca oán. đến với mùa giải oan"*
Tưởng niệm nhà thơ Nguyễn Thanh Châu (1951-2024)

Lời ca ai oán đêm thâu
Bừng con mắt dậy bạc đầu tử sinh
Quẩn quanh mình chỉ một mình
Hỏi trời xanh với muôn nghìn nỗi đau

Hỏi người chiếc bóng trăng sầu
Nửa đời rồi cũng đã nhầu áo xưa
Trời còn khi nắng khi mưa
Thì người sao tránh những mùa tang thương?

Giải oan – Này một nén hương
Xin Trời Đất chứng mười phương an bình
Cho tình về lại với tình
Cho ngàn sau mãi đẹp xinh cõi người. ■

LỮ QUỲNH

TỪ EM THIẾU PHỤ

em vẫn đi về
dòng sông ký ức
vầng trăng đại vực
in bóng thuyền tôi

tóc em mây trôi
trên sông áo lụa
thuyền tôi hạt lúa
vàng lung linh vàng

một chuyến đò ngang
sông xưa mất ngủ
từ em thiếu phụ
lúa vàng thôi trôi

từ em thiếu phụ
tóc rối vành nôi
hồn xanh bóng phủ
u uẩn lời ru

sông em sóng nổi
hạt lúa thuyền tôi
vàng không bến đậu
mù sa bãi bồi. ■

MH HOÀILINHPHƯƠNG

Nhớ Về Một Phương Trời Tuổi Ngọc

Tuổi thơ bay vút tận trời
Em còn đứng lại bên đời quạnh hiu.

Bé gửi cho anh một bông hoa dại vàng đầu mùa hạ.
Rất lặng thầm nhưng sâu nặng, xẻ chia
Hạnh phúc, đớn đau
Nghiệp dĩ buồn im, qua bao ghềnh thác của một người thơ
Để thương mãi những hàng lá me xanh Gia Long của ngày đầu Thời Luận cũ.. *
Bé không muốn nói với anh những lời chúc tụng
(Như bao người đã ca ngợi về anh)
Nghề báo ba mươi lăm năm trong ngôn ngữ trầm luân
Những tiếng cười vui của một đêm xanh...
Bé lạc lối giữa hoang đường chữ nghĩa!

oOo
Em gái của anh
Vẫn nhớ mãi ký ức xa... của một thời tuổi nhỏ
Rất học trò, cành phượng vĩ trên tay
Thút thít kể anh nghe chuyện tình đầu, vừa ngậm ô mai...
Về một người lính với những bài Hoa Linh Phương dở dang...
Từ thung lũng La Ngà bốn mùa mây rừng, gió núi!

oOo
"Kỷ niệm dễ thương
Nhưng nhẹ nhàng, sương khói
Sẽ vỡ nhòa như ảo ảnh trên tay...
Tuổi 15...
Còn biết bao nhiêu mùa theo từng lá thu phai...
Bé đừng khóc!...
Đời sẽ qua trăm ngàn lối rẽ..."

oOo
Vâng, anh trai
Con nước không còn đầy để giữ mãi một thời hồn nhiên tiếng guốc mộc khua
vang bên hiên trường lặng lẽ
Saigon đêm mơ thấy nửa vầng trăng...
Trong sáng, trinh nguyên, vừa làm thơ, vừa cắn trái ổi dầm,
Chấm muối ớt xuýt xoa…
Nồng cay, hay nước mắt?

Màu mực tím học trò trẻ thơ, thuần khiết...
Về Lý Thái Tổ đường dài, qua Ba Ngòi, Dalat, Cam Ranh…
Thư viết cho anh - người trong đoàn thanh niên chí nguyện quân
Của tháng ngày quê hương binh lửa….

oOo
Đã mất dấu nhau.
Thời thơ ấu đã qua.
Không còn tìm thấy nữa!
Trong hội ngộ trùng phùng, bé mừng anh yên bình trong hạnh phúc riêng tây.
Anh khản giọng cười buồn trong tiếng thơ say.
Trên nửa vầng trăng vỡ! ■

** Nhật Báo Thời Luận đường Gia Long Saigon trước 1975.*

DAN HOÀNG

CÒN MÃI YÊU NHAU

Giữa cuộc đời nhiều đổi trắng thay đen,
Cả người quen có khi làm kẻ lạ.
Em mãi là cơn gió mát tháng hạ,
Rong ruổi cùng anh vui bước phong trần.

Đã bao lần giữa dòng đời bão dông,
Con tim long đong đau buồn vất vả.
Ta nhìn nhau đôi mắt buồn lệ nhỏ,
Khấn xin trời cho tháng ngày bình yên.

Bao nhiêu năm qua cuộc tình lênh đênh,
Lúc vui tươi khi xô đời biển động.
Từng ngày đến ngọt ngào thêm giấc mộng,
Đẹp tuổi hoàng hôn đầm ấm mặn nồng.

Muối mặn gừng cay ơn nghĩa vợ chồng,
Cao hơn núi và mênh mông hơn biển.
Lặng thầm nhìn nhau thấy lòng bất biến,
Một tình yêu vĩnh viễn sống trong tim.

Cầm tay bồi hồi như thủa mới quen,
Thương mái tóc đen giờ hoa lấm tấm.
Mình ơi! Xích lại gần nghe hơi ấm,
Của hai tâm hồn thắm thiết yêu nhau. ■

Phố biển, 04/10/24

NGÔ SỸ HÂN

TÌNH CŨ RỒI BAY THEO GIÓ SƯƠNG

tặng Phạm Cao Hoàng

Một mình quán cũ cà phê đen
Khói thuốc xây thành mây nhớ nhung
Ở trong giá lạnh về len lén
Con đò giờ tách bến sang sông.

Hắt hiu đèn lụn mùa xuân chết
Xa vắng đâu đây khúc nhạc hời
Tìm trong dĩ vãng hồn tan tác
Chạnh thấy trong lòng môi nhớ môi.

Bơ vơ trên quãng đời phiêu bạt
Tình cũ rồi bay theo gió sương
Ta đi ôm mộng làm thi sĩ
Dệt mộng trăng tàn hoa lá vương.

Nước non hai nẻo xa ngàn dặm
Tơ thắm từ nay cách đại dương
Chợt đổ cơn sầu cay khóe mắt
Hay là mình gượng khóc người thương? ■

ĐẶNG HIỀN

QUA THÁNG TƯ RỒI

Qua tháng Tư rồi
Anh có trở về ngày bình thường
Như đi bác sĩ, làm tình và các thứ
Mình lại hẹn nhau mùa điên năm sau.

Không biết cơn điên có cần sáng tạo
Như tái tạo biển đảo làm phi trường rồi bay lên
Thôi đừng nói giải phóng, quốc hận và thắng thua
Khi mà tình yêu giới hạn.

Khi em bảo anh:
Phát biểu không đường đi xuống
Lập lại nhiều lần con chữ a a...
Đoạn kết với hò reo và chết hết

Bên kia biển có thằng con đỉnh cao trí tuệ
Nó bảo lùa người vào trại tù là nhân văn
Ừ thì ác và ngu
Cớ sao tiếng cười chúng ta nhuốm cùng nước mắt

Những ngày cuối tháng Tư
Em ngủ suốt ngày chỉ thức dậy để ăn rồi lại ngủ tiếp
Vì không thích nghe ồn ào
Dù ở Sài gòn lớn hay nhỏ

Bài thơ đi xuống
Rớt sâu vào trong mắt bạn
Cơn đau lưng quặn đau từ ánh mắt
Những tia hy vọng lóe lên như bóng pháo bông chợt tắt

Qua tháng Tư rồi
Anh có trở về ngày bình thường
Như chơi trò thả bong bóng bay
Thiên đường xa mù bu lô bu loa... điên. ■

LÊ MINH HIỀN

Như Nắng Tháng Tư

Nắng tháng Tư vàng ươm duyên con gái
từ sương đêm mát lạnh ngọc lưu ly
nắng thủy tinh nắng bình yên độ lượng
giọt café chợt giật mình rụng xuống
em nhìn gì... hồn ta dạt cồn hoang

Chủ Nhật vui xuân non qua phố hạ
đôi mi cong em khép chặt hồn ta
nhớ đêm qua cứ vơi đầy mộng mị
em phân thân giữa hai bờ hư thực
ta phiêu bồng qua mấy dặm tràng giang

Tiếng em cười tan hoang hàng thành cũ *
không gian này đọng giọt cõi trăm năm
em ngoan hiền hay gian ngoa toan tính
ta ga chiều cứ ngu ngơ ngờ nghệch
kể từ khi em viễn khách ghé chơi

Nắng tháng Tư dễ thương như con gái
em đi về thơm ngọt ngõ thu nguyên
nắng sóng sánh tràn qua vùng tâm thức
em tình đầu ta tình sau tội nghiệp
em cười gì đôi mắt một dòng sông

Em ra đi khi tháng Năm khởi sự
ta dại khờ nghe tóc rụng trắng vai ■

Stanton Apr. 9th, 2024 (12:35 PM)
**Lòng ta là những hàng thành quách cũ*
Từ ngàn năm bỗng vắng tiếng loa xưa. (thơ Vũ Đình Liên)

TN

NGUYỄN THỊ BÍCH NGA

Người Ngồi Vẽ Nắng

Mỗi buổi sáng ông Hưng vẫn có thói quen ngồi vừa nhâm nhi cà phê vừa đọc báo mới nơi hàng ba trước nhà. Thỉnh thoảng ông ngước mắt lên dõi theo những cánh chim sẻ nhốn nháo bay lướt qua ngọn cây phượng tím, và rồi để lại sau lưng chúng một khoảng trống im lặng. Ông nhìn sang bãi cỏ của ngôi nhà đối diện, ánh mắt soi mói lướt đi từ cánh cửa lớn đến những khung cửa sổ được tấm rèm màu tối che phủ, như có ý mong đợi một điều gì...

Khoảng vài tháng nay trong ngôi nhà đối diện có thêm một người nào đó đến ở. Không phải "một người nào đó" bình thường mà là một phụ nữ tuổi ngoài tứ tuần nhưng dung nhan vẫn còn khá xinh đẹp. Hầu như mỗi khi bước ra khỏi nhà, nàng không hề nhìn thấy (ông đang ngồi quan sát) mà chỉ xăm xăm đi đến giữa bãi cỏ, đặt chiếc giá vẽ thâm thấp xuống rồi ngồi bệt trên lớp cỏ xanh rờn và miệt mài vẽ.

Ngày một ngày hai, hình ảnh người nữ họa sĩ ngồi trên cỏ vẽ tranh bỗng dưng trở nên quen thuộc với ông Hưng, quen thuộc đến mức cần thiết, quen thuộc đến mức nếu có một buổi sáng không thể gặp nàng, ông cảm thấy trong lòng bứt rứt xốn xang. Nhiều lúc ông muốn cất tiếng chào làm quen với nàng nhưng ngài ngại, sợ nàng cho rằng ông là một kẻ đường đột.

Một buổi sáng nọ, trong lúc ông Hưng vừa ngồi uống cà phê vừa ngắm nàng đang vẽ tranh, vừa cuống quýt bối rối tìm cách tiếp cận nàng thì may quá, chủ nhân của ngôi nhà đối diện xuất hiện. Anh ta băng vội qua đường để đến tìm ông.

-Chào anh Hưng. Anh đang uống cà phê hả? Anh khỏe không?

-Hello Dương. Tôi khỏe. Vợ chồng chú dạo này thế nào rồi?

-Cảm ơn anh, vợ chồng em vẫn bình thường anh ạ. Em sang hỏi anh xem có thể mượn anh cái máy toaster nướng bánh mì được không? Cái máy của em chắc là bị hỏng rồi, nhấn nút mà điện không vào.

Ông Hưng vội vàng đứng lên:

-Được chứ. Chú đi vào trong bếp với tôi.

"Chớp lấy dịp may ngay, bỏ qua rất uổng!" Nghĩ vậy nên ông vừa cầm giẻ lau sạch cái máy toaster, vừa lựa lời hỏi thăm người hàng xóm tên Dương:

-Nhà chú đang có khách đến ở chơi à?

Dương tủm tỉm cười:

-Khách đâu mà khách, nếu tính vai vế trong họ hàng thì người đó là cô của em đấy. Cha của Thúy là em ruột của ông nội em. Thúy bằng tuổi em thôi, nhưng vì Thúy là em họ của cha em nên em đành phải gọi bằng "cô." Ôi chán thật anh ạ!

Nói xong Dương bật cười giòn dã làm cho ông của vui vẻ cười theo.

-Anh Hưng cứ sang làm quen và nói chuyện với Thúy. Cô ấy mới ở Sài Gòn qua đây nên vẫn còn "nhà quê" lắm. Có anh giúp đỡ thì cô ấy sẽ tự tin hơn và vợ chồng em cũng nhẹ gánh lo hơn.

Rồi sợ ông hiểu lầm, Dương vội vã nói tiếp:

-Tụi em chỉ lo cô ấy chưa biết rành đường mà cứ ham lang thang chỗ nọ, lang thang chỗ kia, có ngày cô ấy sẽ đi lạc thôi.

Ông Hưng gật đầu ngay:

-Nếu chú đồng ý thì tôi sẽ qua làm quen và kết bạn với Thúy. Đối với những người đàn ông lớn tuổi và sống một mình như tôi, có thêm một người bạn giống như có thêm một hạnh phúc.

-Vậy em cảm ơn anh Hưng rất nhiều. À quên, sau khi em sửa xong cái máy của em thì em sẽ gởi cái máy này lại cho anh nhé.

-Chú cứ giữ lấy mà nướng bánh mì cho vợ, khi nào trả tôi cũng được.

Vậy là ông biết nàng tên Thúy, biết nàng mới từ Sài Gòn qua và biết cả tuổi thật của nàng nữa. Nếu bằng tuổi Dương thì nàng nhỏ hơn ông đúng một con giáp. Chỉ có bấy nhiêu chi tiết vụn vặt đó cũng đủ làm Thúy ngạc nhiên, nàng tròn mắt nhìn ông vài giây và miệng nở nụ cười tủm tỉm:

-Anh Hưng khôn ghê. Chắc là Dương kể hết cho anh biết về em rồi.

Ông lắc đầu:

-Không đâu, vẫn còn một điều Dương chưa nói cho anh biết.

-Điều gì vậy anh?

-Em có giọng nói ngọt ngào và dễ thương đến lạ lùng. Anh chưa từng thấy ai có giọng nói tuyệt vời như em cả.

-Anh đừng nịnh em à nha.

-Anh không nịnh. Trước khi về hưu, anh là nhân viên xã hội mà. Anh làm việc cho cộng đồng này gần ba mươi năm rồi, anh tiếp xúc với cả chục ngàn người phụ nữ lận đó, nhưng giọng nói dịu dàng và mềm mại như em thì... anh mới nghe lần đầu.

Thúy không nói gì nhưng đôi má nàng đỏ hồng lên vì được khen quá độ. Nàng quay trở lại với giá vẽ và im lặng trau chuốt từng nét bút chì trên tấm giấy croqui màu trắng nõn. Ông Hưng quỳ xuống sau lưng nàng, tôn trọng những giây phút xuất thần mà ông có thể nhìn thấy trên khuôn mặt nhìn nghiêng nghiêng. Tài vẽ vời của nàng thật đáng nể, đường nét bút chì đưa đi tới đâu, hình ảnh hiện ra tới đó. Ông có thể nhận ra một thung lũng xanh đầy nắng. Có vẻ như Thúy rất yêu ánh nắng mặt trời nên trong tất cả các tác phẩm của nàng, bức tranh nào cũng tràn ngập nắng. Những bụi hoa hồng rực rỡ với nắng. Cặp tình nhân hôn nhau trong nắng. Người đàn ông đạp xe đạp dưới nắng. Cô gái gieo mạ trên cánh đồng chói nắng.

Ông hỏi nàng:

-Em yêu nắng lắm phải không?

Thúy ngập ngừng vài giây rồi trả lời:

-Nếu không có ánh nắng thì làm sao thiên nhiên có cảnh đẹp được?

Ông tìm cách nhìn sâu vào mắt nàng:

-Thiên nhiên vẫn đẹp vào mùa mưa, hoặc mùa thu hoặc mùa đông.

Thúy cụp hàng lông mì dài xuống như muốn né tránh ánh mắt của ông:

-Mỗi họa sĩ có một xu hướng sáng tác riêng, em muốn được người đời gọi em là "họa sĩ của nắng." Em có ý định sau khi hoàn thành khoảng năm mươi bức tranh, em sẽ mở cuộc triển lãm ngay tại đây.

Ông khẳng định với nàng:

-Anh ủng hộ ý kiến tuyệt vời đó của em. Khi nào em muốn triển lãm tranh, anh sẽ giúp đỡ em trong tất cả khả năng của anh.

Thúy quay lại và nhìn ông cười cảm ơn. Những đốm nắng trong mắt nàng lung linh giống như những bông hoa lửa sáng rực trong bóng tối.

Tình bạn giữa ông Hưng với Thúy chuyển thành tình yêu lúc nào mà ông cũng không hay. Chỉ biết rằng lúc nào ông cũng khao khát có Thúy bên cạnh để trò chuyện, để nàng chia sẻ với ông những khoảng thời gian cô đơn, để chiêm ngưỡng lúc nàng ngồi vẽ tranh, để ngắm nghía đôi môi đầy đặn khi nàng cất tiếng thỏ thẻ và thủ thỉ, để hôn trán nàng và vuốt ve nàng, để sống lại tâm trạng thuở còn thanh xuân...

Thỉnh thoảng ông xin phép được chở Thúy đi chơi một vòng cho đầu óc nàng khuây khỏa sau khi căng thẳng làm việc, nàng hớn hở nhận lời như một đứa trẻ ham vui. Điều đó làm ông vui lây và thấy lòng trẻ trung lại. Ông đưa nàng lên những đỉnh núi cao, ngắm mây trôi rất gần ở trên đầu. Ông đưa nàng đến những bãi biển ở cách thành phố chỉ vài mươi cây số, vui đùa với lũ chim mòng dạn người, dám đến gần ăn những mảnh vụn khoai tây chiên ngay trên tay nàng.

Sáng sớm, hai người ngồi uống cà phê trong sân vườn nhà ông, nghe tiếng chim bồ câu gù gù trên mái ngói. Trưa nắng, hai người đưa ghế dựa ra và đặt dưới tàng cây phượng tím rậm rạp, vừa lắng nghe tiếng gió thổi bên tai vừa nhắm mắt ngủ lơ mơ. Đêm lạnh, hai người đội mũ và mặc áo khoác, nắm chặt tay nhau đi thăm thú mọi con đường trong cư xá. Cũng có lúc ông kể chuyện vui Thúy nghe và nàng bật cười khanh khách, cũng có khi họ im lặng không nói năng gì mà chỉ thầm đếm từng bước chân, hài lòng cùng với sự bình yên của tâm hồn.

Nơi mà Thúy vẫn thường muốn ông Hưng đưa nàng đến thăm nhất là một ngôi nhà có những bụi tre lồ ô được trồng trước sân. Nàng đứng tư lự trước những thân tre mượt mà, xanh ngắt, bàn tay vuốt ve những chiếc lá thuôn thuôn, mơ màng như đang trở về và chìm đắm trong thời thơ ấu, cùng bạn bè cuộn lá non thành những vòng tròn để búng về mức vạch được vẽ bằng phấn. Ông tôn trọng khoảnh khắc đó, chỉ đứng quàng cánh tay lên vai nàng như bảo vệ, như che chở. Và sau khi chợt tỉnh giấc mơ, nàng ngước lên nhìn ông với ánh mắt long lanh đầy vẻ biết ơn.

Một điều đặc biệt – tuy nhỏ nhặt nhưng ông cảm thấy rất thương – mà ông nhận thấy ở nơi Thúy là nàng ăn uống rất ít ỏi. Cũng có thể vì nàng tiết kiệm tiền bạc. Cũng có thể vì thể lực của nàng không tốt lắm. Mỗi bữa nàng chỉ ăn một chén cơm chan canh rau (rau cải, rau dền, rau muống…). Mỗi khi ông ép nàng ăn nhiều hơn thì nàng vội vàng từ chối và nói "muốn ói" nếu ăn nhiều quá số lượng cần thiết. Vì quá thương và quá tội nghiệp nên ông không nỡ buộc Thúy phải làm theo ý muốn của ông. Thật ra ông muốn nàng tăng cân hơn một chút cho có sức khỏe, vì người phụ nữ ngoài bốn mươi tuổi mà chỉ nặng 44 ký-lô thì theo ông là quá ốm yếu!

Một hôm Dương thông báo cho ông Hưng biết hai vợ chồng anh và Thúy có việc phải quay về Sài Gòn trong khoảng thời gian một tháng, và nhờ ông coi chừng nhà giúp. Ông sốt sáng nhận lời nhưng trái tim nặng trịch vì đau khổ. Lúc chưa quen biết Thúy, ông trải qua gần cả đời người trong quạnh hiu và đơn độc vẫn không sao. Giờ đây đã quen chân quen tay (ông không dám nói là quen hơi quen hám) xa nàng chỉ một ngày ông còn chịu không nổi huống chi là xa nàng cả tháng trời.

Thúy cũng có vẻ bịn rịn khi chia tay ông. Nàng gởi ông xấp giấy croqui với những bức tranh vẽ nắng của nàng, và dịu dàng hôn nhẹ lên môi ông. Nụ hôn đầu tiên mà nàng trao cho ông sau gần nửa năm quen biết và yêu thương. Ông tê người đón nhận nụ hôn tiễn biệt của Thúy, trong lòng bấn loạn giữa hạnh phúc và đau khổ. Ông ôm xiết đôi vai nhỏ nhắn của nàng, cảm nhận hơi ấm từ bộ ngực mềm mại, từ bờ lưng thon thả, thổi vào tâm hồn ông một hơi nóng của tin cậy và hẹn ước. Lúc đó ông muốn nói rằng ông yêu nàng, nhưng dường như hiểu ý muốn của ông, Thúy đặt nhẹ ngón tay trỏ lên môi ông và lắc đầu. Ừ thì thôi, đợi khi nàng quay trở về thì ông sẽ nói sau cũng được vậy…

Thúy và hai vợ chồng người hàng xóm tên Dương đi về Sài Gòn được khoảng ba tuần thì gió Santa Ana bắt đầu thổi ngang thành phố của ông Hưng. Chưa khi nào ông cảm thấy gió mạnh mẽ đến như vậy. Đúng là cuồng phong. Gió thổi suốt đêm hôm đó và ông nghe tiếng răng rắc của cành cây gãy, của thân cây đổ. Rồi bất chợt ngôi nhà ông tối thui như vừa chìm xuống một hũ mực, vậy là ông biết điện đóm bị cúp vì đường dây điện bị đứt. Ông phải lọ mọ ra khỏi phòng ngủ và chuyển hệ thống sang đường dây điện sử dụng năng lượng mặt trời để thắp sáng mấy ngọn đèn. Ông nhớ Thúy quá. Ông đứng tần ngần trước xấp giấy croqui với những bức tranh vẽ nắng của nàng, bất giác hai dòng nước mắt nóng hổi tuôn rơi trên má ông.

Sáng hôm sau, ông Hưng bước ra sân trước kiểm tra và cảm thấy hãi hùng trước cảnh tượng điêu tàn mà gió Santa Ana gây ra trong sân. Cây phượng tím bị gió quật gãy ngang nửa thân, gục đầu xõa tóc xuống đất như một kẻ tội đồ. Ông lắc đầu thở dài, bấm điện thoại gọi cho một dịch vụ tư nhân trong quận để nhờ họ đến dọn dẹp. Ông tiếc cây phượng tím lắm, nhưng cũng muốn sân trước phải sạch sẽ, phải tươm tất, phải đẹp đẽ để đón mừng Thúy trở về. Chỉ còn một tuần lễ thôi là Thúy lại hiện diện trước mặt ông. Chỉ còn một tuần lễ thôi là Thúy lại ngồi trước chiếc giá gỗ để vẽ nắng. Chỉ còn một tuần lễ thôi là ông lại được cầm tay nàng, ông sẽ hôn lên bàn tay nổi đầy gân xanh mà nói rằng ông yêu nàng biết bao. Chỉ còn một tuần lễ thôi. Chỉ còn một tuần lễ thôi. Trái tim ông đập rộn ràng theo điệp khúc đó…

Sau bảy ngày canh chừng và chờ đợi, ông Hưng nhìn thấy hai vợ chồng người hàng xóm tên Dương lái xe đậu vào garage trước nhà, nhưng không có bóng dáng Thúy. Ông đứng bật lên, đi như chạy băng qua bên kia đường để hỏi thăm "Thúy của ông đâu." Đây là lần đầu tiên ông đường đột gõ cửa nhà hàng xóm, nhưng ông không còn quan tâm đến phép tắc lịch sự nhảm nhí và vô nghĩa nữa. Dương ra mở cửa, nhưng không nhìn vào mặt ông mà nhìn về phía sân trước trống trải và chói chang, nơi từng có một cây phượng tím tỏa cành râm mát. Không đợi ông lên tiếng, Dương hỏi trước:

-Anh Hưng chặt cây phượng tím rồi hả?

Ông hơi sửng sốt nhưng cũng gắng gượng trả lời:

-Ừ. Gió Santa Ana mạnh quá, thổi gãy ngang thân cây nên tôi chặt luôn.

Bấy giờ Dương mới quay sang nhìn ông và thong thả nói từng chữ:

-Anh Hưng à, thật ra Thúy đã mất cách đây ba mươi sáu năm rồi, mất trong một vụ động đất ở Sài Gòn và thi thể Thúy bị chôn vùi dưới lớp bùn sâu, đến bây giờ gia đình vẫn chưa tìm thấy xương cốt của Thúy đâu cả. Linh hồn lạnh giá của Thúy nhập vào cây phượng tím để ngày ngày được sưởi ấm bởi ánh nắng mặt trời, và bởi tình yêu của anh nữa. Nhưng cây phượng tím bị chặt rồi, linh hồn của Thúy không còn có chỗ dựa để trở về nữa. Thúy nói anh cứ giữ xấp giấy croqui với những bức tranh vẽ nắng. Đó là kỷ vật cuối cùng Thúy gởi tặng cho anh thay cho lời biết ơn. Thúy tha thiết muốn anh nghĩ về Thúy bằng một hình ảnh đẹp, hình ảnh của một người đàn bà chỉ thích ngồi vẽ nắng...

Ông Hưng thảng thốt nhìn Dương thật lâu rồi cúi đầu từ giã ra về mà không nói được một lời nào. Dáng ông bước đi nhìn lọm thọm hẳn trong ráng chiều buồn liêu xiêu.

Nguyễn Thị Bích Nga

đời người một trăm năm
đã qua gần tám-bốn
ngó Đường Chữ Sau Lưng
thương bóng đời tỉ tốn
tiếc tiếc một cuộc chơi
mai một một mai tới...
l u â n h o á n

TM

ĐÀO NHƯ

CHIẾN DỊCH BABYLIFT-APRIL-1975

Căn cứ theo thông tin của Website Wikipedia, chiến dịch bốc các trẻ em thuộc viện mồ côi tại miền Nam Việt Nam đến nước Mỹ và các quốc gia tây phương như tây Đức, Pháp, Anh, Úc, Canada... bắt đầu từ ngày 3 đến 26 tháng 4-1975 là chỉ thị của Tổng Thống Mỹ đương thời, Gerald Ford - *"The president Gerald Ford announced the US government would begin airlifting orphans out of Saigon on series of 30 flights aboard Military Airlift Command (MAC)"*

https://en.wikipedia.org/wiki/Operation_Babylift

Hình minh họa trên mạng

Tuy nhiên Operation Babylift tự nó có nhiều vấn đề mâu thuẫn ngay từ lúc ban đầu: Tại sao chỉ có trẻ em thuộc viên mồ côi mới được ưu tiên như vậy? Còn nhóm trẻ con vốn là con em của những người Việt làm công nhân viên chức của Mỹ trong thời kỳ Vietnam-War thì sao? Trong thực tiễn có nhiều bà mẹ Việt Nam đem con của họ đến trung tâm chiến dịch Babylift, họ đã than khóc thảm thiết và yêu cầu di chuyển con họ đến Mỹ theo diện trẻ em mồ côi. Dĩ nhân viên chức của chính phủ Mỹ tại Saigon. Do đó trong số gần 3300 trẻ em Việt Nam được Operation Airlift đưa đến Mỹ và các quốc gia Tây Phương, người ta không biết chắc có bao nhiêu trẻ em thuộc diện mồ côi thật sự? Có bao nhiêu trẻ con vốn là con em của công nhân viên chức Việt Nam hợp tác với Mỹ trong suốt chiều dài của Vietnam War?

THẢM TRANG BABYLIFT- FALLEN FROM THE SKY

Vào ngày 4 tháng 4 năm 1975, một sự cố của chiến dịch Baby Airlift đã làm chấn động lương tâm nhân loại. Đó là sự thất bại đáng tiếc của chiến dịch di tản các trẻ em ở các viện mồ côi tại các tỉnh miền nam Việt Nam, thủ đô Sài Gòn và các vùng phụ cận, sang Mỹ. Đây là sự mất mát về nhân mạng lớn nhất trong lịch sử của cơ quan DIA - Defense Intelligence Agency - của Mỹ - Sự mất mát này chỉ đứng sau cuộc tấn công của bọn Hồi Giáo khủng bố vào trung tâm Mậu Dịch Quốc Tế - World Trade Center, tại New York hôm 11 tháng 9 năm 2001.

https://coffeeordie.com/operation-babylift

Chiếc phi cơ AC-SA Galaxy và phi hành đoàn gồm có phi công trưởng Dennis Traynor, các nhân viên của cơ quan DAO - Defense Attaché Office - và 250 trẻ mồ côi Việt Nam đã sẵn sàng trên phi đạo. Vừa cất cánh lên cao từ phi cơ người ta có thể nhịn thấy Biển Đông Thái Bình Dương, nhưng cùng lúc ấy phi hành đoàn phát hiện cánh cửa bên hông của phi cơ không đóng lại, mở toang, gió thổi vào gây áp lực mạnh làm phi cơ chao đảo, phần đuôi của phi cơ như muốn tách rời. Có một só trẻ mồ côi và nhân viên DAO bị hất tung ra khỏi phi cơ. Phi công trưởng Traynor phải đáp khẩn cấp trên ruộng lúa cách phi trường Tân Sơn Nhứt hai miles. Chuyến bay tai hại này đã giết chết 138 người trên phi cơ (on board) gồm có 78 trẻ mồ côi và 35 nhân viên của cơ quan DAO.

Tuy nhiên, trong tầm nhìn tổng quát, chiến dịch Babylift đã là một thành công rất lớn của chính phủ Mỹ. Chỉ trong tháng Tư (April-1975), cơ quan DAO đã di tản hơn 40.000 ngàn người Việt trong đó có hơn 3300 trẻ mồ côi Viêt Nam sang Mỹ. Có một số trẻ mồ côi không có giấy tờ đầy đủ về gốc tích cha mẹ hay trung tâm nuôi dưỡng, các trẻ này được các gia đình thiện nguyện ở Mỹ, Úc, Canada, Pháp, nuôi dưỡng. Một tổ chức vô vị lợi có tên là Operation Reunite Form-Chiến Dịch giúp các trẻ mồ côi đoàn tụ với gia đình bằng cách lấy mẫu DNA của các cháu kết hợp với mẫu DNA của những người thân trong gia đình còn lại tại Việt Nam hay tại Mỹ. Chiến dịch này rất thành công trong việc tìm lại người thân hoặc cha mẹ của các trẻ mồ côi trong chiến dịch Babylift-1975.

Mới đây, nhờ chiến dịch Operation Reunite Form, bà Leigh Mai Boughton Small, vốn dĩ là một trẻ mồ côi trong chiến dịch Babylift hồi tháng 4-1975, bà được môt gia đình người Mỹ ở New England nuôi dưỡng. Sau hơn 4 thập niên xa cách, bà tìm lại được mẹ còn sống tại Việt Nam. Cuộc đoàn tụ thật hy hữu đầy xúc động. Đó là chỉ dấu cụ thể của sư thành công của chiến dịch babylift năm 1975, vào những ngày cuối cùng của Vietnam War...

Đào Như

tình không nên lận lưng
phải nghiêm trang gìn giữ
bạn khuyên như sửa lưng
cười trừ không cự nự
đúng đây là lưng quần
vị trí có thể lận
ổ tình ta bao trùm
không nơi nào trọng điểm ?
luân hoán

TRẦN C. TRÍ

Hoa Kèn Vàng Một Thuở

Mọi việc bắt đầu—xem nào—à, phải rồi, từ lúc anh bước vào cửa tiệm Five Below ở thành phố Santa Dolores. Hôm ấy là vào tháng Tư, từng mảng hoa vàng nở rộ trên mấy bước tường trong khu thương mại nhỏ mà anh mới tình cờ khám phá ra.

"Hoa vàng này đẹp quá,"—anh cất tiếng hỏi một cô gái đi ngang qua—"Cô có biết loài hoa này tên gì không?"

"Yellow trumpet, ông ạ"—cô gái mau mắn trả lời. Anh gật gù, nói hai tiếng cám ơn cô gái, rồi lẩm nhẩm với chính mình—"Yellow trumpet, hoa kèn vàng. Tên nghe cũng hay đáo để."

Anh đẩy cánh cửa của tiệm Five Below, bước vào bên trong. Chùm lục lạc treo trên cửa reo leng keng như chào mừng khách đến. Tự dưng anh thấy như có một luồng điện nào chạy dài theo sống lưng mình, và anh nhủ thầm, "Kể từ bây giờ, tên của mình là Malik." Cô nhân viên đứng ở quầy tính tiền bên phải vồn vã chào anh. Anh gật đầu chào trả rồi đi sâu vào trong tiệm. "Tên mình là Malik," anh nhắc lại một lần nữa với mình.

Không khí chung quanh anh thật êm ả. Những người khách khác dường như cũng không muốn phá vỡ sự thinh lặng hiếm hoi ấy, chỉ rì rầm nói với nhau, trong lúc họ lướt qua những cái kệ bày đủ loại hàng, không món nào giá trên 5 đô-la. Anh tiến tới chỗ có các loại dụng cụ vẽ, không hiểu vì sao. Hồi giờ anh có vẽ vời ra hồn gì đâu, ngoại trừ một hai bức tranh bằng bút lông màu trong tập vở, vẽ các cô gái quay lưng lại (vì dễ hơn là vẽ gương mặt) ngó ra biển cả với mặt trời xa xa đang chìm dần xuống nước, hay một dòng sông lô nhô những hàng cây bên kia bờ.

Với 5 đô-la, anh có thể mua một bộ màu nước và mười mấy cây cọ đủ cỡ. Giá thật hời. Thêm 5 đô-la nữa, anh lấy hai cái khung canvas cỡ 8x10. Anh nghĩ là Malik đang mua những món này, nhưng anh sẽ là người trả tiền. Cũng không sao. Anh mỉm cười với ý nghĩ rộng lượng ấy. Hôm nay là một ngày đẹp trời. Thời tiết hoàn hảo. Anh có quyền vui và rộng lượng.

Anh lái xe về nhà, lòng hân hoan một cách khác thường. Hình ảnh rực rỡ của lũ hoa kèn vàng ở khu thương mại vẫn đậm đà trong trí nhớ của anh. Nhưng anh vẫn vội vã đậu xe, lấy hộp màu và cọ cùng hai khung vải bố, hấp tấp bước vào nhà, như thể sợ sẽ quên mất những đoá hoa đó như thế nào, không kịp vẽ lại được.

Không thay áo quần, anh ngồi ngay xuống ghế, đặt cái giá vẽ kèm sẵn với hai khung vải lên bàn, đoạn để một cái khung lên giá, bóp màu trong tuýp ra trên cái mâm nhỏ, nhúng cọ vào, hí hoáy vẽ, quên hết mọi thứ chung quanh. Nắng buổi sáng tràn vào phòng qua khung cửa sổ rộng. Hương thơm của nhiều loài hoa khác nhau quyện lại từ khu vườn bên hông nhà cũng ùa theo vào, hoà với tiếng chim ríu rít, ríu rít làm anh thấy vô cùng sảng khoái.

Khoảng nửa tiếng sau, anh đặt cọ xuống, đứng lên và lùi lại vài bước để ngắm bức tranh. Anh đã mang một mảng tường có hoa kèn vàng bò chi chít từ khu thương mại về đến nhà, nhốt tất cả vào khung vải bố, thật sống động. Màu vàng tươi roi rói như biết nói, biết cười, nhưng bằng một cách câm lặng, không tranh giành âm thanh với lũ chim ngoài vườn.

"Tristan, anh về hồi nào? Anh mua bức tranh này ở đâu vậy?"

Rosie bước vào phòng, tò mò hỏi.

"Từ nay, em hãy gọi anh là Malik"—anh điềm nhiên đáp—"Anh không mua tranh mà chỉ mua màu, cọ và khung vải thôi. Anh vẽ... à không, Malik vẽ đó. Ồ, mà em cũng có thể nói là anh vẽ cũng được. Không hề gì."

"Malik?"—Rosie hơi nhíu mày—"Em nhớ hồi sáng lúc anh bước ra cửa, anh hãy còn là Tristan mà,"—cô nhún vai, tiến gần đến bức tranh, quan sát hồi lâu rồi bảo—"Hoa này đẹp lắm. Mùa xuân là chúng bắt đầu nở, nhất là trên các bức tường hai bên xa lộ mà em vẫn thường lái xe qua."

"Hoa kèn vàng đó em,"—anh nói, giọng tự phụ—"Tiếng Anh gọi là yellow trumpet—Chúng mọc trên những dây leo, bò theo mặt phẳng của các bức tường."

Anh ngồi xuống ghế. Rosie cũng ngồi xuống theo, trên chiếc ghế đối diện với anh. Anh không hề thắc mắc là sao hôm nay Rosie không đi làm, cũng như chính mình cũng ở nhà, đi mua sắm lặt vặt mà không có lý do. Bỗng dưng, anh thấy hôm nay là lúc mình có thể nói hết mọi chuyện với Rosie. Nói hết.

"Em nhớ Chiara không?"—anh trầm giọng nói—"Chiara mà thỉnh thoảng anh vẫn thường kể với em đó."

"Tristan, à quên, Malik!"—Rosie cười nhẹ—"Làm sao mà em quên được. Cứ hai ba ngày là anh lại nhắc đến Chiara, cô đồng nghiệp trong sở của anh, hết Chiara như thế này rồi lại Chiara như thế nọ. Lắm lúc em có cảm tưởng là anh đã yêu cô ấy."

"Anh đã từng yêu cô ấy,"—anh nhấn mạnh hai chữ "đã từng"—"Thật ra, Malik đã yêu cô ấy thì đúng hơn,"—anh lại nhấn mạnh cái tên Malik.

Rosie ngồi im nghe anh nói, gương mặt cô tuyệt nhiên không lộ một biểu cảm nào.

"Tình yêu đó,"—anh tiếp tục nói—"đã đi hết đoạn đường của nó, nói văn hoa theo người Mỹ. Nhưng nói cho cùng, nó không có thật. Có một nhạc sĩ lừng danh trong làng âm nhạc của chúng ta đã từng nói về những mối tình như thế. Ông ta chia tình yêu kiểu đó thành ba giai đoạn."

"Giai đoạn đầu như thế nào?"—đến chỗ này Rosie mới thong thả hỏi.

"Giai đoạn đầu, theo ông là *"Tình do tâm ta mà sinh..."*—anh lim dim hai mắt, đọc lên câu nói—"Chỉ có anh là loay hoay, chới với trong mối tình đó thôi. Chiara không hề hay biết. Em cũng không biết. Mà em cũng không cần biết, vì nó chỉ ở trong đầu anh thôi, không có gì xảy ra hết."

"Em nhớ ra rồi, Malik."—Rosie buồn bã nói—"Có một dạo, nhiều hôm em thấy anh như người mất hồn. Em gặng hỏi, anh có điều gì buồn phiền không. Anh cứ bảo là không. Rồi sao nữa? Giai đoạn thứ hai ra sao?"

"Đó là lúc Chiara không còn làm chỗ của anh nữa,"—anh nói tiếp—"Nhưng anh vẫn đau khổ. Nhạc sĩ nói về giai đoạn kế tiếp này là *"Có khi tình mất mà tâm còn động vọng..."* Rồi anh tự cho mình mười năm để cố quên nó đi. Làm như đời người có nhiều lần mười năm như vậy để hoang phí."

"Vậy thời gian đó đã qua chưa?"—Rosie mở to hai mắt—"Hoá ra trong bao lâu nay tâm anh vẫn còn 'động vọng'?"

"Tất cả đã qua rồi,"—anh thở dài thật nhẹ—"Bởi thế anh mới thanh thản kể cho em nghe đây. Một hôm, anh chợt thấy trong lòng ráo hoảnh. Rồi anh nhớ đến người nhạc sĩ, nhớ đến giai đoạn chót trong tình yêu tuyệt vọng mà ông đã nhắc tới, *"Đến lúc tâm bình an thì tình kia cũng đoạn nỗi..."*

"Còn thiếu một giai đoạn nữa,"—giọng Rosie khô khốc—"Tại sao tâm của anh chỉ sinh ra tình với Chiara mà không với Josefina hay với Chloe? Hai cô ấy cũng dễ thương lắm mà."

"Ý của em là gì?"—anh băn khoăn hỏi.

"Phải có thêm một giai đoạn, giai đoạn trước giai đoạn đầu, có thể giải thích tại sao người ta chọn một người để yêu thay vì một người khác."

Anh đứng lên, tiến gần đến cửa sổ, ngó về hướng có tiếng chim hót, lẩm bẩm:

"Anh không biết. Tristan đã thấy bình an. Malik đã thấy bình an. Tình kia đã đoạn nỗi."

Rosie nhìn sững vào bức tranh có những đoá hoa kèn vàng. Cô quay qua nhìn Tristan, à không, Malik. Rồi cô bỗng không biết mình là ai.

oOo

"Bức tranh này đây à?"—Pierre chỉ lên tường—"Có thật là Tristan vẽ nó không?"

"Malik,"—Rosie nói, cười vui. Hôm nay cô đã lấy lại bình tĩnh—"Bây giờ anh ấy là Malik. Anh phải gọi anh ấy là Malik."

Pierre trố mắt, nhưng không nói gì. Rosie chỉ tay sang bức tường đối diện:

"Bức kia cũng là do anh ấy vẽ, được một tuần nay."

Pierre nhìn theo ngón tay trỏ của Rosie. Anh chợt "ồ" lên một tiếng, tiến đến gần bức tranh để quan sát. Đó là bức tranh mà hậu cảnh là một khu xóm lao động với những căn nhà hình hộp nằm san sát nhau, lô nhô căn cao căn thấp. Cận cảnh là hai cái cây cao, có vẻ như là cây ô-liu. Trước bức tường trắng của một căn nhà là một người đàn bà đang rảo bước, mặc đồ trùm kín người, đầu đội một cái bình lớn bằng gạch nung.

"Tristan... Malik... vẽ bức tranh này à?"—Pierre nói lắp bắp, giọng run run—"Đây là phong cách của một hoạ sĩ tôi biết khá rõ. Cảnh này có vẻ nửa như Trung Đông, nửa như Ý Đại Lợi. Không thể như vậy được! Hồi giờ Tristan... Malik... có bao giờ vẽ đâu!"

Rosie không nói gì. Cô nhìn bức tranh một hồi lâu rồi ngồi xuống xô-pha, bất động.

"Malik đâu rồi?"—chừng như Pierre đã bắt đầu quen với con người mới này.

"Trong phòng làm việc, đang vẽ, anh ạ,"—Rosie nói nhát gừng, nhưng gương mặt cô không có vẻ gì là bực bội.

Pierre để Rosie ngồi đó, đi vội về phía căn phòng nơi anh và Tristan thường trải qua hàng giờ để nói chuyện, nghe nhạc và uống trà hay cà-phê với nhau. Bây giờ nó đã trở thành xưởng vẽ rồi chăng?

Tristan—Malik đang ngồi quay lưng về phía cửa ra vào, lúi húi sơn sơn, phết phết. Anh mặc một cái áo lốm đốm những đóa hoa nhỏ, không rõ là hoa gì, mà Pierre chưa bao giờ thấy. Pierre đi thật nhẹ để bạn không giật mình. Anh định lên tiếng chào nhưng nghĩ sao lại thôi, chỉ đứng một chỗ nhìn qua vai Malik xem anh vẽ gì. Trên khung vải là một cảnh có vẻ đã gần hoàn tất. Trong cảnh không có một bóng người nào. Một con đường vắng vẻ, uốn cong thoai thoải về bên phải. Bên trái lác đác vài căn nhà, còn bên phải chỉ chỏng trơ vài hòn đá lớn có, nhỏ có. Tô điểm cho tiền cảnh là vài cái cây cao vút, tán lá rậm rạp, xanh dờn. Xa xa bên dưới, và chìm vào hậu cảnh, là biển cả tiếp giáp với bầu trời, chuyển từ màu xanh thẫm sang màu xanh nhạt nơi đường chân trời. Bên trái là một cái vịnh, trên bờ lốm đốm nhà cửa nhỏ xíu trông như những cái chấm nhỏ nằm sát bên nhau. Pierre rùng mình mấy lượt. Anh đã từng thấy phong cảnh này ở xứ Liban mà anh đã từng đến.

Gian phòng bay mùi khen khét của thuốc lá nhồi trong tẩu. Pierre nhìn mái tóc quăn bất thường của bạn, thấy cả một làn khói thuốc cuồn cuộn bốc lên từ trước mặt anh ta. Tristan không bao giờ hút thuốc!

"Tristan! Malik!"—Pierre rụt rè lên tiếng gọi.

Malik không giật mình, chỉ từ từ ngoảnh mặt lại. Pierre nghe toàn thân lạnh toát, không nói được tiếng nào. Anh lùi dần ra cửa rồi quay lưng đi thật nhanh ra lại phòng khách, ngã vật xuống cái ghế bành đối diện chiếc xô-pha, nơi Rosie đang ngồi mơ màng như đang ở trong một cõi nào khác.

Mãi một lúc sau, Pierre mới định thần lại và nói:

"Rosie nói đúng. Tristan bây giờ là Malik!"

"Anh căn cứ vào đâu mà nói vậy?"—Rosie nhẩn nha hỏi.

"Tôi thấy Malik, không phải Tristan nữa, vì anh chàng Malik này đeo kính và hút tẩu. Tristan không đeo kính và không hút thuốc lá, nói chi đến thuốc tẩu,"—Pierre nói một hơi không nghỉ, xúc động cực kỳ—"Malik đang vẽ một bức tranh mà họa pháp nhất định là của một hoạ sĩ lừng danh của Ai Cập trong thế kỷ trước, cách đây tròn 80 năm."

"Đeo kính à? Hút thuốc tẩu à?"—Rosie lơ đãng nhắc lại—"Hôm qua, anh ấy còn để mắt trần và chẳng hút xách gì cả."

"Ông hoạ sĩ người Ai Cập này,"—Pierre sôi nổi nói tiếp—"một thời đã làm giới hội hoạ chú ý đến, không những vì những họa phẩm trác tuyệt của ông, mà còn vì mối tình tuyệt vọng của ông dành cho một nữ hoạ sĩ người Ý mà ông có thời gian thụ giáo."

"Mối tình tuyệt vọng?"—bây giờ Rosie mới tỏ vẻ quan tâm đến những gì Pierre đang nói.

"Đúng vậy. Nữ hoạ sĩ đó tên là Scura Da Forno,"—lúc này, Pierre như đang lên đồng—"Người ngồi vẽ trong phòng không phải là Tristan, cũng không phải là Malik hay Malek gì cả, mà chính là danh hoạ Ali Abdallah. Ông sinh ra và mất đi vào đúng sinh nhật của mình, 50 năm sau."

"Scura? Chiara!!!"—Rosie thốt lên, giọng đắc thắng—"Như vậy là tôi đúng rồi, anh Pierre ạ. Phải có thêm một giai đoạn nữa, trước giai đoạn đầu."

"Giai đoạn của cái gì?"—Pierre ngơ ngác hỏi.

"Các giai đoạn của một tình yêu,"—Rosie tủm tỉm cười—"Anh không bao giờ nghĩ đến sao? Tại sao anh đã yêu và cưới chị Mireille? Tristan, à không, Malik đã yêu Chiara trong tuyệt vọng, vì trong tiền kiếp anh ấy là Ali, đã yêu Scura mà không được đáp trả, *unrequited love.* Ai yêu ai, ai lấy ai, tất cả đều là do duyên nợ từ kiếp trước. Có khi duyên thì ít mà nợ thì nhiều!"

Nói xong, Rosie đứng bật dậy, đi ra vườn, để lại Pierre ngồi ngẩn ngơ, rồi thẫn thờ quay qua nhìn hai bức tranh hãy còn thơm mùi sơn mới treo đối diện nhau trên hai bức tường.

Trần C. Trí

lâm thơ như xay lúa
xoay vòng hạt ngọc trời
loại bỏ lớp vỏ trấu
lưu giữ phần tinh khôi
chữ nghĩa như hạt gạo
nuôi ta sống cùng đời
giàu tâm cảm khoái thú
nghiêm túc một cuộc chơi
l u â n h o á n

TIỂU LỤC THẦN PHONG

ROCKY

Tiểu trấn Magnolia mơ màng trong nắng sớm chiều sương, cả trấn chỉ chừng ngàn nóc nhà nho nhỏ với thảm cỏ xanh rì. Cứ mỗi khi chiều xuống thì đoàn tàu hàng dài ngoằn nghèo từ cảng Savannah chạy ầm ầm ngang qua trấn, âm thanh như rung chuyển đất, tiếng còi tàu toe toe khuấy động không gian trước khi màn đêm buông xuống.

Không biết ngẫu nhiên thế nào mà mỗi khi Rocky lái xe về đến trấn luôn luôn thấy đoàn tàu nằm ườn mình chắn ngang con đường Main này. Đời Rocky dường như gắn liền với tiếng còi tàu, nó sanh ra và lớn lên ở tiểu trấn Poppy, nơi có hoa vàng, có nhà ga xe lửa, có tiếng còi tàu từ khi nó còn nằm trong bụng mẹ. Tiếng còi tàu in sâu vào tâm khảm từ khi nó mới chào đời, giờ đã quá nửa đời người thì mỗi chiều lại nghe tiếng còi tàu vang động. Những khi đi chơi đâu đó vài ngày thì lòng Rocky chợt thấy trống vắng lạ lùng, hồn nó thấy thiếu thiếu cái gì ấy mà nó không thể hiểu được, đã nhiều lần như thế, mãi sau này nó mới nhận ra là nhớ tiếng còi tàu. Những cuộc đi chơi dù chỉ vài ngày chứ có lâu mấy cho cam, ấy vậy mà thiếu tiếng còi tàu làm cho hồn Rocky nao nao trong lòng.

Chiều nay cũng thế, đoàn tàu của hãng Southern Railway chạy chầm chậm cắt ngang đường Main. Trời ơi, nó dài mút chỉ cà tha. Rocky ngồi trong xe đếm được 172 toa xe, đoàn tàu như con mãng xà bằng sắt thép khổng lồ. Nó đang rì rầm trườn qua. Nó thở phì phò tuôn ra làn khói đen thưa thớt, tiếng còi toe toe như tiếng vọng từ ký ức xa xăm đâu đó vọng về. Tiếng còi tàu hiện hữu thực tại làm giật mình không ít kẻ đang lơ đãng. Tiếng còi tàu nhắc nhở những tài xế chớ vượt ẩu qua đường ray. Tiếng còi tàu báo hiệu cho mọi người biết chiều sắp tàn...

Rocky gắn bó với tiểu trấn Magnolia này cũng đã lâu lắm rồi, trấn nghèo và buồn buồn ở vùng ngoại ô thành Ất Lăng. Đã bao lần Rocky toan tính bỏ trấn mà đi. Thằng Jack bảo: "Hãy vào downtown sống với anh em, sống nơi phồn hoa đô hội để hưởng thụ, sống chi nơi cái trấn nhỏ nghèo và buồn hắt hiu ấy?" Thằng Liam cũng khích tướng: "Vô phố thị sống cho xứng với đời, ở trấn Magnolia chỉ toàn bọn nhà quê"... Rocky chỉ cười chứ không đồng ý hay phản đối. Ừ thì trấn nhỏ này quê mùa thật, nghèo nàn thật, buồn quạnh hiu thật nhưng sao nó lại quyến rũ Rocky như vậy. Những đêm chơi với bạn bè quá hai giờ sáng, cả bọn bảo Rocky ở lại ngủ nhưng Rocky vẫn nhất định lái xe về; đêm về sáng, không gian tịch mịch vô cùng, sao trời lấp lánh, tiểu trấn hắt hiu trong ánh đèn vàng mà lòng Rocky lại thấy yên ả vô cùng. Rocky lái xe chạy dọc đường Forest Park Way song song với đường ray xe lửa, qua cầu vượt đường Jonesboro thì thấy đoàn tàu đang nằm im lìm trong ánh đèn vàng, dường như nó đang mơ trong giấc mộng liêu trai? Hoa từ những cây magnolia tỏa hương ngào ngạt, mùi hương nồng và gắt, rất nặng đối với những ai nhạy khứu giác, hoa magnolia quả là mùi thơm ngạt thở, cánh hoa trắng muốt, trông hoa như hoa sen, lại có loại thì phơn phớt hồng và cũng có loại đỏ thẫm. Rocky đặc biệt thích loại màu trắng và thường kêu nó là hoa sen trên không trung.

Về đến đường Highland, nhà ông Boyce vẫn còn le lói ánh đèn ngủ hắt ra, người già thường khó ngủ và ngủ ít. Ông Boyce đã ngoài bảy mươi lăm, ngày ngày ngồi trước hiên nhà, ông có cái thú vui cầm những đồng coin và xáo trộn chúng trong lòng bàn tay. Vợ ông Boyce chết lâu rồi, con cái bay nhảy bốn phương, đứa thì ở vùng giàu có Peachtree city, đứa thì theo chồng qua Texas. Ông Boyce ngồi trước hiên nhà vẫy tay chào người qua lại. Chiều nào làm về Rocky cũng qua chào ông Boyce, ngồi với ông vài mươi phút. Rocky thương ông Boyce như cha mình, vì vậy dành chút thời giờ giao tiếp để cho ông vui. Ông Boyce hiền như ông Bụt trong Phật giáo của người phương Đông, ấy vậy mà lại có thằng con ngỗ nghịch dễ sợ. Thằng Brian cao hơn sáu phít, nặng hơn hai trăm phao, to cao và đẹp ngời ngời như diễn viên Hollywood, ấy vậy mà tánh tình hơi bị tửng lại còn nghiện hút chích. Một ngày kia mua bán thuốc không sòng phẳng tiền và bị tụi Mỹ đen đánh chết. Ông Boyce bảo: "Tụi nó đánh dã man quá, bác sĩ khám nghiệm tử thi cho biết lục phủ ngũ tạng thằng Brian tiêu tùng hết." Trong lòng ông Boyce chắc cũng đau lắm, tuy nhiên vẻ ngoài vẫn thản nhiên như thường, vẫn ngày ngày ngồi trước hiên nhà mà xáo những đồng coin. Thằng Brian bỏ trấn Magnolia đi về nơi miên viễn, mấy ngày sau con Tammy nhà láng giềng từ bệnh viện về với hai đứa con gái song sinh đẹp như thiên thần. Trấn Magnolia mất một mà lại được hai. Con Tammy cao ráo, thanh tú, dáng dấp như một người mẫu, mặt đẹp như đức mẹ Maria. Hai đứa trẻ sơ sinh thừa hưởng trọn vẹn nét đẹp của mẹ nó, hai đứa mới sinh còn đỏ, mắt nhắm nghiền, tuy nhiên đường nét của mẹ nó hiện rõ ở gương mặt của hai đứa bé. Một người đi, hai người đến, dòng sanh tử triền miền, dòng luân hồi vô tận không bao giờ dứt. Rocky là láng giềng thân cận của Tammy. Con Tammy có đôi khi hỏi: "Rocky, bạn gái mới đâu? Sao không dẫn ra mắt?" Rocky cười trừ, nhún vai, xòe tay. Rocky chưa thể quên được con Azalea. Con ghệ của Rocky trong một lần đi shopping bị thằng da trắng thượng đẳng xả súng bắn chết. Thằng kỳ thị điên cuồng tự cho mình cao hơn thiên hạ, căm ghét người da màu. Nó xả súng vào đám đông, trớ trêu thay không có mấy người da màu trong số nạn nhân mà toàn là da trắng. Con Azalea là nạn nhân trong số ấy. Rocky đau đớn đưa Azalea ra nghĩa trang Forest Hill một chiều thu hiu hắt. Nghĩa trang nằm mơ màng trong sương khói đã hơn một trăm năm mươi năm giữa lòng trấn Magnolia. Những tấm bia nhỏ khắc ghi tên họ và mốc thời gian của người nằm dưới mộ cho biết họ giờ đã lên hàng cao tằng tắc tổ. Nghĩa trang nằm kẹp giữa đường sắt và đường Main, con đường mà sáng sớm chiều sương Rocky phải đi qua, mỗi lần chạy qua nó đều ngoái cổ nhìn vào, không biết bao lần Rocky tưởng tượng con Azalea đang thơ thẩn lạng thang giữa những lối đi trong nghĩa trang, nghĩ mà mắt nó cay cay. Nó không biết những người nằm trong nghĩa trang có nhớ tiếng còi chăng? Nhớ hay không thì mỗi chiều tiếng còi tàu cũng vọng tràn không gian.

Tiểu trấn Magnolia nho nhỏ, nghèo và buồn man mác không có chỗ, nói đúng hơn là không phải chỗ của những thằng da trắng thượng đẳng, ấy vậy mà con Azalea vô tình trở thành nạn nhân. Cư dân Magnolia hiền hòa ấy vậy mà mỗi khi nói đến luật kiểm soát súng đạn thì họ lại phản đối, cái ý niệm sở hữu súng đã ăn sâu vào tâm thức của họ rồi, đành rằng hiến pháp cho phép người dân sở hữu súng, nhưng với vũ khí tấn công, súng trường, súng liên thanh thì đâu phải là vũ khí tự vệ! Bọn lái súng và bọn ăn tiền của lũ lái súng quá mạnh nên những dự luật kiểm soát súng đạn đều bị bác hết.

Rocky đã nhiều lần bị tụi bạn làm chung chửi: "Mày cứ như ông cụ non, mãi sống bằng tâm tưởng! Mày ở trấn Magnolia riết rồi mày cũng hệt như cái trấn ấy!" Thằng Liam nói đúng, Rocky cũng nhận thấy mình như cái tiểu trấn này, chán là vậy nhưng không bỏ đi được, đi là nhớ ở thì xà quần hổng tới đâu. Rocky cũng nghèo và lặng lẽ như cái trấn này! Ngày xưa còn đi học, Rocky mơ ước sau khi ra trường sẽ sống lang bạt kỳ hồ, đi đây đi đó để tận mắt nhìn, tận tai nghe, tận thân tâm cảm nhận những cái mới lạ của con người và những vùng đất xa lạ. Thế mà không hiểu nhân duyên gì lại đẩy đưa Rocky gặp Azalea và theo con nhỏ về tiểu trấn này, để rồi dính chặt luôn, bỏ đi không đành, thời gian ngày càng buộc chặt đến độ không thể buông. Có đôi khi Rocky tự hỏi lòng: "Magnolia có gì đâu để mình phải gắn bó với nó? Quá đơn điệu nghèo nàn, quá lặng lẽ trầm lắng, chẳng có nổi một quán bar để giải sầu..." những thành phần khá giả đã và đang lần lượt bỏ trấn ra đi, những người trẻ ham vui cũng rời đi nơi khác, bạn bè năm lần bảy lượt giục Rocky vào Midtown, cái câu hỏi mà Rocky nghe nhiều nhất chính là câu: "Magnolia có mẹ gì mà mày gắn bó như thế?" Rocky không biết trả lời sao vì chính bản thân mình còn không hiểu thì làm sao giải thích cho người!

Thời gian lần lữa trôi qua, tuổi đời cũng theo tháng năm chồng chất, mới ngày nào còn trẻ khỏe đẹp trai, ấy vậy mà giờ đã là gã trung niên, mắt bụp, khóe chân chim, da bắt đầu chùng không còn căng mọng như ngày trước, xương khớp cũng có dấu hiệu của tuổi già, trí óc cũng không còn nhanh nhạy. Thời gian cứ như cát biển khô tuôn chảy qua kẽ ngón tay. Rocky từng ấp ủ ước mơ chỉ sống trọn quãng đời thanh xuân thôi, khi hết tuổi xuân thì chết chứ không muốn kéo dài đến tuổi già. Rocky sợ cái già, sợ tuổi già, sợ những hệ lụy của sự già nua. Rocky không mốn sống với cái hình hài da nhăn, tóc bạc, răng rụng, xương khớp đau nhức... Rocky muốn chết, muốn ra đi với cái nhân dáng khỏe đẹp, ấy thế mà giờ đã chớm già nhưng không chịu chết, không chết cũng chịu chứ biết làm sao? Ý Rocky muốn nói cái chết tự nhiên, chết êm đềm như hơi men như giấc ngủ say. Vào những ngày xuân muôn hoa đua nở, cỏ biếc bạt ngàn. Rocky nghĩ: "Giá mà ra đi trong khoảnh khắc này thì đẹp biết bao". Nhưng rồi khi vàng thu long lanh, muôn sắc màu bừng lên như gấm hoa. Rocky lại ước: "Nếu mà hóa ngay trên thảm lá này thì còn gì tuyệt hơn!"...

Thời gian vô tình, bốn mùa luân chuyển, mùa thu mới lại về, lá vàng xào xạc đổ khắp tiểu trấn. Vườn Huie Barn lại rực rỡ muôn sắc gấm hoa, vườn rộng đến hai trăm mẫu tây. Rocky lại lang thang đạp lá vàng, ngồi bên hồ nước nhìn mây trắng bay. Vườn Huie Barn là nơi ghi dấu sâu đậm nhất của Rocky ở trấn này. Mỗi tuần Rocky đều đến đây để chạy bộ, tản bộ; mỗi mùa đều đến đây để ngắm hoa, nhìn lá, thả hồn theo mây gió; vui cũng đến, buồn cũng vô, không vui không buồn cũng vào để lang thang thơ thẩn một mình. Rocky cứ như cư dân thường trực ở đây, không kể mẹ con nhà nai, bọn sếu, bọn vịt trời, lũ bướm, lũ sóc... Tiếng còi tàu từ đường Main không thể vọng đến vườn vì khoảng cách khá xa, ấy vậy mà những khi chạy bộ ở đây hồn Rocky vẫn vọng tiếng còi tàu.

Tiếng còi tàu vang vọng giữa tiểu trấn gợi nhớ tiếng còi tàu từ đề pô xe lửa ở hometown của Rocky. Cái âm thanh toe toe xé gió xuyên mây mang đầy âm hưởng dĩ vãng thật khó tả bằng lời. Ngày xưa Rocky cũng đã từng nghe tiếng còi xe lửa mỗi sáng sớm chiều sương, nhà của Rocky không xa đề pô xe lửa là mấy, bởi vậy tiếng còi tàu ở sân ga đón người đến, tiễn người đi đã vọng vào tâm thức. Tiểu trấn Magnolia cũng như đất bắc Mỹ này vốn của chung thiên hạ. Người da đỏ, người da trắng, người da màu… lần lượt kẻ trước người sau đến đi, tất cả chỉ là tạm dung, đến để rồi đi, chẳng có ai ở mãi mãi được. Nào chỉ có Bắc Mỹ, nào đâu chỉ tiểu trấn Magnolia, cả thế gian này cũng đều như vậy! Tất cả chỉ là tạm dung, tất cả luôn dịch chuyển không ngừng. Ngày xưa tiếng còi ốc lớn, tiếng còi sừng bò rừng… của thổ dân, rồi tiếng còi đồng thúc quân xung trận của những thế lực thực dân và ngày nay tiếng còi tàu nối liền cả quá khứ với hiện tại, bắt nhịp cầu vồng trong tâm hồn của Rocky. Tiếng còi tàu nối liền tiểu trấn Poppy và tiểu trấn Magnolia thành một vệt nhớ kéo dài đến tận chân trời.

oOo

Rocky thật chẳng phải người da trắng. Rocky vốn là dân gốc Mít chính hiệu, tuy nhiên gương mặt và sống mũi chẳng ra người gốc Mít. Cha, ông nội, anh em chú bác bên nội đều có gương mặt dọc như tây chứ không phải gương mặt tròn và bẹt. Có lẽ từ đời cao cố có lai người Tây Dương chăng?

Thằng Rocky tướng tá cao ráo ngon lành, vóc dáng có nhiều nét của người Âu - Mỹ, da trắng như trứng gà bóc, bản mặt lại càng trắng hơn, hồi còn nhỏ ở cố quận có ông thầy dạy môn địa lý từng bảo với mọi người rằng con trai gì mà mặt còn đẹp hơn như con gái đánh phấn thoa son. Tuy nhiên đặc biệt nhất ấy là đôi mắt của Rocky, đây là một đề tài bàn tán của những người thân quen và bạn bè. Không ít người đã từng thốt lên: "Trời, sao thằng Rocky có đôi mắt đẹp lạ lùng vậy? Đẹp đến nỗi mắt biếc của con gái cũng không đẹp bằng, mà sao đôi mắt nó buồn quá, buồn muốn tan chảy luôn? Đàn ông con trai gì mà mắt buồn như sắp đổ lệ!" Nghe những lời ấy Rocky chỉ cười trừ chứ biết nói gì, tuy nó không nói nhưng người ta vẫn cảm nhận nó hài lòng với lời khen vì vẻ mặt của nó rạng lên nét tươi. Vẻ đẹp đôi mắt thằng Rocky là nét đẹp buồn, buồn đến chết lịm lòng người. Trời ơi, nhìn vào mắt nó như thấy cả thảo nguyên mênh mông lau lách phất phơ dưới ánh hoàng hôn. Lau lách trắng phau như mây trắng trên trời rơi xuống. Lau lách kéo dài đến ngút tầm mắt. Cũng có người lại bảo đôi mắt thằng Rocky đẹp nhưng buồn và rất bạo liệt, cái buồn man mác hoang dại của sa mạc đầy nắng gió. Cái buồn rực rỡ mênh mang không làm sao tả được cứ như cát vàng với gió hoang vu ngày đêm thổi phóng túng, hoang đàng và man dại. Sa mạc bao la không ngằn mé, lạc vào thì chẳng biết lối ra. Cái đẹp ấy, cái buồn ấy như miên viễn của kiếp người đã bao lần sanh tử nhưng chẳng biết đi về đâu. Cái đẹp phảng phất buồn của kiếp nhân sinh ngắn ngủi nhưng đầy những hệ lụy không thể nào tránh được. Cái buồn trong mắt thằng Rocky như phô ra cái tình người không giới hạn, biết sức mình có hạn lượng nhưng con tim chẳng chịu ngủ yên. Tình nào có thể mãn nguyện? Kiếp nhân sinh này, cuộc đời này làm gì có chuyện phỉ ý toại tâm! Đừng nói đời này mà cả muôn đời đã, đang và sẽ cũng như vậy mà thôi!

Rocky vốn tên Long, cha đặt cho cái tên này hy vọng đời nó sẽ bay cao như rồng gặp mây. Long là từ Hán Việt, còn nói thuần Việt là rồng, có lẽ rồng này chẳng bay nổi, rồng này là rồng đất hay rồng lộn nên đời Long chẳng khá nổi. Nhân khi nhập tịch Mỹ, Long - Rồng đổi tên là Rocky luôn cho dễ gọi, dễ xưng hô. Tụi Mỹ làm chung gọi Long là *lon* mà Rocky thì đâu có dài, còn kêu lóng *rồng lộn* thì tụi nó cũng đâu có hiểu. Tiện nhất gọi bằng Rocky là dễ nhất mà lại có vẻ "tây." Suốt một thời gian dài Rocky luôn dấu cái nguồn gốc Mít của mình, bạn làm chung, bạn trong trấn Magnolia có hỏi thì Rocky bảo mình người Nhật, người Hàn. Sở dĩ như vậy là vì thấy người gốc Mít mình quá nhiều tánh xấu, sống bằng cảm tính… Ngay cả con ghệ Azalea khi còn sống cũng không hề biết Rocky là người Việt. Mãi cho đến một ngày nọ, không hiểu lý do gì tự nhiên Rocky thấy hình như mình sai, nói kiểu nhà thiền là Rocky "ngộ" ra. Chẳng có chủng tộc nào hoàn toàn xấu và cũng chẳng có dân tộc nào hoàn toàn tốt. Mọi sắc dân đều có ưu điểm và nhược điểm riêng, tốt và xấu tồn tại song song với nhau, tốt và xấu là hai mặt của một vấn đề giống như bàn tay con người có mặt sấp và mặt ngửa, tấm mề đay nào cũng có mặt trước rạng rỡ nhưng mặt sau lưng cũng tầm thường. Có những quốc gia và những dân tộc nhiều phước báo nên cuộc sống giàu sang sung túc, cao to đẹp đẽ, thông minh sáng láng... Tuy nhưng những cái phước báo hữu lậu ấy cũng vô thường như bản chất của thế gian này. Ngay trong cộng đồng những con người ấy cũng có bao nhiêu kẻ nghèo đói, bệnh tật, tù đày... Bởi vậy chẳng có chi phải tự ti hay tự tôn về nguồn gốc của mình.

Rocky lại thầm nghĩ trong lòng: "Tại sao mình được tiếng thân thiện, sống hòa đồng mà mình lại che giấu nguồn gốc của mình? Tại sao mình sống tốt mà lại để người của chủng tộc khác "hưởng" tiếng khen chứ không phải dân tộc mình?" Nghĩ là làm, Rocky từ đó mạnh mẽ tự hào mình là người gốc Mít, không chỉ với bạn bè làm chung, bạn láng giềng mà còn với bất cứ người nào mà Rocky có giao tiếp. Rocky đọc sách thiền thấy đâu đó có câu trích dẫn của Phật Sakya Muni Buddha, đại ý câu ấy: "Không phải do dòng dõi thọ sanh mà một người thấp hèn hay cao quý, thấp hèn hay cao quý chính ở hành vi tạo tác, nói năng suy nghĩ của người ấy", hoặc là câu: "Không có ai có thể làm cho người khác thanh tịnh hay uế trược, chỉ có chính người ấy tự mình làm cho mình thanh tịnh hay uế trược"... và còn nhiều câu nói rất hay khác nữa đã tác động mạnh mẽ vào tâm thức Rocky, làm cho Rocky suy nghĩ và thay đổi khá nhiều, giá mà Rocky biết những cuốn sách hay như thế này sớm thì Rocky chẳng phải che dấu nguồn gốc thân phận của mình.

Kể từ khi đọc được những cuốn sách hay của thầy Nhất Hạnh, đặc biệt những cuốn sách do giáo sư John Vũ (Nguyên Phong) dịch chẳng hạn như cuốn "Đường Mây Qua Xứ Tuyết," "Huyền Thuật và Đạo Sĩ Tây Tạng," "Vị Lạt Ma Có Năm Phép Thần Thông"... Những cuốn sách này do bà Alexandra David Neel viết ra, bà là một ca sĩ Opera của thành Ba Lê hoa lệ nhưng không hiểu nguyên nhân gì mà bỏ Ba Lê đi lên xứ Tây Tạng, Sikkim... để tu học suốt mười mấy năm trời. Bà dã chuyển biến thay đổi một cách kỳ diệu từ một tiểu thư nơi thành đô hoa lệ đã trở thành một nữ hành giả vĩ đại nhất vào thời bấy giờ. Đặc biệt nhất là khi nghe những lời giảng của một ni sư người da trắng tu học theo Phật giáo truyền thống Tây Tạng. Ni sư Jetsunma Tenzin Palmo là một nữ tu sĩ Phật giáo uyên bác, tinh tấn và đạo hạnh cao vời. Bà đã nhập thất thiền định trong những hang đá trên tuyết sơn Tây Tạng mười mấy năm ròng. Có một đoạn bà giảng về tình yêu vị tha và tình yêu vị kỷ như thế này: "I love you, therefore, I want you to make me happy and genuine love say: I love you, therefore I want you to be happy, if that include me, great! If it doesn't include me, it's ok. It's a very different feeling..."

Sau khi đọc xong những quyển sách này và nhất là nghe những bài giảng của các ni sư Pema Chodron... thì Rocky hoàn toàn khác hẳn, hoàn toàn thay đổi, nhiều suy nghĩ tiêu cực trước kia rụng rơi dần, tầm mắt được mở rộng hơn, tâm trí thấy bớt u ám và trở nên sáng hơn. Rocky giờ đây không còn thắc mắc vì sao mình gắn bó với tiểu trấn này, không còn cái tư tưởng "bỏ thì thương vương thì nặng," không còn so đo với những gì hơn và thua với người với đời. Rocky vui vẻ với cuộc sống hiện tại bây giờ và ở đây. Rocky hiểu không có cái gì là tự nhiên hết cả, mọi sự việc đều có duyên do gốc rễ. Thế gian này mọi sự việc, mọi con người đến với nhau đều có nhân duyên của nó, dù muốn hay không thì vẫn phải đụng nhau, một khi hết duyên rồi thì có níu kéo cũng cứ rời ra như thường. Cái duyên của Rocky với Azalea chỉ có thế, với mọi người ở tiểu trấn này ắt là như thế và sự gắn bó với tiểu trấn cũng đương nhiên là thế! Rocky còn hứng chí viết một khúc chorus:

True love makes your lover be happy not fine
True love lets your lover fly not be tie
True love let your lover live in your heart not in the cage
True love let your lover be free not a jail
True love waters your flower, not break it
True love nourishes every plant on earth not one in the room

Bây giờ Rocky không còn thắc mắc chuyện sống ở tiểu trấn này hay nơi phồn hoa đô hội, không còn có vọng tâm tìm cầu ghệ đẹp, bạn bè tốt... Đã có đủ đầy rồi, nhân duyên bao nhiêu đó là xài đến chết cũng không hết, chẳng qua là trước kia mê nên mới cầu như thế và thấy mình "bị trói" ở tiểu trấn Magnolia. Cái duyên chỉ đến chừng đó thì vui với mức độ đó, nếu hy vọng hão huyền hay với qua tầm tay thì ắt sẽ mệt chứ chẳng được gì! Mình đã sanh ra là người gốc Mít thì mình cứ mạnh dạn và tự hào mình là người gốc Mít, còn ai làm việc xấu hay làm bậy thì họ chịu lấy trách nhiệm, tuy nhiên mình cũng bị ảnh hưởng lây vì cái tiếng xấu nào nào đó thì cũng là lẽ đương nhiên. Người da màu cũng có những đặc tính xấu của người da màu. Người gốc Nam Mỹ (Hispanic) cũng có tánh xấu của họ. Người da trắng cũng thế, cho đến người Tàu, người Nhật, người Hàn... đều có những điểm xấu của họ. Không có ai hoàn hảo, không có dân tộc nào hoàn hảo. Sự hoàn hảo hoàn toàn không mặt trên đời này. Điều chỉ có thể xem là hoàn hảo ấy chính là tự nhận biết mình, tự sửa sai để ngày hôm nay tốt hơn ngày hôm qua và ngày mai tốt hơn ngày hôm nay.

Ngày cuối tuần không làm gì, sau khi ra quán thưởng thức cà phê với nhóm bạn. Rocky ra Home Depot mua một số vật liệu về sửa sang lại khu vườn của nhà mình. Rocky còn mua tấm bảng và những mẫu tự có sẵn đem về làm một cái bảng "Hương Trang Magnolia" treo ở sân nhà. Con Tammy, bà Becky, thằng Joseph... trong xóm đi qua thấy thế đều khen đẹp và giơ ngón tay cái lên. Rocky nheo mắt cười với những người bạn láng giềng thân mến của mình. Chưa bao giờ mà Rocky thấy cái tiểu trấn này dễ thương và đẹp như thế, không biết cái nét buồn buồn, nghèo nàn và quê mùa đã biến mất tự lúc nào. Bất chợt tiếng còi tàu từ ngoài đường Main vọng vào xóm toe toe, tiếng còi tàu bây giờ sao nghe thanh âm rộn ràng và thúc giục chứ không còn buồn buồn như những lúc trước. Sáng Chủ Nhật đoàn tàu hàng từ cảng Savannah chạy về ngang qua tiểu trấn, tiếng còi như giục cả tiểu trấn motivate hơn nữa trong ngày nghỉ cuối tuần.

Tiểu Lục Thần Phong
Ất Lăng thành, 0224

NGUYỄN ĐÌNH PHƯỢNG UYỂN

XẺ NGHÉ

Giữa con lộ thường có những vạch trắng dành cho khách bộ hành băng ngang. Xe pháo nhác thấy bóng ai dợm bước hay ngập ngừng chỗ này, phải dừng lại ngay, léng phéng gây tai nạn, tù mọt gông.

Lý thuyết là thế nhưng trước công viên gần nhà, vạch trắng chình ình, người lớn như mình bước tới nửa đường rồi mà xe hơi vẫn vụt qua sát mặt như chơi. Họ ẩu hay vì một góc khuất khó nhìn nên việc xảy ra hoài. Trẻ con ra vào công viên hà rầm, nhí nhố băng đường, tài xế đụng phải chúng nó coi như trúng số.

Sáng nay đi làm, tại vạch trắng này, trước tôi vài bước là một cậu bé chừng chín, mười tuổi. Cậu cẩn thận đứng hẳn lại, quay đầu nhìn hai bên, xe ngừng cậu mới bước tiếp. Con nhà ai bé thế này mà ra đường một mình vậy? Theo luật ở đây, trẻ dưới mười ba tuổi, phải có người lớn trông nom kể cả ở nhà. Họ tính mười ba tuổi trở lên trẻ mới biết cái gì nguy hiểm, biết áng chừng khoảng cách xe chạy. Cha mẹ dặn dò kỹ mấy, một phút sơ hở, đùa với bạn, xem phone, lơ đãng khi băng đường là cục vàng lên thiên đường.

Tôi cố ý đi gần ông nhóc bé như dáy khoai để xe cộ thấy mình cho rõ, tránh ổng ra. Nhóc mặc đồng phục áo đỏ, quần đùi đen, lưng đeo cặp to tổ bố, tay xách bình nước xanh, thả bước thong dong, không giống những đứa trẻ khác, ra khỏi cửa là cắm đầu cắm cổ chạy hay nhảy chân sáo.

Tôi muốn tiến tới hỏi thăm "Ba mẹ đâu, sao con đi một mình? Con học lớp mấy? Xưa con của bà học cùng trường với con" nhưng kềm lòng lại. Trẻ ở nước ngoài được dạy phải cảnh giác với người lạ. Nó không trả lời mình đâu nhiều khi báo cảnh sát thì toi.

Mười mấy năm trước con tôi cũng mặc bộ đồng phục áo đỏ quần đen y vầy, cũng lon ton đến trường y vầy với ba lô sau lưng, bình nước trên tay... Qua Úc chưa đầy hai năm mà chúng tôi đổi nhà ba lần để kiếm trường gần cho con đi bộ dễ dàng. Vì là trường tiểu học nên người ta luôn đặt một nhân viên đứng gác, dẫn trẻ qua đường mỗi buổi sáng và chiều. Tôi luôn dặn con phải đến đúng chỗ này nhờ nhân viên dắt qua nhưng gần đó cũng có vạch trắng cho người đi bộ, Trời biết nó vâng lời mình chăng. Khổ, con tôi cực kỳ lơ đểnh, hỏi gì cũng không biết, không nghe. Hôm nay con học cái gì? Nó trố mắt nhìn. Hôm nay cô dạy làm sao? Nó lắc đầu. Bài làm đâu? Không có. Mà nó "Không có" như thế từ tháng này qua tháng kia trong khi con chị tối nào cũng rị mọ trên bàn học. Thắc mắc, tôi hỏi cô giáo, cô bảo "Con chị làm xong bài trong lớp rồi. Về, chị cứ để nó chơi."

Soạn cho hộp cơm thì mấy lần nó quên, mẹ phải vội vã vào trường đưa lại. Tệ hơn, chiều về mẹ khám, hợp cơm còn nguyên. Hỏi, chị bảo bạn cho con ăn chung hoặc con không đói. Trẻ học từ sáng đến 3pm mà không ăn trưa thì sống hay chết? Bực mình!

May mà con chị biết bảo ban em, biết mách mẹ chuyện nọ chuyện kia. Hai chị em ra đường mẹ khỏi lo xe cộ chứ em đi một mình, mặt cứ nghếch lên dù đã lớn tướng.

Cả ngày tôi quýnh quáng với cơm nước, giặt giũ đống quần áo chúng vất xà bần xà cục trong phòng, quét dọn rác rến, đồ ăn thừa, xếp sách vở, đồ chơi lên kệ, tối nhắc nó học bài, tắm rửa. Nó đi đâu lại lóng ngóng sao giờ này chưa về, nghe nó khóc là hồn vía bay lên mây, chờ miệt mài ngày con lớn để mình đỡ vất vả.

§

Chị lớn ra riêng, tôi bâng khuâng mấy ngày nhưng dù sao cũng còn một đứa đi ra đi vào.

Cày cục qua mấy vòng phỏng vấn em mới xin được công việc ở tiểu bang khác.

Hai ngày nữa em cũng bái bai bố mẹ. Nhìn nó lăng xăng chuẩn bị va li va lủng, mua mua sắm sắm, lòng trùng xuống. Con sẽ sống một mình nơi khỉ ho cò gáy thế nào? Nó chả biết nấu nướng, lại lười ăn, hay than muỗi cắn trong khi cả đám đông chung quanh chả hề hấn gì. Biết mình lo như thế là lo Bò trắng răng. Muỗi cắn thì nó thừa sức mua thuốc bôi, đói thì ra hàng quán ăn như bấy lâu nay nhưng không nhìn tận mắt, biết con mập ốm, đói no, khỏe mạnh thế nào?

Hai ngày nữa thôi, hết nghe tiếng chị hỏi "Con Mèo đâu rồi?" mỗi khi mở cửa vào nhà, điều làm mẹ mủi lòng "Nó lo cho Mèo hơn mình", hết nghe nó hát ư ử trong đêm, hết thấy nó đục đẽo, sửa cái này, vá cái kia, hết thấy nó ngủ nướng trong đống chăn gối lùm xùm với con Mèo kế bên....

Hôm nào tôi thức giấc mà con yên ắng, không nhạc nhọt, lao xao, mừng thầm, mai sẽ đi làm với bộ mặt tỉnh táo.

Từ hôm nay mẹ sẽ vào sở, mắt trũng đen vì đêm tịch mịch cho xem.

Bố mẹ cậu bé áo đỏ quần đen, cặp táp sau lưng đang bước lon ton trước mặt tôi ơi, chắc anh chị cũng tất bật làm lụng nuôi con, cũng cầu con mau lớn, cứng cáp bay ra đời để mình đỡ bận rộn như tôi ngày nào. Hãy ôm lấy nó, chơi với nó, trò chuyện, hôn hít nó nhiều nhiều khi nó còn bên cạnh, chả mấy chốc anh chị có muốn cũng không làm được những điều đơn giản này. Hồi con tôi bé bằng con anh chị bây giờ, tôi đâu thấy nó dễ thương, ngớ ngẩn, quý giá. Lúc chúng quấn chân quấn tay, đeo đầu đeo cổ, mình xua nó như xua tà, mắng ào ào, cho đến khi nó rời vòng tay cha mẹ như mình hằng ao ước, tôi mới tiếc không ôm con vào lòng, không hôn hít chúng nhiều hơn.

Nghe nó khóc vì mất đồ chơi, bị đứt tay, cô giáo la... cũng đủ vui. Lớn một chút, nó khóc vì bồ đá, vì đụng xe, vì mất việc... suy cho cùng, vẫn vui khi nó chịu thủ thỉ, chịu chia sẻ với mình. Rồi anh chị sẽ nhận ra mình yêu tiếng léo nhéo, cãi cọ của con trẻ hơn cả vàng bạc, châu báu.

Xưa, nghe con khóc, tôi căng thẳng và sợ lắm, chắc chắn nó có gì không ổn mà mẹ chả hiểu mô tê vì nó chưa biết nói, trong khi nhiều người bảo tiếng khóc oe oe đó là hạnh phúc, là viên mãn, tôi nhăn mặt nghĩ bụng, ai muốn hạnh phúc, muốn viên mãn không, tôi sẵn sàng cho mượn nè.

Giờ tôi hiểu rồi, hiểu cặn kẽ.

Con bước đi, tự tin, hớn hở, hãnh diện có thể sống tự lập. Đường đời chông gai, quanh quẹo. Vững tâm và bình an con nhé.

Nguyễn Đình Phượng Uyển

01/03/24

LETAMANH

"ĐẾ QUỐC VIỆT NAM"

Tôi có duyên hạnh ngộ với Giáo Sư Phạm Cao Dương và phu nhân của ông là giáo sư Khánh Vân từ trong các sinh hoạt Cộng Đồng tại Nam Cali. Tuy gọi là quen biết, nhưng tôi xem như tôi là học trò của hai người về đủ phương diện... nên khi được chị Khánh Vân (Giáo Sư Khánh Vân bắt buộc tôi xưng hô theo tình bằng hữu) đích thân đến tệ xá tặng trực tiếp tác phẩm quý của GS Phạm Cao Dương vừa mới phát hành; thì tôi vô cùng cảm động!

Sách tôi được tặng mang một cái tên rất là lạ đối với nhiều người: "ĐẾ QUỐC VIỆT NAM." Tác phẩm này, giáo sư Phạm Cao Dương, tuy sức khỏe của tuổi 80, một vài lần phải giải phẫu tim; nhưng đã cố gắng miệt mài mấy năm trời để hoàn thành. Có thể nói đây là tim óc, là sức lực còn lại của một đời người, một "Nhân Sĩ" có lòng với văn học và lịch sử Việt Nam.

Chúng ta không thể tưởng tượng, với sức khỏe hạn chế như vậy mà giáo sư đã cần mẫn, kiên trì tham khảo đủ các tài liệu cho một tác phẩm để đời! Cuốn sách dày 782 trang (không kể bìa và vài tờ dành cho những ai muốn ghi chú biên khảo). Hình bìa là cửa Ngọ Môn Huế, bìa sau là lời giải thích nguyên nhân của tên sách "Đế Quốc Việt Nam," vài hàng về tác giả. Bên dưới là hình ngôi mộ Hoàng Đế Bảo Đại tại Pháp cùng một đoạn tán thán về tương lai tổ quốc. Toàn thể cuốn sách rất giản dị, thuần chất Việt nam!

Nếu phải viết đầy đủ tên sách, ta có thể đọc được: Trước Khi Bão Lụt Tràn Tới - Bảo Đại - Trần Trọng Kim và ĐẾ QUỐC VIỆT NAM (9/3/1945 - 30/8/1945). Có thể nói giáo sư Phạm Cao Dương xoay quanh những dữ kiện, thời gian và không gian cho cuốn sách rất dày này về sự "giao thoa" lịch sử, chuyển giao từ Thực Dân Pháp cho một chính phủ thuần Việt Nam! Pháp chuyển giao chính quyền cho Hoàng Đế Bảo Đại. Hoàng Đế chỉ thị cho Nhân Sĩ Trần Trọng Kim thành lập chính phủ Quốc Gia Việt Nam, mang quốc hiệu là "ĐẾ QUỐC VIỆT NAM." Thời gian chính phủ Trần Trọng Kim chỉ kéo dài từ ngày 9 tháng 3 năm 1945 đến ngày 30 tháng 8 năm 1945 là chấm dứt. Đây là một giai đoạn lịch sử đầy kịch tính và mang nhiều đau thương, thống hận nghiệt ngã nhất, sau đó là một trường hận chiến tranh, dẫn đến chia đôi đất nước. Hoàng Đế Bảo Đại cũng phải thoái vị trong thời gian này. Làn sóng bạo lực Cộng Sản Quốc Tế, núp dưới hình thức liên minh các đảng phái quốc gia là Việt Minh đã nhấn chìm con tàu Việt Nam do Hoàng Đế Bảo Đại lèo lái với một chính phủ mới vừa thành lập ngắn ngủi chỉ vài tháng trời!

Giáo Sư Phạm Cao Dương đã trân trọng những lời đầu trang để cám ơn người bạn đời - GS Khánh Vân - đã sát cánh, khuyến khích, chăm sóc từng miếng ăn, viên thuốc và cả thời gian giáo sư nằm trong bệnh viện. Đúng như lời người xưa, có thể diễn tả là: " Sự thành công của người đàn ông luôn có bóng dáng người đàn bà...!" Quả thật cái bóng giáo sư Khánh Vân bên cạnh tác giả, đúng là rất có ý nghĩa!

Tác phẩm "Đế Quốc Việt Nam" được biên soạn rất công phu, rất chi tiết. Mục đích của tác giả là đả phá những luận điệu phản dân tộc của những bồi bút Cộng Sản viết lịch sử cận đại về Việt Nam trong giai đoạn từ 1945 -1975 cho đến cả dòng lịch sử sau 30-4-1975! Lịch sử là phải trung thực, những biến cố xảy ra theo thời gian phải được viết lại chính xác!

Hoàng Đế Bảo Đại

Thủ Tướng Trần Trọng Kim

Sách được chia làm ba phần:

- "Phần Thứ Nhất" mang tên: CHÍNH PHỦ TRẦN TRỌNG KIM, CHÍNH PHỦ ĐẦU TIÊN ĐỘC LẬP VÀ DUY NHẤT CỦA ĐẾ QUỐC VIỆT NAM.
- "Phần Thứ Hai" mang tên: ĐẾ QUỐC VIỆT NAM - BẢY MƯƠI NĂM NHÌN LẠI.
- "Phần Thứ Ba" mang tên: PHỤ LỤC: TÀI LIỆU VÀ HÌNH ẢNH.

Trong "Phần Thứ Nhất" được diễn tả trong 10 Chương về tất cả những diễn tiến lịch sử và các âm mưu, các mánh khóe chính trị của các bên liên quan. Những thủ đoạn chính trị chánh tà và các hệ quả khóc hại của toan tính quyền lực... Mỗi Chương là một đề tài ta cần đọc kỹ và nghiên cứu. Xem hết Phần thứ Nhất ta mới thông cảm và hiểu tại sao Hoàng Đế Bảo Đại phải thoái vị và vì sao chính phủ non trẻ do một người nổi tiếng, đầy uy tín như Nhân Sĩ Trần Trọng Kim phải thúc thủ như thế nào!

Tác giả phân tích và đi sâu vào hệ thống tổ chức của chính phủ Trần Trọng Kim, các nhân vật đảm trách các chức vụ, dự thảo Hiến Pháp, Giáo Dục. Thanh Niên... Điều quan trọng là chính phủ Trần Trọng Kim đã đặt nền tảng cho việc khai lập quốc kỳ, quốc ca, đặt tên Việt Nam cho các đường phố... Thống nhất ba miền đất nước! Nhưng thời gian quá ngắn cho những dự án quốc gia trọng đại vì các thế lực phản động phá nát, chính phủ phải từ chức chỉ sau mấy tháng cầm quyền đầy bảo tố.

"Phần Thứ Hai" tác giả chuyên sâu về phân tích trong bảy (7)

Chương. Theo tác giả, sau bảy mươi năm nhìn lại quá khứ, hào quang của Chính Phủ Trần Trọng Kim dưới danh nghĩa một "ĐẾ QUỐC VIỆT NAM" đã làm được gì, những nhân vật lịch sử của giai đoạn ấy tại sao không thoát ra được vòng kim cô lịch sử! Những phân tích rất trung thực và khách quan đã làm cho cuốn sách mang tên "ĐẾ QUỐC VIỆT NAM" có chỗ đứng vững chắc trong nên văn học Việt Nam viết về lịch sử cận đại.

"Phần Thứ Ba" là phần Phụ Lục, liên quan đến các tài liệu được tra cứu tham khảo trong các văn khố, các bảo tàng lịch sử khắc nơi trên thế giới liên quan đến thời gian và không gian mà Hoàng Đế Bảo Đại về nước chấp chính và chính phủ do Nhân Sĩ Trần Trọng Kim ra đời như thế nào, phải từ chức như thế nào với khung cảnh đầy tang thương nghiệt ngã của Tổ Quốc!

Tôi đọc "ĐẾ QUỐC VIỆT NAM," càng đọc càng thấm buồn và đau xót cho quê hương dân tộc. Số phận nhược tiểu không những bị các thế lực Đế Quốc, Thực Dân rắp tâm lợi dụng, mà còn bị các lý thuyết ngoại lai Mác Lê, Mao ít liên kết khống chế tư tưởng con người Việt Nam. Bảy mươi năm sau - theo ý của nhà biên khảo - GS Phạm Cao Dương - ta nhìn lại khúc quanh lịch sử đầy kịch tính với máu và nước. Những dấu mốc lịch sử bi đát ấy kéo dài cho đến khi chính nghĩa Việt Nam Cộng Hòa sụp đổ - Việt Nam Cộng Hòa là những chính phủ nối tiếp chính phủ Trần Trọng Kim - Bây giờ, sau ngày 30-4-75, Tổ Quốc Việt Nam càng ngày càng bị ngoại bang khống chế dưới tà quyền Cộng Sản đang bị sát nhập vào nước Tàu. Thân phận dân tộc Việt Nam trong tương lai rồi sẽ ra sao!

Cám ơn tác giả, Giáo Sư Sử Học Phạm Cao Dương, đã cố gắng hết sức lực ghi lại toàn cảnh một giai đoạn lịch sử bi đát đầy đau buồn nghiệt ngã; thời gian giao thoa giữa Chủ Nghĩa Thực Dân, Chủ Nghĩa Cộng Sản, giữa nội thù và ngoại xâm rất trung thực khách quan! Đây là tài liệu đáng được trân trọng gìn giữ cho con cháu sau này học tập và nghiên cứu.

letamanh

VÕ PHÚ

EM GÁI BÌNH BÁT

Hòa học chung lớp với tôi, lớp 9A1, trường phổ thông cơ sở Vĩnh Lương. Hai đứa tôi học chung trường từ tiểu học và sống cùng, nên chơi với nhau rất thân. Thật ra nó tên là Hoa, Phan Lê Thanh Hoa. Nhà nó có bốn anh em được đặt tên theo bài hát của nhạc sĩ Thanh Sơn, bài "Nỗi Buồn Hoa Phượng." Một bài hát mà ba nó yêu thích.

Nghe Hòa kể lại ba nó "cua" được má nó cũng nhờ bài hát này. Thằng Hòa ghét cay ghét đắng cái tên Hoa vì nó cho rằng cái tên không hợp với thân hình nở nang, rắn chắc của nó. Có lần nó nói với tôi:

- Mày nghĩ coi... Cái tên Hoa như tên con gái mà đem đặt cho một đứa như tao. Nó ẻo lả làm sao. Tao không hiểu mắc gì mà ông già tao đặt tên con theo bài hát?

- Tại mày nghĩ vậy thôi chứ tao thấy tên Hoa cũng đâu đến nỗi nào nè. Nghe như tài tử Hồng Kông Lưu Đức Hoa đó...

- Nhưng cái tên tao Thanh Hoa, nghe sến như thị Mầu. Tao không thích...

- Ừa... Mà cái xóm này cũng lạ thiệt, nhà nào cũng đặt con theo vần theo điệu. Như nhà thằng Lượm đó.

- Lượm... Được... Bốn... Hào... Mua... Bắp... Nướng.

Hai đứa chúng tôi cùng nhau đọc tên anh em nhà thằng Lượm rồi bật cười. Chợt nhớ ra, tôi thắc mắc hỏi:

- Ờ mà sao anh Hai mày tên Nổi với dấu hỏi mà không phải là dấu ngã?

- Tao nghĩ chắc lúc làm giấy khai sanh người ta tưởng đâu ông già tao muốn đặt tên Nổi. Bị gì ở xóm mình có nhiều người chết đuối nên chắc lúc làm giấy khai sanh họ nghĩ ông già tao muốn đặt vậy để cho con khỏi chết chìm?

- Ờ cũng có lý há...

Ở nhà, ba anh em thằng Hòa đều có tên thường gọi lần lượt là: cu Lớn, cu Nhỏ, và cu Đen. Chỉ có em gái út, con Phượng, là không có tên thường gọi như ba người anh.

Thằng Hòa thích người ta gọi nó là cu Đen hoặc thằng Đen hơn là Hoa. Nhưng trên trường, thầy cô và bạn bè gọi tên Thanh Hoa, hay ngắn gọn là Hoa. Cái tên Hoa đeo bám theo nó hơn tám năm học, từ khi học lớp mầm non. Khi lớn lên, hiểu biết, và thường bị bạn bè chọc ghẹo vì cái tên Thanh Hoa. Cuối năm lớp Tám nó mượn học bạ và giấy khai sinh của trường để lén thêm dấu huyền vào tên của mình, thành Phan Lê Thanh Hòa.

Nhà thằng Hòa làm rẫy, trồng đậu, hoa quả, và mía đường. Hai người anh lớn của nó học tới lớp Năm rồi theo cha lên rẫy phụ giúp gia đình phát cỏ trồng cây, hái trái đem về làng bán. Má nó ở nhà trồng rau, nuôi thêm vài con vịt con heo kiếm thêm thu nhập cho gia đình. Nhà chỉ còn nó và con Phượng đi học.

Hòa con nhà nông, nhưng nó học khá giỏi. Năm nào nó cũng đứng nhất nhì lớp, nên ba má nó rất hãnh diện. Tuy nhà nghèo, nhưng nó được ba má yêu thương, sắm sửa cho nó đầy đủ không thua gì chúng bạn con nhà khá giả, giàu có. Ngoài học giỏi ở trường, Hòa còn là một cầu thủ đá banh xuất sắc. Nó cũng là đệ tử ruột của ông Năm dạy võ Bình Định ở xóm trên, cầu con Cóc.

Những buổi sáng cuối tuần, tôi hay qua nhà nó coi nó múa võ. Mỗi lần thấy nó múa võ, nó đều lẩm nhẩm đọc: *"Bái tổ tiên ông đả diện tiền. Kỳ lân hạ bộ lập trung thiên. Hoành khai lưỡng túc liên tam đả. Phục địa long thành, thượng nghịch biên..."* Nó đọc khá lớn, nên tôi nghe và thuộc lòng tự lúc nào.

Chúng tôi chơi thân với nhau, nên nó thường chia bớt cho tôi những trái cây mà ba và hai anh nó hái từ rẫy, rừng, về. Khi thì trái chùm bao có vỏ vàng óng với toàn thân được bao phủ bởi lớp áo mỏng, đan vào nhau như một cái bao bên ngoài. Lúc thì trái thù lù có lớp vỏ bọc. Mỗi lần ăn, chúng tôi bóp lớp vỏ ra nghe tiếng nổ vui tai.

Thù lù khi chín có lớp vỏ lụa ngoài mỏng dính, trong suốt bao bọc lại nhìn như những chiếc lồng đèn trung thu mà tôi thường thấy mỗi khi ngày rằm tháng Tám về. Khi bóp lớp vỏ ngoài ra, bên trong trái thù lù tròn vo, láng o, màu vàng nghệ. Bên trong trái có những hạt li ti nho nhỏ như cà chua. Chúng tôi lột vỏ, bỏ trái thù lù vào miệng, cắn cái bụp, ăn vào chua chua ngọt ngọt rất ngon. Ngoài chùm bao và thù lù ra, ba và hai anh nó cũng hay đem về những trái khác như: me keo, ổi sẻ, xay rừng xám đen, ăn chua thiệt là chua.

Một buổi sáng mùa hè, tôi qua nhà thằng Hòa tìm nó để hai đứa chúng tôi cùng nhau đến nhà thằng Thành chơi. Tôi đi thẳng ra sau nhà, nơi nó thường luyện võ, tìm nó. Không thấy bóng dáng nó đâu, tôi đi vòng trở ra trước ngõ. Tôi gọi vọng vô trong:

- Đen... Bớ Đen... Mày có nhà không?

Nghe gọi, con Phượng, em gái thằng Hòa, từ trong nhà chạy ra trả lời:

- Anh Tư đi thành phố với má rồi, không có ở nhà.

Tôi gãi gãi đầu, nhìn nhỏ Phượng, nói trỏng:

- Cái thằng đi mà không nói trước. Mà nó đi chừng nào dìa?

- Tui không biết. Chắc cũng chiều.

- Ờ mà Phượng nè... Mày ở nhà một mình rồi trưa ai nấu cơm cho mày ăn?

- Thì tự tui nấu. Tui mười ba tuổi rồi chứ bộ.

Nghe Phượng nói, tôi nhìn nó kỹ hơn. Nó cao phổng, đứng sắp gần bằng tôi. Mái tóc cắt ngắn uốn cong thành từng lọn cụp vào sau ót. Đôi mắt to tròn, cái mũi trèn trẹt, đôi môi phớt hồng, khuôn mặt thon tròn nhìn ngồ ngộ y như một con búp bê Nhật. Phượng không đẹp như những đứa con gái trong lớp chúng tôi, nhưng ở Phượng, khi nhìn vào người ta thấy nó có nét gì đó dễ thương. Thấy tôi nhìn nó. Nó bẽn lẽn, mặt ửng đỏ. Nó xoay mặt vô nhà, lí nhí nói:

- Làm gì mà nhìn người ta chầm chầm vậy? Bộ mặt tui dính lọ hả?

- Không. Mặt Phượng không dính lọ, nhưng miệng dính gì kìa.

Nó đưa tay lên miệng, quệt một cái. Nhìn xuống tay, thẹn thùng. Nó nói lảng qua:

- Anh Nam lấy bình bát cho chim không? Hôm qua anh Hai anh Ba hái về một mớ. Lần này nhiều trái lớn và chín rục, ngọt lắm.

Rồi nó nói tiếp như giải thích chuyện ăn bình bát còn dính trên môi:

- Chắc tại khi nãy tui đang ăn mà ai gọi làm người ta giựt mình nên miệng lem nhem...

- Ờ...

- Anh có lấy bình bát cho chim không? Sao đứng thừ lừ ra đó?

- Ờ...

- Ờ hoài. Có lấy bình bát không? Tui lấy cho?

- Trái bình bát? Là trái gì? Sao hồi nào giờ thằng Đen không cho tui kìa?

- Bộ anh không biết trái bình bát thiệt hả?

- Ừa tui chưa bao giờ nghe chứ nói chi thấy.

- Trái bình bát mọc trên dây đó. Người ta gọi là bình bát dây. Chắc tại anh Tư nhà tui không thích ăn bình bát nên không đem cho anh đó.

Rồi nó nhanh chân đi vào trong, vừa đi nó vừa nói:

- Chờ Phượng tí, tui vô nhà lấy cho anh mấy trái.

Phượng đi vô nhà chừng một phút, trở ra. Trên tay Phượng cầm hai trái nho nhỏ hình bầu dục, màu đỏ tươi, rất đẹp. Phượng đưa cho tôi rồi nói:

- Cho anh hai trái. Một trái anh ăn thử, trái còn lại cho chim. Tui nghe hai anh Lớn, Nhỏ, nói chim chào mào rất thích ăn trái này lắm.

Tôi lấy hai trái bình bát mà Phượng trao, đưa lên ngắm. Trái bình bát có màu đỏ ửng, đậm hơn trái cà chua chín một chút. Trái này có làn da mịn màng, cuống màu cam vàng, hoặc xanh khi chưa chín hết. Trái chỉ to hơn ngón tay cái. Thấy tôi ngắm trái bình bát, chưa chịu ăn, Phượng giục:

- Anh Nam ăn thử đi, coi có ngon không?

Tôi cầm một trái, bẻ đôi. Bên trong trái bình bát có nhiều thịt chia thành từng thớ. Mỗi thớ thịt được bao bọc bên trong là hạt nhỏ nhơn nhớt. Tôi đưa lên miệng ăn thử.

Trái bình bát có vị lợ, chua, ngọt thanh và có mùi thơm nhẹ. Thấy tôi chưa trả lời, Phượng hỏi lại:

- Anh thấy trái bình bát ra sao? Ngon không?

- Tui không biết tả sao. Nó ngòn ngọt, nhớt nhớt. Nhưng tui thấy thích màu đỏ của trái này. Màu này đẹp quá...

- Ờ... Đúng rồi. Tui cũng thích cái màu đỏ này lắm. Màu đỏ này đẹp giống như...

Tôi cướp lời Phượng:

- Như màu môi của Phượng khi nãy.

Phượng bẽn lẽn, mặt ửng đỏ như trái bình bát chín trong tay. Phượng quay mặt vào trong, nói:

- Anh Nam cứ chọc tui hoài. Tại anh làm tui giựt mình chứ bộ.

- Thì tui có nói gì đâu. Cho tui xin lỗi.

- Dạ... Tha cho anh đó. Anh đem dìa cho chim ăn đi. Chiều anh Tư dìa tui sẽ nói với ảnh có anh qua tìm.

- Ờ...Cảm ơn Phượng nghe. Thôi, tui dìa.

Tôi cầm trái bình bát trên tay, đi về nhà.

Trên đường về, tự dưng tôi lại huýt sáo: *"Mỗi năm đến hè lòng man mác buồn. Chín mươi ngày qua chứa chan tình thương..."*

Võ Phú

nhớ em nhớ hột nút ruồi
bất nhơn mọc đầu bắp đùi sát bên
con ruồi này rủi hay hên
ẩn thân thiếu ánh sáng nên đen ngòm
được yêu em mất thầm nom
động tình của nó hoàn toàn tùy em
muốn khen thơ thiếu thần nên
giữ yên hồn vía nhớ thêm đậm đà

l u â n h o á n

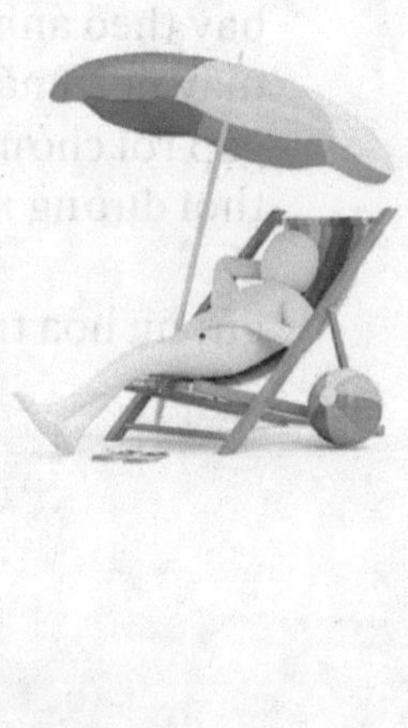

CHU VƯƠNG MIỆN

NỤ HOA

thôi toàn núi cùng đèo
ở giữa toàn cỏ cháy
em có còn trông theo
ngày chiều lên hun hút

hố sâu sâu không đường
dốc lên vòng khúc khuỷu
bây giờ sao nhớ thêm
chúng mình thân hạt bụi

bay theo ánh thập phương
mấy ngàn năm chưa gặp
gặp rồi chớm hoàng hôn
thôi đường muôn ngả rẽ

gửi nụ hóa trong hồn ■

VINH HỒ

CHIẾC VƯƠNG MIỆN

Từ tiền tuyến anh về Sài Gòn
Đường lá me xanh xinh gót son
Ghé Rex ngắm Kiều nữ mắt tím
Vào Eden xem phim Nữ Hoàng

Ngồi Thanh Bạch nhâm nhi cà phê
Ngắm mỹ nhân Sài Thành thanh lịch
Chiếc áo dài đôi tà tuyệt bích
Vàng tím bay bay sáng vỉa hè

Đến chợ Bến Thành người nhộn nhịp
Thiếu nữ Sài Gòn đẹp như mơ
Nhờ cô đội thử chiếc vương miện
Bẽn lẽn cười duyên xinh như thơ

Chiếc vương miện đem về cho em
Làm quà cô dâu trong ngày cưới
Em lộng lẫy, diễm kiều, phơi phới
Tựa đoá hoa Xuân đẹp rạng ngời! ■

VƯƠNG HOÀI UYÊN

Mùa Hạ Xa

Chớm hạ rồi
nhưng không có tiếng ve kêu
ta tìm mãi
không ra màu phượng đỏ.

Xuân vẫy tay
chào hạ về trước ngõ
chiều tan trường
không có áo ai bay!

Vạt nắng nghiêng
như níu bước chân ngày
chân hoang hoải
gót giày lê phố lạ.

Chợt nhớ quê nhà
những ngày xưa chớm hạ
bao hẹn hò
rộn rã những mùa thi...

Con chim mùa phượng cũ
cũng bay đi
chở nặng cả quê nhà
trên cánh mỏng.

Mùa hạ xa quê
có người đứng ngóng
nắng phía bên kia
có đủ ấm bên này ? ■

(Denver – USA- vào hạ 2024)

NGUYỄN VĂN GIA

DỊU DÀNG NỖI NHỚ

Mần thơ
lắm khi như đặt cược
Của trời cho
thì thôi phó mặc xui - hên
Mong còn yêu được
còn viết được
Dăm bài thơ
ngọt tựa đường phèn
Có một vầng trăng mười sáu tuyệt đẹp
dưới sông sâu
Lại không dám uống say
quên cả đất trời
Nhảy ùm xuống sông
như Thi-tiên ngày trước (*)
Và thôi rồi...
trăng vàng không biết chờ
trăng vàng đã trôi theo con nước
Rồi mốt rồi mai
ngày tháng cứ dài thêm
Rêu đã mấy độ lên xanh
trên ngõ về cố lý
Không phải người yêu - không là tri kỷ
Mà sao nhớ lạ nhớ lùng -
nỗi nhớ dịu dàng như thể gai đâm
Lẽ nào ta chỉ nhớ người
như một thói quen
Lẽ nào yêu rồi
chỉ nhớ một điều... phải cố mà quên. ■

(*) Thi tiên: Lý Bạch

NGUYỄN AN BÌNH

TRƯỚC ĐÀI TƯỞNG NIỆM CHIẾN TRANH VIỆT NAM

1-
Tôi bắt gặp bức tường hình chữ V
Ghép bằng 72 những phiến đá hoa cương đen quý
Chở từ thành phố Bangalore của Ấn xa xôi bên kia bờ đại dương
Khắc tên 58 ngàn lính Mỹ chết hay mất tích
Trong chiến tranh Việt Nam thế kỷ trước
Khi dừng chân ở khu tưởng niệm
Bên cạnh tượng đài Abraham Lincoln phía bên kia
Ở Quảng Trường Quốc Gia Washington DC
Tôi thấy bước chân của mọi người hình như chậm lại
Có những lúc ngập ngừng trầm tư
Chậm lại và trầm tư như bước chân tôi
Khi dừng lại đọc những cái tên khắc trên từng phiến đá
Trong tiếng gió rì rào
Trên hàng cây xanh một ngày tháng năm đầy nắng.

2.
Những bông hoa đặt dưới chân tường
Những kỷ vật chiến tranh còn sót lại
Tấm huy chương, bức thư người mẹ, có cả bài thơ
Và mấy chai rượu uống dở
Từng phiến đá như một tấm gương phản chiếu
Tôi thấy cả bóng mình và đất trời trong đó
Hòa lẫn vào dòng tên các binh sĩ tử trận khắc trên mặt đá

Khắc khoải nỗi đau chiến tranh
Chưa bao giờ nguôi ngoai
Thời gian có thể hàn gắn được chăng
Tôi chỉ thấy máu và lửa bừng lên từ bức tường lặng im
Sự bi thảm của chiến tranh thật khốc liệt
Suốt chiều dài hậu chiến
"Chúng ta không thay đổi được quá khứ.
Nhưng có thể quyết định được tương lai" **
Có thật thế chăng?

3.
Chiến tranh đã lui đi rất xa
Rất xa. Phải! Rất xa
Nhưng nỗi đau vẫn âm ỉ như mới vừa hôm qua
Cho cả hai bên một thời đối mặt. ■

Washington DC-Sài Gòn tháng 8-2023

**Bức tường được khởi xướng từ cựu chiến binh Mỹ từng tham chiến ở VN Jan Scruggs. Xây dựng từ ngày 26/03/1982 và hoàn thành 13/11 cùng năm đã trở thành biểu tượng về cuộc chiến tranh Việt Nam mà quân đội Mỹ từng tham chiến.*

***Lời tổng thống Mỹ Barack Obama*

TRẦN QUÝ TRUNG

BÀN TAY EM

Bàn tay em mềm mại
Ta ấp ủ từng đêm
Thề yêu em trọn kiếp
Tình nồng như ánh dương

Bàn tay giờ khẳng khiu
Trải qua nhiều năm tháng
Bên bếp lửa bập bùng
Trong căn nhà nho nhỏ
Đem cơm canh dịu ngọt
Cho tất cả gia đình

Bàn tay em vẫn đẹp
Như ngày xửa ngày xưa
Về làm dâu e ấp
Bên người yêu đầu tiên

Bàn tay ơi bàn tay
Bàn tay như đũa thần
Làm tim ta thổn thức
Trong đêm dài tịch mịch
Nghe tiếng sóng ngoài xa
Bên bờ Thái Bình Dương
Nghĩ tình mình lên hương ■

TRẦN THANH QUANG

NGỒI HÁT RU TÌNH XANH XƯA

Ngày theo chồng về nội
đôi mắt ngập nỗi buồn
hoa vàng rơi đầy lối
thênh thang chiều vẫn trôi

vai em gầy như lá
hư hao những ngày chờ
ta bây giờ chim lạ
đậu bên rào ngẩn ngơ

nhớ chăng ngày phố vắng
ta hát lời yêu thương
Văn Khoa chiều đầy nắng
chờ ai bên giảng đường

xin một lần ta khóc
cho cuộc tình xanh xưa
ta làm người lỗi hẹn
nên thành kẻ lọc lừa

núi dẫu chờ đời núi
sông cứ trôi đời sông
ta vẫn là chim lạ
nhìn em đi lấy chồng. ■

HOÀNG HOA THƯƠNG

Người Tháng Tư

Đêm qua, làng bản cháy
Tôi nhận lệnh lui binh
Để góc trời lửa dậy
Quân đi! lòng sao đành

Đã làm người lính trận
Sống sót bao mùa khô
Ba lô mang tình nước
Giày lấm bụi sông hồ

Gặp em, ngày đoạn chiến
Đôi mắt rừng trơ điên
Tuổi đời theo mùa rẫy
Chào tháng Tư oan khiên

Rừng đau, cơn quốc biến
Nước cạn dòng bể dâu
Từng đoàn trai cởi giáp
Hào kiệt , bắt cúi đầu...

Tù xong , tôi trở về
Qua xóm chợ làng quê
Bước chân trần lơ láo
Tôi đi, tìm tôi xưa

Gặp được em, người cũ
Đôi mắt buồn trưa trưa
Báo tin, mẹ tôi chừ
Còn nấm mộ theo mưa

Đã gần hết tháng Ba
Người chiến binh cũng già
Nhìn trời cao mà nhớ
Khúc quân hành phôi pha

Sống đây, là đất khách
Tình nước gởi quê nhà
Ngày xưa ơi, đừng nhắc!
Thẹn mặt người tháng Tư ....■

Viết trên Phố Bolsa , California
March 19, 2024, cùng nỗi buồn của người tháng Tư

LÊ THỊ CẨM HƯƠNG

CHỊ

Gió lắt lay nhành trúc
ngả nghiêng chiều mây bay
chị đã qua rồi thuở đôi má hây hây
hoa đậu biếc vẫn xanh màu tim tím...

Cả một đời gửi vào lận đận,
vào lo toan con cái, rau, dưa
che nắng chiều
vội vã mưa trưa...
ai hứng hết giọt thời gian
đem giấu?

Ai hứng hết giọt thời gian
đem giấu?
chái bếp lửng lơ
khói chiều dìu dịu
cuốn tình riêng theo mây.

Chị gửi nụ cười trong trẻo
cho ai?
xao xác tiếng mưa đêm dài khó ngủ...
quét khoảng sân lá vàng lủ rũ
chị đếm rồi,
đếm lại những lá xanh. ■

NGUYỄN VĂN ĐIỀU

BÀI TÌNH CA CHO EM

Bởi cuộc sống cả vạn điều không hiểu
Nên tôi về tìm góc nhỏ rong chơi
Phủ dụ lòng làm hành trang bước tới
Như yêu em ta yêu cả cuộc đời

Để mỗi sáng nghe góc vườn chim hót
Ta cám ơn một ngày mới ngoài kia
Dẫu đớn đau rồi cũng là mật ngọt
Ta cần nhau nên đâu thể chia lìa

Nên vẫn thế ta giung giăng hít thở
Đi cùng em giữa vô lượng đất trời
Ta còn đó trái tim hồng xao xuyến
Dẫu tình người cứ mãi chuyện đầy vơi

Không ở đâu không nơi đâu chẳng ở
Đôi bàn tay giữa bề bộn đời thường
Vẫn còn đó những trang đời lỡ dở
Để nhìn đời bằng mắt Hiểu và Thương

Và như thế với tay người chăm bón
Cây lên chồi rồi cây sẽ cho hoa
Anh cám ơn em nụ tình xanh mãi
Để dìu nhau đi suốt cõi người ta. ■

CAO NGUYÊN

MƯA TRÊN THÀNH PHỐ LOS ANGELES

ướt freeway
ướt xe dừng
ướt xe chạy
ướt graffiti
ướt cây dừa cao ốm như cây cau
ướt cái gạt nước
ướt vũng nước ổ gà đen láy mắt la tinh
ướt như movie mưa ■

LƯƠNG THIẾU VĂN

Trần Dzạ Lữ,
Người Lữ Khách Cô Đơn Trên Sa Mạc Tình

Nhà thơ Trần Dzạ Lữ tên thật là Trần Văn Duận, sinh ngày 25/2/1949. Quê quán Ngọc Anh-Huế. Bắt đầu viết từ thập niên 1960 và thường có sáng tác đăng trên các tạp chí: Văn, Văn Học, Bách Khoa, Thời Nay, Khởi Hành, Thời Tập, Giữ Thơm Quê Mẹ, Tuổi Ngọc... Sau năm 1975 hiện diện trên các báo, tạp chí: Kiến Thức Ngày Nay, Thanh Niên, Phụ Nữ, Người Lao Động, Tuổi Trẻ, Thời Văn, Áo Trắng, Người Hà Nội, Ngày Mới... Ông mất lúc 22 giờ 30 ngày 25-01-2024 sau một cơn đau nặng tại huyện Xuyên Mộc, tỉnh Bà Rịa, Vũng Tàu.

Tôi biết nhà thơ Trần Dzạ Lữ trước những năm 1975 khi đọc các bài thơ anh trên tạp chí Văn Học, Văn, Tuổi Ngọc... vì lúc đó tôi cũng có bài đăng trên tạp chí tuần báo này nhưng chưa có dịp gặp mặt anh ở ngoài đời bao giờ. Tôi còn nhớ đọc bài thơ "Bữa Cơm Ngoài Chiến Trường" của anh trên tạp chí có mấy câu mà tôi rất thích và nhớ cho đến bây giờ: *"... Ăn xong múc nước ruộng/ Uống đại cho qua ngày/ Quê nhà em có biết/ Chinh chiến thân lưu đày/ Ăn được là điều may/ Có khi hai, ba ngày/ Không ăn, chẳng có uống/ Ta nằm với cỏ cây."* Lần đầu tiên khi gặp anh ở Sài Gòn trong buổi ra mắt tập thơ kỷ niệm sự ra đi của nhà thơ Kim Tuấn tôi có nhắc lại mấy câu thơ đó, anh cười: *Bài thơ ni cũng được nhiều người nhớ lắm bạn.* Sau này có dịp gặp anh thường xuyên hơn trong các buổi ra mắt sách của tập san Quán Văn hay của một vài tác giả thân quen, tôi cũng hiểu được phần nào tâm tình của anh. Từ ngày vợ mất, cuộc sống của anh cũng lâm vào cảnh khó khăn hơn, anh ngại có mặt ở những nơi hội hè ra mắt vì tài chánh khá eo hẹp và cũng vì lòng tự trọng không muốn than thở cùng ai.

Chính sự quẫn bách trong cuộc sống nên Trần Dzạ Lữ đã lãng quên người tình thơ trong một thời gian khá dài và khi trở lại với nó anh khao khát có những đứa con tinh thần theo đúng nghĩa. Tập thơ Hát Dạo Bên Trời ra mắt trong hoàn cảnh đó với lời đề từ ngắn gọn nhưng vô cùng cảm động và trân trọng của tác giả: *"Được thai nghén trên ba mươi năm nay đứa con đầu lòng ra đời và hiện đang đứng Hát Dạo Bên Trời. Ngoài nỗ lực của chính bản thân tác giả còn được sự hà hơi tiếp sức của một số anh em bè bạn thân thiết nhất."* Nhà văn Cung Tích Biền trong lời tựa cho tập thơ cũng có nhận xét:

"... Ba mươi năm, thơ vẫn giữ được một dung phong thuần nhất. Ắt có lý do. Cuộc đời đã xử sự không ngọt ngào với Lữ, anh miên viễn kinh qua, từ cửa sau đến cửa trước kinh qua, những tháng ngày đối phó cùng kiệt, lẻ loi tới rũ lòng, khát vọng và hoài cảm – từng là sĩ quan bàn giấy, là lính thú hằng đêm đối diện cái chết, thất nghiệp buôn ve chai, lượm đồng nát, theo tiếng giang hồ chui qua biên giới, tới thung lũng miền Trung đãi tìm trầm, bán rau muống cùng vợ, giữ xe chỗ bãi chợ - dù thế Lữ vẫn giữ được mình, nên chữ nghĩa của anh trước sau vẫn trật tự giữ được sự trong sạch, mẫu mực nhưng thâm trầm, đậm tình người như chính thân phận của tác giả."

Ở một góc độ khác, nhà văn Lương Thư Trung khi đọc tác phẩm có viết: *"... Tự nhận mình là người "Hát Dạo Bên Trời," Trần Dzạ Lữ là tiếng hát luôn kiếm tìm một cung bậc rất gần, rất êm đềm, rất nhân ái hầu trao gởi đến những tâm hồn đồng cảm về một quãng đời, về những năm tháng thi nhân phiêu bạt giữa những mùa binh lửa hay những buổi chợ đời đầy bất trắc của kiếp người... Phải chăng, đó cũng là cái nét riêng rất đặc thù của Trần Dzạ Lữ sau mấy mươi năm khắc khoải giữa dòng đời bằng những dấu chân đời phiêu lãng của ông..."*

Trong không khí chiến tranh của thời binh lửa, hơn lúc nào hết Trần Dzạ Lữ cảm nhận nỗi cô đơn luôn vây quanh úp chụp lấy mình, sự sống và cái chết gần nhau trong gang tấc:

Hai hàng nến thắp áo quan
Người đi nhỏ giọt linh hồn mai sau
Nụ cười sẽ tắt ngàn thâu
Vầng trăng, xiêm áo trên đầu hư vô...
(Bài Hư Vô, Huế 1966)

Hay trong bài "Ngày Xuân ở Thượng Đức":

Lên đây vai nặng bước liều
Quanh co sông núi khói chiều tơ vương
Mùa xuân gối đất nằm sương
Tôi thân co lạnh với hồn cây thưa
Lên đây trời đất mập mờ
Trong tôi buồn thổi từng giờ tử sinh.
(1971)

Khi trở lại với cuộc sống đời thường, quẩn quanh chạy chợ với nỗi lo cơm áo hằng ngày, nuôi vợ nuôi con, càng làm nhà thơ thêm chán ngán, "Ở Chợ" rộn rã tiếng người tấp nập bán mua sao lòng như buổi chợ chiều ảm đạm vắng vẻ thê lương đến thế:

Mười năm ở chợ không tri kỷ
Ta đứng thu thân một nỗi buồn
Sáng bảnh mắt ra ngồi độc ẩm
Chiều về tra vấn lấy lương tâm

... Ta bán rau xanh ngày mệt lử
Đêm còn ngồi đọc sách thánh hiền
Cố quên cơm áo – Vòng danh lợi
Sao đời nỡ hối thúc bên lựng?

Tôi chợt nhớ bài thơ "Tết Nhớ Thằng Bạn Xa Quê" của nhà thơ Vũ Hữu Định viết tặng Trần Dzạ Lữ có mấy câu thật cảm động nói lên phần nào cuộc sống có phần quá khó khăn của nhà thơ sau ngày đất nước thống nhất về quê rồi lại xa quê để mưu sinh: *"... Duận ơi! Cuộc sống có bao giờ dễ thở/ Ai có bạc chi mình cứ níu xóm làng/ Tau vẫn nhớ hoài năm tháng lang thang/ Mày cứ nhắc làng quê Nam Phổ Hạ..."*

Trong tập "Hát Dạo Bên Trời" có lẽ tôi thích nhất bài thơ "Ngày Vẫy Biệt Khu Rừng Mơ Tuổi Nhỏ" nó gợi cho ta tình cảm êm đềm trong sáng nhưng cũng không kém phần buồn bã về những ngày xưa cũ bên cạnh bao người thân yêu trong một không gian, thời gian tràn đầy yêu thương nhưng cũng phải đành đoạn cắt lìa ra đi:

Ngày vẫy biệt khu rừng mơ tuổi nhỏ
Ta thật tình đau xót đến vô biên
Nghĩ lần đi là nghìn trùng cách biệt
Còn bao giờ trở lại nữa không em?

... Ngày vẫy biệt khu rừng mơ tuổi nhỏ
Ta xuống đời, biết chắc sẽ xa em...
(1971)

Rất tiếc trong tập thơ này không có mấy bài thơ rất hay viết về chiến tranh, về thân phận người lính rất cảm động chân thực như bài "Bữa Cơm Ngoài Chiến Trường" như tôi đã nhắc ở trên hay bài "Chiều Mai Lộc":

Chiều Mai Lộc không mưa không nắng
Lửa cháy trong hồn những kẻ đi xa
Này anh lính nhỏ nhoi miền Bắc
Giữa sương mù anh có nhận ra ta?

Trần Doãn Nho đã tìm được mạch ngầm ẩn dưới những lớp đá cát trần trụi của trần gian trong thơ Trần Dzạ Lữ khi viết về anh: *"Mỗi lần nhắc đến cái tên Trần Dzạ Lữ là ký ức gợi đến ngay bài thơ "Bài Thơ Thứ Hai Cho Người Tình Sầu Cố Xứ."* Tôi còn nhớ bài thơ này đăng ở tờ Văn. Đó không phải là bài thơ đầu của Lữ. Cũng không phải là bài thơ hay nhất của Lữ. Tôi nhớ cái tựa đề. Nói cho đúng, tôi nhớ hai chữ "cố xứ." Người tình sầu cố xứ. Nghe là lạ. Cố xứ cũng như cố hương. Nhưng nghe có cái gì ngậm ngùi hơn cố hương.

Hỡi người em lệ sầu mắt đỏ
Áo trắng dài trong nắng vàng rưng
Em biết chiều nay anh không nhớ
Thân lạc xứ người hồn đau gởi cố hương"

Nhà thơ Trần Yên Hòa kể một câu chuyện khá cảm động về Trần Dzạ Lữ: "... Mãi đến khoảng năm 1987, sau khi đi tù cộng sản về, tôi mở một sạp bán phụ tùng xe đạp ở đường Huỳnh Văn Bánh, tôi đã gặp Trần Dzạ Lữ ở đây. Qua sự giới thiệu của Hà Nguyên Thạch, tôi biết Trần Dzạ Lữ. Anh người khô gầy, tóc tai nhễ nhại mồ hôi, lúc đó anh vừa từ Huế vào Sài Gòn. Làm nghề bán rau muống ở chợ Trần

Hữu Trang, Phú Nhuận. Bằng phương tiện là chiếc xe đạp cà tàng, Trần Dzạ Lữ buổi sáng đạp xe xuống Cầu Ông Lãnh mua rau muống, chở đem về bán lẻ cho khách hàng ở chợ Trần Hữu Trang..." Vậy mà anh cố gắng gom góp tiền in được 2 tập thơ – Hát Dạo Bên Trời và Gọi Tình Bên Sông. Trần Yên Hòa nhắc lại lời mở đầu "Một chút tâm tình với người yêu thơ" của tập thơ Gọi Tình Bên Sông, Trần Dzạ Lữ có viết: *"Giờ đây, khi đem in tập thơ Gọi tình bên sông, tôi mới thấy mình quá... can đảm, giữa thời buổi thơ in ngàn bản bán không xong, thôi thì coi đó như "thú đau thương" vậy."*

Trong hai tập thơ còn lại "Thơ Tình Viết Trên Bao Thuốc Lá" và "Cứa Nát Muôn Trùng" được in liên tiếp trong hai năm 2014 và 2015, bản in rất đẹp và khá dày so với hai tập thơ trước. Tất cả hai tập thơ này đều do Văn Tuyển thực hiện. Người điều hành cơ sở in ấn này là nhà thơ Nguyễn Liên Châu. Một lần ngồi cà phê cùng Nguyễn Liên Châu, anh thố lộ: *Trần Dzạ Lữ làm gì có tiền in, là do một người yêu thơ anh giúp đỡ xuất bản đó chứ. Được vậy cũng là mừng cho nhà thơ lắm rồi phải không?* Đọc nhiều bài trong hai tác phẩm cuối này tôi chợt hình dung Trần Dzạ Lữ giống như người lữ khách đang đi trên sa mạc tình, anh khao khát tìm một ốc đảo cho thơ và cho chính cuộc đời của mình, càng đi càng khao khát kiếm tìm lại càng thất vọng, thất vọng lại càng khao khát đi tới:

Buông nhau/ mấy bận trong đời.
Buông rồi/ lại níu, người ơi... đừng về!
(Buông – Thơ Tình Viết Trên Bao Thuốc Lá)

Hay trong một bài thơ khác:

Cám ơn em. Rất cám ơn em
Đã cho anh niềm đau suốt kiếp
Thơ theo người cũng ngỡ ngàng, anh biết
Vết thương này thành lệ đá triền miên...

Cái tình yêu mà nhà thơ suốt đời tìm kiếm như một chất gây nghiện, buông rồi lại níu để rồi trái tim luôn bị xô lệch lầm lẫn không lối ra:

Em từ trong áo bước ra
Tình yêu hóa thật... "mù lòa" tim anh!
Xuyên ngang sinh nhật, ngày em
Trời xanh mây trắng cứ ghiền lẫn nhau
(Em Từ Trong Áo Bước Ra – Cứa Nát Muôn Trùng)

Rồi tự cảm nhận được hoàn cảnh thân phận mình trong cuộc chạy đua với tình yêu:

Anh bây giờ dôi điên
Cộng số dư lãng mạn
Dưới gươm tình loang loáng
Chết vì em... cũng đành!
(Anh Bây Giờ – Cửa Nát Muôn Trùng)

Ta còn bắt gặp cái tình dôi điên đầy lãng mạn đó trong nhiều bài thơ còn lại của hai tập thơ này.

*

Là một nhà thơ có nhiều thơ đăng trên những tạp chí, tuần báo có tiếng tăm trước 1975, anh được nhà thơ Trần Hoài Thư – người thực hiện tạp chí Thư Quán Bản Thảo ở nước ngoài đã dành trọn số 32 xuất bản năm 2008 giới thiệu thơ Trần Dzạ Lữ và đưa vào "Thơ Miền Nam Trong Thời Chiến." Đó cũng là niềm vui và sự khích lệ đối với nhà thơ.

Những năm sau này khi còn ở Sài Gòn hay về Xuyên Mộc sinh sống, Trần Dzạ Lữ tập trung viết hồi ức mang tên "Dọc Đường Văn Nghệ Của Tôi. Một lần hẹn nhau cà phê ở đường sách Nguyễn Văn Bình Sài Gòn anh có tâm sự với tôi: *Đây là tập hồi ức văn chương về những người bạn văn nghệ đã từng sống, quen biết với anh, hy vọng sẽ viết được khoảng 100 bạn văn.* Bài đầu tiên anh viết về những người bạn ở Huế, nơi ấy sinh ra và từ đó anh ra đi: Đó là Lê Ái Niệm. Lê Bá Lăng, Võ Quê, Tần Hoài Dạ Vũ, người cuối cùng anh viết là nhà thơ Phương Tấn đứng ở vị trí 90, tôi cũng may mắn là một trong số 90 người đó. Anh hy vọng sau này có điều kiện in ghi lại dấu ấn cuộc đời làm văn nghệ của mình nhưng điều đó chắc không thực hiện được nữa rồi. Ngày 25-01-2024 anh rời xa cõi tạm vào lúc 22 giờ 30 tại Xuyên Mộc, tỉnh Bà Rịa Vũng Tàu, sau một cơn đau nặng. Trần Dzạ Lữ ra đi đột ngột làm anh em văn nghệ bàng hoàng sửng sốt cảm thương một nhà thơ tài hoa vì bản thân lúc còn sống, bản chất nhà thơ Trần Dzạ Lữ rất hiền lành chân chất, lời nói nhỏ nhẹ không làm mích lòng ai và nhất là luôn coi trọng anh em văn nghệ. Khi anh mất tôi có làm một bài thơ ngắn để tiễn anh:

AI CÒN HÁT DẠO BÊN TRỜI

*Tiễn nhà thơ Trần Dzạ Lữ về cùng mây trắng

Bay về đâu phía cuối trời
Ngàn năm mây trắng nhã lời tình ca
Vườn xưa hương bưởi hương hoa
Dấu chân lãng tử còn xa dặm đường.

Đêm mưa lạc nẻo vô thường
"Mười năm ở chợ" lạ phường bán rao
Đời không hành xử ngọt ngào
Thì thôi cố xứ gởi vào hư không.

Qua đèo qua núi qua sông
Hạc vàng bay mất người không quay về
Gọi tình chết giữa cơn mê
Mưa rừng gió núi đã nghe mịt mùng.

Dang tay "Cửa nát nghìn trùng"
Thôi chào vẫy biệt trăng rừng tuổi thơ
Tóc người nào dệt được thơ
Tấc lòng gởi lại bên bờ nhân gian.

Xin làm ngọn gió đi hoang
Chừng như khách lạ ngỡ ngàng đó thôi
Anh còn "Hát dạo bên trời"
Tình tang lỡ nhịp một đời... Huế ơi!

Thôi thì chúng ta chia tay nhà thơ Trần Dzạ Lữ ở cõi tạm này vậy, hồn thơ anh đã bước vào cõi vô cùng. Ở nơi đó chắc hồn thơ anh sẽ tìm được niềm vui mới trong thơ ca, nghêu ngao trên sa mạc tình để được tự do hát dạo bên trời và gọi tình bên sông cùng người yêu dấu!

Lương Thiếu Văn

**Sài Gòn, bên bờ Kênh Tẻ, tháng 3-2024*

Tham khảo:

1. *Trần Dzạ Lữ và những dấu chân đời phiêu lãng của Lương Trung Thư*
2. *Trần Dzạ Lữ và Hát dạo bên trời của Trần Doãn Nho*
3. *Trần Dzạ Lữ - Gọi tình bên sông của Trần Yên Hòa*

TN

XUYÊN TRÀ

MỐI DUYÊN TÌNH, KHÔNG HẸN

Lá đang hớp từng ngụm mưa đầu mùa. Trời se lạnh. Hình như gió đang thỏ thẻ một bài tình ca khi tiết xuân vẫn còn trên những nụ hồng.

Hắn vẫn ngồi yên trên chiếc ghế đá trong công viên như một bức tượng bất động. Thỉnh thoảng hắn kéo cao cổ áo để che từng giọt mưa sương. Trong quán cà phê tiếng nhạc vừa đủ nghe, nhẹ nhàng, êm dịu... Có một người đàn bà ngồi ở đó đã lâu, nhìn ra, quan sát, theo dõi hắn ngay từ khi nàng mới bước vào. Ly cà phê nóng làm cho nàng cảm thấy ấm cúng, dễ chịu sau một đêm dài khó ngủ.

Nhiều câu hỏi dồn dập trong đầu, gã là ai? Tại sao lại ngồi một mình giữa chốn đô thị đang tất bật những đa đoan? Không hiểu sao nàng có ý định cầm chiếc dù ra che cho hắn hay có thể mời hắn vào trong quán uống chút gì cho ấm.

Do dự và suy nghĩ hồi lâu, nàng quyết định thực hiện ý định táo bạo này. Nàng tiến đến bên cạnh. Hắn vẫn ngồi yên. Nhìn. Không nói, chỉ cúi chào.

- Mưa gió thế này? Sao anh ngồi ở đây một mình? Nếu anh không chê, tôi có thể mời anh vào trong quán uống ly trà trò chuyện?

Hắn ngước lên. Nhìn nàng. Đứng dậy rồi ngoan ngoãn bước theo.

Thái độ dửng dưng của hắn đã làm cho nàng hơi khó chịu, bực mình. Hắn nhường cho nàng đi trước. Qua khỏi hành lang là những bậc tam cấp. Hắn nghiêng mình vượt lên phía trước và đưa tay dìu nàng bước lên. Vào đến chiếc bàn nhỏ mà nàng đã ngồi mới đây, hắn lịch sự kéo chiếc ghế rồi ra dấu mời nàng ngồi. Người đàn bà hơi ngạc nhiên và gần như bị động trước cử chỉ tao nhã và khiêm tốn của hắn.

Định thần một lát, lấy lại bình tĩnh, nàng giả vờ lấy gương soi, sửa soạn lại mái tóc của mình để chuẩn bị đối phó với những tình huống sắp xảy ra. Khi ngồi đối diện trước mặt hắn, đây là cơ hội tốt nhất để nàng quan sát hắn thật kỹ. Mái tóc đã điểm màu sương khói, gương mặt sáng, đôi mắt hơi buồn sau đôi kiếng cận dày cộm, như một thức giả trầm lặng?

Hình như gã không bận tâm đến sự tò mò của nàng cũng như những gì đang xảy ra ở chung quanh.

Để phá tan sự im lặng, nàng mở lời trước:

- Anh uống trà hay cà phê?

- Cho tôi ly cà phê đen.

- Nóng hay có đá?

- Gì cũng được.

Sau câu nói cộc lốc của hắn, nàng chỉ cười.

Nàng cố gắng tìm một câu hỏi cho thích hợp nhất vào lúc này.

- Anh có ngạc nhiên khi một người nữ xa lạ như tôi tiếp xúc với anh?

- Có. Nhưng...

Người đàn bà khựng lại, không hỏi tiếp.

Hắn bắt đầu mở miệng:

- Nhà cô ở gần đây?

- Gần.

Câu trả lời ngắn, gọn như ăn miếng trả miếng cho hả giận. Hắn lấy trong túi áo tấm khăn nhỏ lau sạch những giọt nước mưa còn sót lại trên đôi kiếng.

Đột nhiên người đàn bà cất giọng hỏi bâng quơ:

- Xin lỗi, anh quê miền nào?

- Cô định hỏi tên hay quê quán?

- Cả hai.

Hắn ngước mắt lên nhìn trời rồi thong thả đọc:

" Hỏi tên rằng biển xanh dâu
Hỏi quê rằng mộng ban đầu đã xa"

Hai câu thơ của Bùi Giáng, trong bài Chào Nguyên Xuân mà nàng đã đọc từ thuở còn là nữ sinh trường Gia Long ngày nào. Nàng nghĩ bụng, anh chàng này chắc cũng không phải tay vừa. Nhưng không sao. Trước sau gì nàng cũng khám phá ra lý lịch đầy bí ẩn của hắn. Biết đâu người im lặng sẽ là người nói nhiều nhất? Cách suy luận vớ vẩn của nàng, không chừng có hiệu quả...

Cái tên chỉ là nhãn hiệu dán trên một món đồ bày ra ở siêu thị, cũng như cái tên gắn liền trên một hình hài từ khi cha mẹ đã sinh ra. Biết cũng được, không biết cũng chẳng sao. Nàng nghĩ vậy. Nhưng trong lòng nàng vẫn còn ấm ức trước thái độ kẻ cả và thách thức của hắn.

Bất ngờ gã quay lại hỏi:

- Cô có khó chịu và dị ứng với khói thuốc không?

- Không.

Người đàn ông điềm nhiên đặt điếu thuốc trên môi, nhưng chưa châm lửa.

- Xin lỗi cô. Tôi ra bên ngoài hút xong điếu thuốc rồi sẽ quay lại.

- Không cần.

- Tại sao?

- Cho tôi một điếu.

Gã thở ra nhẹ nhõm. Rồi lịch sự trao bao thuốc lá cho nàng. Hắn nhã từng cuộn khói trắng và mơ màng nhìn về một phương trời xa xăm nào đó. Ly cà phê cạn dần, hắn tươi tỉnh và nói cười rất tự nhiên. Cô gái cũng nhận ra điều này, cái ác cảm ban đầu dịu dần rồi tan biến.

Câu chuyện có phần thân mật và cởi mở hơn. Thỉnh thoảng hắn đưa tay mân mê chiếc thẻ bài đeo trước ngực của người cha để lại như liên tưởng đến một hình bóng thân yêu của người quá cố...

Nàng nghĩ thầm trong bụng. Cái bẫy sắp giăng lên. Trước sau gì con mồi cũng đến. Nàng chống tay lên cằm như chờ đợi. Biết đâu kẻ ít nói lại là người nói nhiều nhất khi hoàn cảnh thuận lợi? Nàng lặp lại cách suy luận của mình và tự đắc mỉm cười. Thấy hắn vẫn giữ thái độ im lặng. Nàng cất giọng hỏi trước:

- Chắc anh có tâm sự buồn, tôi có thể chia sẻ với anh đôi diều?

Hắn nhìn thẳng vào gương mặt thanh tú của nàng.

- Nếu cô cho phép.

Cái giọng hơi trầm, có lẽ người miền Trung, nàng đoán vậy. Không hiểu sao điều dự đoán của nàng có hiệu quả tức thì. Hắn sửa lại thế ngồi, rồi từ tốn mở đầu cuộc hội ngộ bằng những đoạn đường và thân phận của hắn đã trải qua.

Như được dịp trút hết những suy tư, tiềm ẩn từ bấy lâu nay, hắn bắt đầu kể lại một cách say sưa cái dĩ vãng đau buồn, nhọc nhằn của hắn. Hắn tâm sự, không còn dạy học cho một trường Trung Học ở tỉnh lẻ, sau khi người cha chết một cách tức tưởi trong cuộc di tản đầy oan nghiệt. Gia đình ngày càng sa sút, kẻ về quê, người lên thành phố kiếm sống. Phần hắn lang thang rày đây mai đó, không nhà cửa, lắm khi sống nhờ vào bạn bè giúp đỡ... Trong khi kể về cuộc đời của mình, đôi lúc hắn ngừng lại, cúi xuống như che giấu một chút xúc động đang dâng trào...

Không ngờ một kẻ trầm tư như hắn lại đem cả cái quá khứ đau buồn của mình thổ lộ trước một người con gái mới quen. Nàng vẫn ngồi yên, lắng nghe, thỉnh thoảng nàng đưa tay lau những giọt nước mắt không biết đã rơi từ lúc nào.

Thời gian như đọng lại. Cái im lặng trầm uất kéo dài. Hắn lại đốt thêm một điếu thuốc, nhìn ra ngoài công viên. Nàng rụt rè đặt tay lên vai hắn lay nhẹ. Hắn quay lại. Cười. Nhìn nàng thật lâu rồi hỏi:

- Chắc cô không vui, vì tôi...?

Nàng đưa ngón tay giữa miệng ra dấu cho hắn không được nói gì thêm. Xong nàng mở trong ví đưa cho hắn một tờ giấy nhỏ trong đó có ghi rõ địa chỉ nhà ở và số điện thoại di động.

Hắn cầm lấy và nói rất nhỏ: Cảm ơn.

Bỗng nàng nhìn hắn và đột nhiên đổi cách xưng hô:

- Em vô cùng cảm kích những lời tâm sự của anh vừa kể. Rồi tiếp:

- Từ nay chúng ta có thể làm bạn với nhau được không?

Hắn từ tốn đứng dậy và bất ngờ chìa tay ra bắt tay nàng.

- Anh hoàn toàn tán thành đề nghị của em. Nhưng...

- Lại nhưng? Anh còn đòi hỏi gì thêm nữa?

- Anh đã nói hết hoàn cảnh của anh. Nếu anh không biết thêm một chút gì về em, như vậy có công bằng không?

Cô gái không còn do dự trước một đối tượng mà nàng đã xác định:

- Em tên Thủy. Gọi đầy đủ là Trần Ngọc Thủy.

Người đàn ông chuyển vị trí đến ngồi gần nàng như một cặp tình nhân. Nàng lấy thỏi son thoa quanh vành môi, chờ đợi, như tìm trong ký ức để ráp lại những mảnh rời của quá khứ, rồi không ngần ngại kể hết thân phận lạc loài, cô đơn mà cô đã phải gánh chịu giữa thời con gái. Cái sự nghiệp mà cha mẹ cô đã một đời lao khổ, xây dựng phút chốc trở thành tay trắng. Cả gia đình lâm vào cảnh cơ cực, khốn khó, sau đó tìm đường đi vượt biên, nhưng không may đã bỏ mình trong biển cả.

Trong lúc cả nhà ngồi trên chiếc thuyền định mệnh kia thì cô đang về quê thăm Ngoại, nên còn sống sót tới ngày hôm nay.

Hiện tại còn một đứa cháu trai, con của ông anh cả, gọi em bằng cô, đi về sớm tối. Em quyết định không bán ngôi nhà của Ba Mẹ mà để lại thờ tự hương khói mỗi ngày, giữ nó như một báu vật quý giá và thân thương nhất. Anh nhẹ vuốt mái tóc nàng như muốn chia sẻ nỗi đau buồn sâu lắng...

Hoàn cảnh gần như giống nhau, cả hai không còn một chỗ đứng nào trong xã hội. Họ bị hất tung, đào xới tận gốc rễ bởi những định kiến hẹp hòi trước thời cuộc... và một sợi dây vô hình đã buộc chặt họ gần lại với nhau.

Cuộc tương phùng, không hẹn nhưng có sự đồng cảm và gắn bó từ trong những giọt nước mắt và nụ cười chan hòa niềm hạnh phúc đến bất chợt trong cuộc đời...

Cả hai thì thầm những gì không ai biết được. Bóng chiều đã ngã sau những hàng cây. Bỗng một chiếc tắc xi tạt vào và dừng lại trước quán.

Hai người nắm tay nhau cùng bước ra. Mối duyên tình, không hẹn... Họ sẽ đi về đâu? Đêm nay...

Xuyên Trà

Atlanta, Tháng Ba/2024

THỤC UYÊN

NHỚ CAO NGUYÊN

Mới có bốn năm giờ chiều mà cao nguyên đã phủ đầy sương, thứ sương mù lan toả bồng bềnh trong không khí, nhưng rất đậm đặc mà ta có thể cầm nắm được. Trời trắng đục như sữa, se sắt lạnh.

Cái bảng lảng hơi sương đã làm mờ đi nhân ảnh, tất cả trở nên mờ ảo nhạt nhòa trong cái nhấp nhô trùng điệp của núi rừng .

Trên cánh đồng dường như bất tận ấy thỉnh thoảng nó thấy nổi lên những cái ụ đất.

Những ụ đất trải dài nhấp nhô dọc theo đường đi của mẹ con nó đi mót củi. Rừng đã được khai phá chờ đợi bàn tay con người đến vun xới. Sau khi cây cối đã được đốn xuống và thu dọn sạch sẽ, những chiếc máy ủi sẽ móc hết rễ cây lên và dồn chúng lại với nhau hình thành những ụ đất vĩ đại.

Nơi đây là nguồn củi đốt khổng lồ mà những hộ dân mới lên đây lập nghiệp tha hồ khai thác để sử dụng. Mẹ con nó mỗi khi rảnh là ra ụ rút củi gánh về nhà. Có những gốc cây quá lớn nằm chênh vênh kềnh càng như những con khủng long, thì phải đành chịu thua.

Nhà nó chẳng có gì nhiều ngoài củi, các anh nó siêng năng chẻ củi ra thành từng những thanh nhỏ, phơi thật khô khan, rồi xếp rất ngay ngắn trong những chồ chung quanh nhà, có mái che đàng hoàng, mẹ nó cứ tha hồ mà nấu nướng.

Buổi chiều sau khi đi làm ở tập thể về, anh nó đứa anh mười sáu tuổi vác cuốc ra ụ và rủ đứa em gái mười bốn, lon ton chạy theo gieo hạt. Ụ đất sau khi được rút hết củi còn lại lớp đất đen và xốp mịn, tất cả đất màu mỡ đã được dồn lại ở đây.

Đứa anh nó vừa cuốc vừa giải thích chỗ này mình sẽ gieo bắp, gieo đậu, còn chỗ kia sẽ dặm thêm ít bí, bầu..

Đứa anh nó nói thao thao bất tuyệt, say sưa phác họa một tương lai rất tươi sáng. Mới có chút xíu tuổi đầu mà các anh chị nó đã có ý thức trách nhiệm như những người lớn, hai vai gồng gánh hết mọi việc nặng nhọc, mưu sinh của gia đình.

Tội nghiệp con nhà nghèo nên chúng rất ngoan và chăm. Đứa em gái thì cứ lơ mơ, đi theo anh rải những hạt giống vào những hố đất anh nó mới cuốc, mà tâm trí nó để đâu đâu. Nó chưa ý thức được tầm quan trọng, sự khắc nghiệt, sự đói no sống còn của con người. Nó chưa hình dung hết được sự chờ đợi của gia đình, trông từng ngày những hạt giống này nảy mầm đơm hoa kết trái để sinh tồn.

Tâm trí nó còn lan man lắm, từ lúc bỏ phố thị lên đây nó chưa biết phải thích nghi ra sao.

Chiếc nón lá được đội trên đầu nó hình như to quá khổ. Nắng gió cao nguyên đã làm cho nước da nó trở nên dãi dầu hơn. Nó vẫn còn sợ hãi co rúm người lại khi nhìn thấy những con sâu róm đầy lông lá cong người ngoe nguẩy. Thỉnh thoảng anh nó cuốc trúng một ụ mối, nó nhìn vào ổ mối còn lúc nhúc những con ấu trùng trắng nõn, nó cảm thấy thật ghê rợn. Bầy mối bay ra rợp trời như mưa, tấn công nó khắp nơi trên thân thể. Cảm giác ngứa ngáy nhột nhạt thật ghê tởm mà nó muốn trốn chạy cũng không kịp.

Bầy mối sau những phút bay bổng thăng hoa thì rụng cánh nằm la liệt trên mặt đất hấp hối chờ phút đầu thai!

Hồn ta như gò mối đang chờ phút đầu thai (Nhạc PD)

Đêm xuống, cao nguyên đen thẫm lạnh cóng, nhất là những ngày tháng đầu tiên. Anh chị em nó xúm xít nằm dồn lại với nhau cho đỡ lạnh. Gió đầu mùa rít qua mái tole qua căn nhà xây cấp bốn trống hoác nghe kẽo kẹt, hòa với tiếng cú kêu đêm và tiếng côn trùng réo rắt làm nó luôn hoảng sợ..

Thỉnh thoảng nó lại nghe đâu đó dư âm tiếng cồng chiêng của người dân tộc vọng về. Trong cái mê cung của núi rừng, đêm cao nguyên dường như huyền bí và linh thiêng hơn.

Cao nguyên chào đón những mảnh đời lưu lạc như gia đình nó với quá nhiều nỗi niềm.

Tuy vậy đêm về, sau những giờ phút lao động cật lực chúng nó vẫn còn những giấc mơ đẹp.

Nó mơ về phố thị. Ánh đèn màu lung linh làm nó nhung nhớ! Nó nhớ chuỗi âm thanh xao động của phố phường. Tiếng kèn xe, tiếng rao hàng, tiếng người nói cười mua bán trong chợ lao xao.

Và nhất là tiếng trống trường. Tiếng trống trường dồn dập, rộn ràng thôi thúc giờ nhập học, giờ tan học. Nó nhớ tiếng rào rào vỗ tay của bè bạn, tiếng sang sảng của cô giáo khi đọc tên nó lên lãnh bảng danh dự hàng tháng. Nó nhớ tất cả!

Nỗi nhớ làm nó đớn đau.

Nó như trôi đi trong những giấc mơ mong manh bất tận mà bất cứ tiếng động nào, thanh âm nào mơ hồ nhất cũng có thể làm giấc mơ đó tan vỡ!

Nhưng rồi nó lại yêu cao nguyên sau đó!

Khi những hạt giống bắt đầu nhu nhú nảy mầm, anh nó ngày nào cũng ra thăm báo tin vui, những hoa màu tiến triển tốt, nó bắt đầu chú ý sự màu nhiệm của tạo hóa. Những luống rau lang đã bò dài ngoằn ngoèo. Những cây bắp mơn mởn trổ cờ. Nó không ngờ trái bầu nhìn chơn chất vậy mà hoa của nó rất đẹp, trắng nõn thanh khiết làm sao!

Những bãi dâu xanh ngắt hứa hẹn cho những nong tằm chín.

Cao nguyên với những cánh tường vi mỏng manh, những đóa phù dung nở mãn khai thấp thoáng dưới sương mai đẹp đến não nùng!

Cao nguyên những ngày mưa như thác đổ, mưa mịt mùng đất trời, mọi sinh hoạt đều dừng lại. Con nít nghỉ học, người lớn nghỉ làm. Nó vui mừng lắm! Được đọc thêm những cuốn truyện mà nó yêu thích. Những cuốn sách mà gia đình nó cố gắng đưa ở đồng bằng lên. Anh em nó chỉ biết đọc sách và đó là thú vui duy nhất của chúng nó.

Cao nguyên với bước chân của những người bạn thân thương, người anh em dân tộc thiểu số với cuộc sống hoang dã nhưng tâm hồn vô cùng thánh thiện luôn bằng lòng an yên trong thánh địa của mình.

Cao nguyên mảnh đất lưng chừng trời, đã bao dung đón nhận biết bao mảnh đời xô dạt từ khắp nơi đổ về. Cao nguyên độ lượng ban phát sự sống và họ đã cúi đầu đón nhận, xin nhận nơi đây làm quê hương trong cuộc lưu đày trên chính quê hương mình.

Cao nguyên tiếng vọng thì thầm từ bên kia đồi sim lồng lộng gió, lướt qua bóng thời gian với tình yêu bất biến.

Trả hết lại nơi đó những đêm trăng sáng vằng vặc rải xuống khắp núi đồi thứ ánh sáng ma mị huyền ảo diễm lệ nhất trần gian..

Xin trả hết lại cho cao nguyên tháng ngày cũ với những yêu dấu bọt bèo..

Trả hết lại núi rừng với hàng cây nghiêng bóng chìm khuất trong sương, mù xa vời vợi trôi trong nỗi nhớ quá mông mênh..

Nơi tôi nhớ.
Không có lũy tre xanh
Không cây đa đầu ngõ
Không giếng nước ngọt lành.

Ở nơi đó.
Màu ba dan đất đỏ
Đất quện chân người lầy lội mỗi khi mưa
Hoa cà phê nở trắng đong đưa
Thầm mơ ước một mùa thu hoạch khá.

Những bãi dâu xanh, chói chang ngày nắng hạ
Thấp thoáng bóng ai, dáng chị hái ngoài nương
Để những con tằm nhả từng sợi tơ vương
Dệt cho đời thêm những ngày no ấm

Nơi tôi nhớ con dốc sâu thăm thẳm
Trên vai em nặng trĩu những gùi măng
Dốc cao quá em bước hoài bước mãi.
Hành trang em là những nỗi nhọc nhằn

Ở nơi đó những trưa hè nắng đổ
Cao nguyên vào cơn hạn của mùa khô
Mẹ lo lắng hết nhìn trời nhìn đất.
Ơn trời cho mưa xuống ngóng từng giờ.

Qua nắng hạn lại đến ngày giông bão
Đếm hoang tàn sau cơn bão rớt rơi.
Mưa cao nguyên mịt mờ trong làn nước
Nhận chìm ai vào nỗi nhớ tơi bời.

Thục Uyên

BK

NGUYỄN KIẾN THIẾT

VÀI NÉT VỀ CÂU HÁT HUÊ TÌNH Ở NAM KỲ

Hát huê tình nghĩa là gì? Tác giả nào đã viết về câu hát huê tình? Nội Dung và Nghệ Thuật gồm những đặc điểm gì? Chúng tôi sẽ lần lượt bàn đến trong bài biên khảo dưới đây. Vì số trang báo có hạn nên bài này được rút ngắn trong phạm vi cho phép. Rất mong được bạn đọc thông cảm.

*Hát huê tình nghĩa là gì?

Huê tình (còn gọi hoa tình): "*Lẳng lơ trai gái*" (*Việt Nam Từ Điển*, tr.239), là "*Lời trai gái chọc ghẹo nhau, dâm từ, những câu hát ghẹo*" (*Đại Nam Quấc Âm Tự Vị*, tr.428). Hát huê tình là "*hát lời nói xa gần làm cho cảm động ý nhau, cùng là chọc ghẹo nhau*" (*ĐNQATV*, tr.410).

Người miền Bắc gọi lối hát nầy là tự tình, hát hoa tình hoặc hát trao tình, tức là "*những bài hát hoa tình giữa trai và gái trao đổi nhau những khi có dịp gặp nhau*" (1). Theo Thuần Phong, hát huê tình thông dụng nhiều nhứt ở miền Nam, còn gọi là hát đố, hát đối đáp, hát chèo ghe (2).

Chúng tôi có thể cắt nghĩa như sau: Hát huê tình ở Nam Kỳ là hát đối đáp trao đổi nhau giữa đôi trai gái hay giữa hai phe nam nữ "những khi có dịp gặp nhau" trên sông rạch, lúc lao động ngoài đồng áng, trên sân nhà, hoặc trong các lễ hội, hay trong những cuộc thi tài cao thấp. Câu hát huê tình phát triển mạnh ở Miệt Vườn đồng bằng sông Cửu Long, *nằm trong ngũ cung hơi Nam giọng oán và phảng phất hơi hướm ca dao miền Trung.*

*Các tác giả giới thiệu câu hát Huê tình

Câu hát huê tình là một thứ dân ca truyền khẩu nên khi lưu hành, biên soạn đã bị "tam sao thất bổn" khá nhiều. Một số lớn câu hát đã bị chìm sâu vào trong quên lãng. Để làm sống lại những câu hát đang ngắc ngoải chờ ngày tắt nghỉ cũng như nhằm mục đích bảo vệ cái di sản lý thú của ông cha, một vài bậc thức giả đã để công *sưu tầm, biên soạn, phổ biến* câu hát huê tình. Chúng tôi thử liệt kê như dưới đây mặc dầu chưa đầy đủ hoặc tồn nghi. Đó là các tập sách *Câu Hát Huê Tình* của một số tác giả: Đặng Lễ Nghi (1907; 1932), Đinh Thái Sơn (1928; 1966), Nguyễn Công Chánh (1956), Nguyễn Kiến Thiết (1971; 1972), Nguyễn Tấn Bi (2008), Hà Phương Hoài (2013), Huỳnh Ngọc Trảng – Phạm Thiếu Hương (2022), v.v... Nhìn chung, những công trình của các tác giả trên đây chỉ *góp nhặt, sưu tầm* và *phổ biến* câu hát huê tình. Riêng chúng tôi đã bước đầu nhận định, phân tích sơ khởi về Nội Dung và Nghệ Thuật của câu hát huê tình từ năm 1971. Tuy nhiên đây là công việc *tiên phong*, tài liệu/văn bản còn hạn chế nên chưa đủ độ sâu, rộng của một bài biên khảo.

*Nội dung và nghệ thuật

Nhằm mục đích giúp cho giới nghiên cứu phê bình văn học (**không/chưa có** văn bản trong tay) tiện việc tham khảo, người viết không ngần ngại giới thiệu bài biên khảo này. Chúng tôi sử dụng bản *CÂU HÁT HUÊ TÌNH* của Đinh Thái Sơn, Chợ Lớn, Thuận Hòa xb. 1966, 18 trang để phân tích về Nội dung và đặc điểm Nghệ Thuật. Hát huê tình là hát đối đáp trao đổi nhau giữa trai và gái "những khi có dịp gặp nhau." "Dịp gặp nhau" đó có khi là để "đối chơi" cho vui (*Đêm thanh trăng rạng, bạn mình đối chơi*); có khi để "ngâm nga đặng quên cả vất vả và mệt nhọc" trong khi lao động. Và cũng có khi để "kết duyên", như duyên bạn bè, duyên chồng vợ. Hát Huê tình cũng giống hát Quan Họ là "một loại hình dân ca phong phú về giai điệu," nhưng có điểm khác biệt là trai gái hát quan họ mặc dầu để ý thương nhau nhưng chỉ xem nhau như bạn bè (bạn hát) và theo tục lệ khắc nghiệt có ghi trong hương ước, các "liền anh," "liền chị" thường *không được phép* lấy nhau. Trái lại chung cuộc của Hát huê tình vẫn là tình yêu nam nữ (*Thú vui nào bằng thú hát huê tình; Trời xui hội ngộ hai đứa mình **kết duyên***).

Để bạn đọc tiện theo dõi, chúng tôi đánh số câu trích dẫn, mỗi "cụm" tiếng đệm (Bó em ôi, Bó bậu ôi) đều ***in đậm, chữ nghiêng,*** kể cả những chữ *sai* chánh tả và chú thích cẩn thận. Riêng các chữ còn gây tranh cãi hoặc sử dụng theo thói quen từng vùng miền, tiếng Việt cổ thì vẫn giữ nguyên. Cũng như ca dao cả nước, cái "tôi" trữ tình trong câu hát huê tình thể hiện những cảm xúc "chủ đạo," tinh tế và đa dạng. Từ "tôi"/"tui" dẫn đến những cặp nhân xưng đại từ đối xứng trong cách xưng hô của người bình dân: "tui"/"mình", "qua"/"bậu", "anh"/"em", "chàng"/"thiếp", "quân tử", "anh hùng"/"thuyền quyên", "người nghĩa", "nhơn tình", "cựu tình", v.v... Thí dụ:

-(câu 7) *Bây giờ cầu xây nọ nó thôi xây; Thời qua với bậu dứt dây* ***cang*** *thường* (bản gốc in: "can").

Điều đáng lưu ý là câu hát huê tình được làm theo mọi thể loại thơ: từ tứ tự, ngũ ngôn, lục ngôn đến lục bát, lục bát biến thể rồi đến song thất, song thất biến thể hoặc hỗn hợp hai ba thể trên một cách phóng túng. Những tiếng đệm như: *bó mình ôi, bó anh ôi, bó bậu ôi, bó ai ôi, bó em ôi, bó nàng ôi, bó nhơn tình ôi,* v.v... được lồng vào trong câu hát một cách ý vị và duyên dáng. Để ý thán từ ***"ôi"*** được dùng để chỉ tiếng gọi biểu lộ ý than thở hoặc bày tỏ tình cảm tha thiết. Thí dụ:

-(câu 12): *Chỉ tơ đứt mối thình lình;* ***Bó bậu ôi,*** *Vì nghèo nên phải xa mình sanh phương.*

Hát huê tình là một loại hát đối đáp giữa nam và nữ; nhưng tại sao trong những câu do chính người bình dân hát lại có những từ Hán-Việt, cách ngôn Khổng Mạnh và điển tích Trung Hoa?

Như chúng ta đã biết, Nam Kỳ là vùng đất mới, nhưng mọi lãnh vực đều "khởi sự/khởi xướng" ở miền Nam. Từ chữ quốc ngữ, văn học chữ quốc ngữ, báo chí, tiểu thuyết rồi thơ, thơ mới, dịch thuật (đặc biệt sách Tàu, truyện Tàu) đến văn nghệ kháng chiến, tự truyện, thoại kịch... nhứt nhứt đều *bắt đầu* tại Lục Tỉnh. Nói khác đi Nam Kỳ đã đóng vai trò *tiền phong* của văn nghệ miền Nam. Khi phân tích câu hát huê tình, chúng tôi muốn nhấn mạnh vai trò **chữ quốc ngữ** và phong trào dịch **sách Tàu, truyện Tàu** (ra chữ quốc ngữ) vào đầu thế kỷ XX đã ảnh hưởng rất lớn đến hò hát.

*Chữ quốc ngữ

Tức tiếng Việt viết theo mẫu tự Latin - được truyền sang nước ta vào cuối thế kỷ XVII do các giáo sĩ phương Tây nhằm mục đích phục vụ cho truyền giáo; và "*người Nam Kỳ là những người Việt Nam đã dùng chữ Quốc ngữ trước nhất*" (Vũ Ngọc Phan: *Nhà Văn Hiện Đại*, 1941, tr.37). GS Thanh Lãng cũng đã khẳng định: "*Chữ quốc ngữ được công nhận và phổ biến trước nhất ở miền Lục tỉnh...*" (3). Các dịch giả **Sách Tàu** sang quốc ngữ tiêu biểu có Đoàn Trung Còn dịch *Minh Đạo Gia Huấn* do Trình Di đời nhà Tống biên soạn; Trương Vĩnh Ký phiên dịch *Minh Tâm Bửu Giám* được biên soạn từ cuối đời nhà Tống. **Truyện Tàu** - tức tiểu thuyết chương hồi hay "tiểu thuyết cổ điển" của Trung Hoa. Dịch giả truyện Tàu sang chữ quốc ngữ đầu tiên là một người Pháp, Canavaggio, chủ báo *Nông Cổ Mín Đàm* dịch *Tam Quốc Chí Tục Dịch* đăng từ số báo ra mắt (1/8/1901)? Nhưng theo Vương Hồng Sển trong *Thú Chơi Sách*, người dịch Truyện Tàu đầu tiên chính là cụ Dũ Thúc Lương Khắc Ninh (1862-1943). "Những tay dịch thuật trứ danh ở Nam Kỳ" với số lượng nhiều nhứt chính là ba ông **Nguyễn Chánh Sắt, Trần Phong Sắc** và **Nguyễn An Khương.** Ngoài ra còn có Nguyễn Liên Phong và Nguyễn An Cư dịch *Tam Quốc Diễn Nghĩa* do nhà Tín Đức Thư Xã tại Sài Gòn xuất bản từ 1927-1932 gồm 31 cuốn. Có thể nói có chữ quốc ngữ mới có phong trào dịch sách Tàu, truyện Tàu để phổ biến rộng rãi trong đại chúng. Từ đó phong trào mê truyện Tàu bùng phát khắp Nam Kỳ: người người "mê" truyện Tàu, nhà nhà "mê" truyện Tàu, "mê" nghe "nói truyện" Tàu. Những cách ngôn Khổng-Mạnh, những tấm gương trung hiếu tiết nghĩa, những điều thường thức về nhân – nghĩa - lễ - trí -tín, về tam cang ngũ thường được người bình dân tình cờ tiếp thu từ sách, truyện Tàu, đợi có dịp đem ra thi thố. Cũng có khi qua những cuộc "đấu trí" của các bậc văn nho, thầy đồ trong các dịp giỗ chạp, ma chay, cưới hỏi hay hội hè đình đám mà người dân quê "nghe lóm" được rồi đem ra áp dụng trong ca dao, hò hát. Trong Luận án về *Ca Dao Miền Nam*, chúng tôi đã nhận định: "*Ca dao miền Nam thường dùng những tiếng Hán-Việt hay những câu chữ Hán để làm nhập đề, để gợi hứng mà gieo vần hay để biện minh cho một tư tưởng, một tình cảm. Những bài hát hò như trên gọi là **hát chữ** (...) tức là những bài dùng cách ngôn Khổng-Mạnh lấy trong Minh Tâm Bửu Giám hay Minh Đạo Gia Huấn để gợi ý đưa vào đề*" (4). Hát huê tình đối đáp – một bộ phận của ca dao miền Nam, cũng nằm trong "mô-típ" (motype) nói trên. Tuy nhiên với cố tật "xấu hay làm tốt," "dốt hay nói chữ" của người bình dân Nam Kỳ, nên khi "hấp thụ" sách, truyện Tàu là họ đem ra ứng dụng, "thi thố" ngay. Sơn Nam đã nhìn nhận: *"Thật bực mình khi nghe những câu hò dẫn chứng nhiều điển tích sai lạc, vô nghĩa hoặc nhiều cách ngôn của Khổng Tử, Tư Mã Ôn Công, với danh từ lẫn lộn, ép vận, sai văn phạm cổ văn"(5).*

Chúng tôi có thể nói câu hát huê tình đối đáp gồm một số đặc điểm về nghệ thuật như: **hát chữ, hát tích** và **hát đố/hát đối đáp.** Trong Luận Án về Ca Dao miền Nam, chúng tôi đã nhận định:*"Khi cuộc hát đã đến lúc hào hứng, hễ bên trai "buộc vào," thì bên gái "mở ra," bên trai "bẻ vô" thì bên gái "xô ra," bên này **hát chữ, hát tích** thì bên kia tìm cách đối* *lại; bên này dùng những câu **hát đố** hóc búa, thì bên kia tìm câu **hát đáp** lại một cách tài tình"* (sách đã dẫn, tr.107).

- **Hát chữ**: dùng thành ngữ nước ta hoặc cách ngôn của Khổng-Mạnh (thường lấy trong sách *Minh Tâm Bửu Giám* hoặc *Minh Đạo Gia Huấn*) để gợi hứng gieo vần. Một vài thí dụ tiêu biểu:

. (câu 157): ***Chữ*** tích ác** có ngày phùng ác*
Hễ mưu thâm ắt họa diệt **thâm****
Vì anh không dạ tu tâm
*Anh theo người hoang **đãng*** anh phải cầm đề lao.*
*Sách *CHHT* in sai: Chử; Hể; thăm; đảng.
**Dẫn sách *Minh Đạo Gia Huấn* (tr.53).

.(câu 261): ***Tửu phùng tri kỷ thiên bôi thiểu***
Thoại bất đầu cơ bán cú đa*
Miễn** *cho anh nói thiệt thà*
Anh ôi, *Dầu cho Hồ Việt một nhà lạ chi.*
*Trích *Minh Tâm Bửu Giám* (tr.271): Rượu gặp bạn biết mình, ngàn chén cũng còn ít; Lời nói chẳng gài máy lập mưu, dầu có nửa câu cũng đã nhiều.
**Nguyên bản *CHHT* in sai: Miếng.

*Hát tích:

Dùng điển tích của sách vở Trung Hoa hoặc các truyện thơ Việt Nam vừa để gợi hứng gieo vần hay nêu câu hỏi. Khi khảo sát về điển tích trong ca dao, GS Thanh Lãng đã viết: "*Văn chương bình dân rất kỵ những điển tích (...) Tuy nhiên đôi khi ta cũng thấy nhà văn bình dân dùng điển*" (6). Trong những chuyến đi "điền dã" sưu tầm, nghiên cứu Ca Dao miền Nam, chúng tôi có thể khẳng định: Hát huê tình, một bộ phận của Ca Dao miền Nam rất "**sính**" dùng điển tích. Phạm Văn Đang, một tác giả miền Bắc cũng đã nhìn nhận: "*Có điều đáng chú ý là ca dao miền Nam lại **sính** dùng thành ngữ điển tích **hơn** cả ca dao miền Bắc*" (7). Chẳng hạn như:

- Điển tích lấy từ **Truyện Tàu:**

. (câu 283): *Chẳng thà em chịu đói chịu rách*
Học theo cách bà Mạnh, bà Khương
Chẳng thèm như chị Võ Hậu đời Đường
Anh ôi, *Làm cho bại hoại, cang thường hư danh.*

. (câu 300): *Trương Lương, Anh Bố, **Hàn** Tín*, Tiêu Hà*
Bốn ông giúp Hớn nên nhà
Em ôi, *Văn hay **võ**** giỏi, em đà hiểu chưa?*
* và **: Sách *CHHT* in sai: Hàng; vỏ.

Các truyện thơ Việt Nam Nam như: *Truyện Kiều, Lục Vân Tiên,*

Lâm Sanh-Xuân Nương, Phạm Công-Cúc Hoa, v.v... cũng được sử dụng trong hát huê tình.

- Truyện Kiều :

. (câu 286): *Cái lòng của qua chắc thật*
*Không phải **bậc*** phong lưu*
*Dốc cho tròn **chữ hảo**** cừu*
Tỷ như chàng Kim Trọng, không phải đồ Sở Khanh
** và **:* Sách *CHHT* in sai*: bật; chử; hạp.*

- Truyện Lục Vân Tiên:

. (câu 287): *Quân vi thần cang; Phụ vi tử cang; Phu vi thê cang; Cố viết Tam cang*
Bớ anh ôi,** Lòng em **giữ trọn như nàng Nguyệt Nga.*
*Sách *CHHT* in sai: giử (dấu hỏi).

Ngoài ra câu hát huê tình đã nhắc đến *địa danh* hoặc *tên các triều đại* trong lịch sử Trung Hoa để nói về tình yêu đôi lứa cũng như sự xa cách, chia lìa trong tình yêu, như: Hồ, Hớn (c.108), Tề, Sở, Đằng (c.325), Châu Trần (c.331), Tấn, Tần (c.317), hoặc ở dạng đối sánh như: Tần - Tấn (c.316), Hớn-Hồ (c.108), Hồ-Việt (c.261), hay kết hợp với các địa danh có tính ước lệ khác như: *duyên Tần Tấn* (c.317), *kẻ Tấn người Tần* (c.316), *sớm Sở tối Tần* (c.331), vân vân... Tên *nhân vật* và các *sự kiện lớn* trong lịch sử Trung Hoa hay các *thành ngữ* có tính ước lệ cũng có mặt rất nhiều trong câu hát huê tình: *Nguyệt lão* (c.80), *Tơ Nguyệt* (c.222), *dây tơ đỏ* (c.359), *Ngô Khởi* (c.295), *Tống Hoằng* (c.296), *Thái Ung* (c.277), *Mạnh Quang* (c.276), *Võ Hậu, bà Mạnh bà Khương* (c.283), *Thầy Tăng, thầy Lộ, Vương Khải-Thạch Sùng* (c.284), *Tử Cầm, Tử Cống ...* (c.299), *Trương Lương, Anh Bố...* (c.300), *loan phụng* (cc.115-349), *tào khang* (cc.121-296), *Tam cang ngũ thường* (cc.287-288), *xướng tùy* (c.251), *đạo phu thê* (c.75), *thung huyên* (c.117), v.v... Các cuộc "hôn nhân dị chủng" đã phản ảnh phần nào khuôn mặt xã hội Nam Kỳ thời bấy giờ. Đó là hệ quả của quá trình giao lưu Hoa-Việt được mô tả trong câu hát như:

. (c. 168): *Căn nợ đâu xe thấu tới bên **Tàu***
***Bớ mình ôi,** Hay là mình thấy **Chệt** giàu mình mê.*
Các cuộc "hôn nhân dị chủng" trong giao lưu văn hóa Pháp-Việt:
. (c.41): ***Bạc-lê vẽ, sửa** (?) em giận đứa **măn-tơ***
Làm sao mà nghi ngại bá vơ
***Châu Thành** em dạo cảnh, nó nghi ngờ em bán duyên.*
Bạc-lê: Parler (nói); vẽ, sửa: mentir (nói dối); măn-tơ: menteur (người nói dối).
. (c.98): ***Ô-rờ-hoa** đây giã bạn ra về*
***Bớ ai ôi,** Căn dươn chưa bén mựa hề **phát-sê**.*

Ô-rờ-hoa: Au revoir (chào tạm biệt); phát-sê: fâcher (buồn giận).

Câu hát huê tình còn thể hiện "dấu ấn" của văn hóa vật chất của Pháp với những tiến bộ của văn minh công nghiệp như *xe lửa/ga (cc.10-218), tàu (c.144), tàu lặn/xe hơi (c.33), Nhà hát bóng/Sở chụp hình (c.9),* hoặc các vật dụng cần thiết trong sinh hoạt hằng ngày như *đồng bạc (c.348), đồng bạc đầu hình (c.327), tiền bạc giấy tờ (c.328), vài cặp hột/ít lượng vàng/nhiễu lụa (c.246), chuỗi đeo tay (c.356)* cùng những sinh hoạt giải trí và tệ nạn xã hội buổi giao thời như: *thuốc phiện (cc.162-164), bài cào/á phiện (c.311), ghiền (c.164), đèn hồng, liều nhựa (c.160), ngáp dài/mua nhựa (c.162), sa mê tửu sắc (c.313), mảng mê cờ bạc (c.103), bài cạc-tê/tứ sắc (c.312), tào kê (c.194), lầu xanh (cc.52-63), bán hoa cho Chà (c.177), bán lý buôn đào (c.199)...*

Sau cùng, nét đặc thù về ngôn ngữ trong câu hát huê tình đã phản ảnh phần nào quá trình ra đời và phổ biến chữ quốc ngữ thời kỳ đầu ở Nam Kỳ như: chánh tả tiếng Việt (nguyên bản *CHHT* có **vô số** lỗi chánh tả và **rất nhiều** dẫn chứng cách ngôn Khổng-Mạnh không đúng nguyên tác); một số từ Việt cổ: *mựa, mảng* (cc.103-202), khá nhiều chữ kiêng húy, nhiều từ địa phương đọc trại và phương ngữ: ***buờng*** (c.288*), kết* ***ngãi*** (c.25), ***ngỡi*** *xưa* (c.46), ***trước*** *mai* (c.11), *căn* **duơn** (c.57), *vô* **nghì** (c.24), *phú* ***quới*** (c.78), ***quờn quới*** (c.121)...

*Hát đố/Hát đối đáp:

Hát đối đáp là một loại hát huê tình giữa trai và gái "những khi có dịp gặp nhau." Những dịp gặp gỡ của chàng trai-cô gái khi diễn ra trên đồng ruộng, lúc trên sông nước. Nhưng nhiều nhứt là trên những dòng sông hiền hòa thơ mộng giữa "trai thương hồ" và "gái bán vàm" để diễn ra cuộc hát đố/đối đáp lý thú. Đại thể, mỗi cuộc hát đối đáp thường chia làm ba giai đoạn : **Hát chào mời** (bắt đầu chào hỏi, mời mọc) ; **Hát đối đáp** (đáp câu đố, nêu câu đố mới) ; **Hát tiễn** (từ giã, xe kết). Khi cuộc hát đã đến lúc hào hứng, hễ bên trai "buộc vào" thì bên gái "mở ra", bên trai "bẻ vô" thì bên gái "xô ra", bên này **hát chữ**, **hát tích** thì bên kia tìm cách đối lại; bên nầy dùng những **câu đố** hóc búa, lắt léo thì bên kia tìm **câu hát đáp** lại một cách cân xứng. Một vài thí dụ:

. Gái (hát đố): dùng các thuật ngữ **nhiều/ít, non/già.**

(câu 303): *Bánh* ***nhiều*** *quá sao kêu bánh* ***ít***
Chuối ***non*** *nhớt cũng gọi chuối* ***già***
Trượng phu đối đặng mới là đáng khen.

. Trai (hát đáp): dùng các thuật ngữ **chua/ngọt, cao/lùn**.

(c.304): *Canh* ***chua*** *lét sao kêu canh* ***ngọt***

*Cây **cao** nghệu cũng nói cau **lùn***
Đối chơi với bậu anh hùng há thua.

. Gái: sử dụng **nói lái** hát đố (*Nói lái:* còn gọi nói trại, là cách nói kiểu "chơi chữ" một cách hài hước của dân ta những lúc trà dư tửu hậu, trong các cuộc thi hò hát nhằm mục đích mua vui).

(c.301): *Con **cá đối** để trên **cối đá***
Mèo đuôi cụt** nằm **mục đuôi kèo
Bớ anh ôi,** Anh mà đối đặng, **dẫu nghèo cũng ưng.*

*Sách *CHHT* in sai: dẩu.

. Trai dùng **nói lái** hát đáp lại:

(c.302): *Con **mỏ kiến** đậu trong **miếng cỏ***
*Chó **vàng lông** đáp dựa **vồng lang***
***Bớ em ôi,** Đây anh đối đặng e nàng chẳng ưng.*

Cuộc hát đối đáp giữa trai thương hồ và gái bán vàm cứ thế mà tiếp diễn. Nhờ sự ứng đối tài tình, họ bắt đầu để ý, cảm mến nhau và tình yêu bắt đầu chớm nở giữa hai người. Cũng có khi vì bên trai hay bên gái bị "buộc vào" mà không tìm được cách "xô ra", nên cuộc hát đối đáp mất đi phần hào hứng. Dĩ nhiên sự gặp gỡ giữa đôi nam nữ sẽ không đi tới đâu. Và bấy giờ cuộc hát đối đáp chỉ để "giải sầu", "cầu vui": "*Hát mấy trăm câu giải sầu chư vị; Việc hát hò có ý cầu vui*".

*Kết:

Tập sách mỏng *Câu Hát Huê Tình* – một bộ phận của ca dao miền Nam – đã phản ảnh trung thực bức tranh xã hội Nam Kỳ buổi giao thời Pháp-Việt. Độc giả có thể tìm thấy **nội dung** "văn dĩ tải đạo" bàng bạc trong tác phẩm. Đó là đạo quân thần (quân xử thần tử), đạo hiếu (ơn cha nghĩa mẹ), đạo phu thê, tình nghĩa vợ chồng (chữ xướng-tùy, lòng chung thủy, dạ sắt son), trọng nghĩa khinh tài (kiến nguy vô dõng, tiền tài như phấn thổ/nhơn nghĩa tợ thiên kim), làm lành lánh dữ (tích thiện phùng thiện/tích ác phùng ác). Đó là tất cả cái "điệu nghệ" (đạo nghĩa) của người Lục Tỉnh. Thỉnh thoảng phê phán "thói hư tật xấu" (cờ bạc, tửu sắc, á phiện, lầu xanh), thói mê tín dị đoan (tam hạp, tứ hành xung) và "hôn nhân dị chủng" (Tây-Tàu-Khách-Thanh-Chệt-Chà // An Nam, Việt). Nhưng phê phán là để xây dựng: vạch ra cái xấu, cái dở để gián tiếp đề cao cái tốt, cái hay nhằm giáo dục khuyên răn người đời. Về **nghệ thuật,** hát huê tình đối đáp thiên về "diễn xướng" cần phải "câu giờ" để "bẻ lại" câu hát lắt léo, hóc búa, phải sử dụng *tiếng đệm, tiếng láy* cũng như vận dụng kiến thức và khả năng sẵn có của mình để thi tài cao thấp. Vì vậy câu hát huê tình sử dụng gần như *nguyên xi* lời ăn tiếng nói của dân gian Lục Tỉnh: lời lẽ bình dị, mộc mạc, không trau chuốt nên dễ đi sâu vào lòng người. Chúng ta sẽ không thấy những câu hát *tròn trịa mềm mại* thể sáu tám trong câu hát huê tình. Trong một bài nghiên cứu về Ca Dao miền Nam, chúng tôi đã nhận định: *Hò hát đi trước ca dao; và **ca dao lục bát thành hình sau hò hát**.* Người sưu tầm/phổ biến (Đinh Thái Sơn) mặc dầu phải "tam sao thất bổn" do sự giao lưu văn hóa, do "trình độ văn hóa"; nhưng đã đạt được thành tựu đáng kể trong việc bảo tồn cái di sản lý thú của ông cha. Chúng tôi tin rằng *Câu Hát Huê Tình* là một văn bản quý hiếm cho các nhà nghiên cứu văn hóa dân gian, các nhà ngôn ngữ học, xã hội học và văn học sử. *Câu Hát Huê Tình* chính là *bản sao* thâu gọn của ca dao Nam Kỳ Lục Tỉnh vậy.

Nguyễn Kiến Thiết

Chú Thích:

(1) Thanh Lãng: *Văn Chương Bình Dân.* In lần II. Sài Gòn, Văn Hợi xb. 1957, tr.90.
(2) Thuần Phong: *Ca Dao Giảng Luận.* Kỳ II, SG, Á Châu xb.1970.
(3) Thanh Lãng: *Thay Lời Bạt. Văn Học Miền Nam* của Đông Hồ. Sài Gòn, Quình Lâm xb, 1970.
(4) Nguyễn Kiến Thiết: *Tánh Cách Đặc Thù Của Ca Dao Miền Nam.* Luận án Cao học Văn chương, Đại học Văn Khoa Sài Gòn, 1972, tr.176.
(5) Sơn Nam: *Nói Về Miền Nam.* SG, Lá Bối xb. 1967, tr.59.
(6) Thanh Lãng: *Văn Chương Bình Dân.* In lần II. Sài Gòn, Văn Hợi xb. 1957, tr.118.
(7) Phạm Văn Đang: *Nghệ Thuật Xây Dựng Từ Hoa Trong Ca Dao Việt Nam.* Luận án Cao học Văn chương Đại học Văn Khoa Sài Gòn, 1965, tr.149-150.

cuộc sống tươi đẹp vô cùng
quanh ta hạnh phúc con người nở hoa
người mất đi kẻ sinh ra
thăng bằng cân đối rất là tự nhiên
ta mai này sẽ nằm yên
mong rằng không để lụy phiền cho ai
em yêu, nếu nhớ, thở dài
nhẹ vừa đủ ngấm bi ai vài lần

ĐẶNG KIM CÔN

CỦNG SƠN, TRẬN ĐÁNH CUỐI CÙNG

Tôi không nhớ "Củng Sơn Mai Có Người Quen Hỏi" đăng ở trang mạng Da Màu năm nào, bất ngờ khi tôi từ California qua sống ở thành phố Naples Florida được mấy năm thì nhận được một cú điện thoại của một người bạn mà tôi hằng mong đợi: Bê, thiếu úy Địa Phương Quân, thuộc chi khu Sơn Hòa, nơi cuối cùng tôi đóng quân.

Cái khoảng cách cấp bậc "thiếu úy, trung úy, ông ông tui tui" đã được niềm thân tình dân chơi cà phê cà pháo, tửu hậu trà dư của "Ta ừ, rừng núi cũng tình thân" nhanh chóng thay thế bằng hai tiếng tao, mày. Kể cũng huề khi Bê thấp hơn tôi một cấp, và tôi nhỏ tuổi hơn Bê.

Nói thêm là Bê là một sĩ quan nổi tiếng ở quận này bởi những thành tích diệt cộng và những kinh nghiệm chiến trường. Bởi vậy không mấy ai ganh tỵ với vị trí nó giữ (mà trước đó đã ba đời được chỉ huy bởi 3 ông đại úy): Yếu khu trưởng yếu khu Phú Đức, một vị trí hiểm yếu, cách chi khu hơn 3 km về phía tây, cạnh liên tỉnh lộ 7, con đường đi vào lịch sử với cuộc triệt thoái của quân đoàn II từ Tây Nguyên xuống Tuy Hòa.

Sau khi di tản, chúng tôi không còn gặp nhau, ngay cả khi chúng tôi ở tù "học tập cải tạo" từ trại tập trung đầu tiên Tổng Binh Trà Kê, cho đến Tổng Trại 5, rồi A.30. Đến khi ra tù, Bê về Sơn Hòa, tôi ở Tuy Hòa, dù chỉ cách nhau 60 cây số, nhưng giao thông khó khăn, đời sống khó khăn đã kéo dài cái khoảng cách của chúng tôi, thậm chí khi chúng tôi gặp nhau ở công an xuất nhập cảnh để mua hồ sơ H.O xin đi Mỹ cũng chỉ dám gật đầu chào nhau như… khi còn ở trong trại.

Nhờ bài viết "Củng Sơn Mai Có Người Quen Hỏi," nhiều bạn bè đã gọi phone cho Bê, cái chính là nỗi vui mừng biết tin một người bạn cũ, may mắn, Bê tìm được số phone của tôi.

Giọng Bê vẫn sang sảng khỏe khoắn:

-Bài viết của mày làm tao nhớ ngày ấy quá.

-Trại 54 nó hành mày chưa đủ hay sao?

Bê cười ha hả:

-Mày khác gì tao, nghe mấy thằng bạn nói mày bị tụi nó kêu lên kêu xuống. Nó cũng có hỏi tao về mày.

-Thằng An quỷ sứ, ở trong trại nó nằm sát bên tao, nó nói "Mày liệu mà nói, tao đã khai hết rồi", tao hỏi nó khai gì, nó nói là tao chống phá cách mạnh đến giây phút cuối cùng.

-Cái đó tụi nó chưa đem mày ra xử tử là may, tao là nhân chứng, và tao cũng bị chúng nó hỏi về mày.

Tôi bất ngờ:

-Sao nó hỏi mày?

-Thì chính tao đã gọi mày bắn tụi nó mà, sẵn đây tao đính chính cho mày một chi tiết hiểu lầm quan trọng...

Và nó kể:

-Để mà khỏi thắc mắc, mày tao nói nhanh một điều mày lầm lớn là, người gọi mày bắn chiều hôm ấy không phải ai đó từ máy bay như mày viết, mà, chính là thằng bạn mày, thằng thiếu úy Bê, thằng tao!

Tôi giựt mình, ngạc nhiên định hỏi Bê thì Bê đã tiếp, dĩ nhiên là Bê không nhìn thấy cái vẻ thảng thốt của tôi.

-Lúc đó tao đang ở Hòn Giăng, thì Thiếu Tá Hiếu chi khu trưởng ở Hòn Một Dốc Lớn, cách tao 3 cây số rưỡi phía đông nam, gần đường 7, gọi tao, là Việt cộng tràn xuống và chúng tấn công Quận Hiếu. Nước xa không kịp cứu lửa gần, tao chỉ còn mỗi một cách là gọi mày. Dốc Lớn là địa bàn của tao nên tao đã chấm và điều chỉnh tọa độ chính xác, mày bắn cũng rất hay. Tụi nó chết quá trời, cháy cả 3 chiếc xe tăng.

Tôi cướp lời:

-Mày có phóng đại không? Việt cộng lúc đó làm gì có xe tăng?

-Mày chưa nghe ai nói gì hả? Nó lấy xe tăng của mình, chính nó tấn công quận Hiếu mà. Khi tao đề-lô cho mày bắn, quận Hiếu cũng xác nhận mà, ổng ở cách nó mấy trăm mét chớ mấy. Cũng nhờ pháo binh của mày mà tụi nó tan hàng, tạo điều kiện cho tao cứu được Trung Tá Lò Văn Bảo, tỉnh trưởng Phú Bổn, lúc đó ông bị lạc trong rừng, mày còn nhớ mày bắn một trái sáng không? Trái sáng đó ngay trên đầu tao, tao kêu Trung Tá Bảo đo phương giác về phía tao, để tao tổ chức đi tìm ổng, cũng may, ổng không ở xa tao mấy nên bộ chỉ huy của ổng đã tìm đến tao trước. Đại Tá Gia tỉnh trưởng Phú Yên trực tiếp gọi tao, kêu tao bảo vệ Trung tá Bảo, tao cũng hy vọng đại tá Gia sẽ có máy bay trực thăng lên đón, nhưng lúc này bầu trời Cũng Sơn đâu còn bóng dáng chiếc máy bay nào. Tao nấu cơm cho mọi người ăn. Ổng nghe vụ tao gọi pháo binh bắn cháy mấy chiếc xe tăng, ổng nói may quá, không có mày chắc ổng không biết đường ra, đói khát cũng chết. Ồ quên, Trung tá Bảo nói mấy năm trước mày ở Phú Bổn, ổng biết mày.

-Ừ, tao có nhiều bạn bè ở Phú Bổn, Bộ chỉ huy Trung Tá Bảo được bao nhiêu người?

-Chừng năm sáu người, có Trung Tá Lan, Thiếu Tá Liệu, mấy Đại Úy, còn một số lính di tản từ Kontum, Pleiku xuống đó tháp tùng nên tao không biết chính xác bộ chỉ huy Phú Bổn có bao nhiêu người. Họ nói suốt từ Pleiku xuống, đây là nơi duy nhất họ nghe được tiếng đạn pháo binh của mình.

-Tao nghĩ từ đây xuống Tuy Hòa giờ này cũng không còn đơn vị Pháo Binh nào. Tao không còn liên lạc được với ai.

-Nghĩa là tao với mày là hai tư lịnh chiến trường lúc đó. Đâu còn ai, Quận Hiếu thì ra Dốc Lớn tìm ông Bảo, đại úy Châu chi khu phó ra lệnh đốt chi khu chạy qua Chí Thán, mày mà theo chi khu đi sớm chút thì tao cũng tiêu rồi.

-Thằng Trung Úy An bảo vệ Hòn Ngang hứa với tao "Đại đội tao đâu thì mày đó" đến khi hết đạn, gọi nó thì... nó đã đi cách tao 8 cây số!

-Thằng đó...

-Cuối cùng mày còn bao nhiêu quân?

-Tao có 2 đại đội, đa số là dân Sơn Hòa, tao cho họ về nhà hết, còn lại cộng với mấy người đi theo bộ chỉ huy Trung Tá Bảo, khoảng một trung đội, tao phát lương thực, súng đạn cho họ cùng đi với tao xuống tới Sông Đồng Bò gặp Quận Hiếu.

Tôi kể Bê nghe chuyện khi còn trong trại, an ninh kêu lên kêu xuống, đập bàn, quát tháo, không nói rõ nhưng chỉ nói anh ngoan cố, đến giờ chót còn gây khó khăn cho cách mạng. Trung úy An nằm bên, nó cũng lên an ninh về, nói nhỏ, mày liệu mà khai, mày có sao, tao khai hết rồi.

-Mày nói sao?

-Có sao nói vậy thôi, tôi chỉ là lính làm nhiệm vụ, lúc đó tao chỉ nghĩ là máy bay gọi bắn chớ giờ đó đâu còn đơn vị nào dưới đất. Cám ơn mày cho tao biết những tin tức này.

-Rồi mày rút cách nào?

-Tao ngu, tao chỉ nghĩ 60km về Tuy Hoà, chất hết đạn dược, thuốc men, lương thực lên một chiếc Dodge, thêm chiếc Jeep của tao, bảy thầy trò cứ chạy tới đâu hay đó, đụng thì bắn, qua được thì về tới nhà, không qua nổi thì chết, nhiệm vụ của lính là đi chết mà.

-Trời đất! Sao mày không nghĩ đã hằng chục năm con đường 7 là nhà của Việt cộng, dày đặc mìn bẫy, dày đặc Việt cộng? Chỉ một phát B40 là nguyên xe mày rụi cù đèn. Đúng là dân yểm trợ.

-Hên cho tao, giờ chót thấy chi khu lửa bốc cao, gọi ai cũng không được, ở dưới Hòn Ngang lố nhố lính tráng, tao nghĩ bị Việt cộng bao vây, thầy trò bỏ hết, phóng lên chiếc Jeep đổ xuống dốc, đạn lên nòng, dự trù có bị chặn là nổ súng, có sao thầy trò cùng chết, may không gặp Việt cộng mà là lính mình cũng đang hối hả kiếm đường về xuôi. Tao cũng còn ngu, cứ định băng qua chi khu, chạy về đường 7... May gặp thằng lính quê Củng Sơn tao cho nó về nhà trước mấy ngày, nó chặn tao lại, thông báo "Không đi được nữa đâu Trung Úy ơi, chi khu cháy rồi, Việt cộng đầy dưới đó, cả bộ chỉ huy chi khu băng qua sông. Vậy là, bùm bùm, tao bắn bốn cái lốp xe, thầy trò lội qua sông, dò dẫm hỏi đường tới Chí Thán.

-OK, cho tao hỏi vui chút, sau trận đánh cuối cùng ấy mày còn tiếc điều gì không?

-Tiếc gì?

-Không phải mày bắn chưa hết đạn sao?

Tôi cười ha hả:

-Còn gì nữa mà chưa, bắn đã luôn. Lính báo cáo, hết đạn, chỉ còn mấy quả lân tinh phá nòng, mà cuối cùng tao suy nghĩ, không nỡ.

-Chớ không phải còn hai trái chiếu sáng chưa bắn hả?

Tôi ngớ người:

-Ai nói với mày vậy?

Bê cười giòn tan trong điện thoại:

-Tao không phải dân văn chương, nhưng những gì liên quan đến Củng Sơn tao cũng có chút quan tâm, cái tay An Sơn nào đó viết "Người đàn bà đợi hỏa châu" đó, bộ mày không đọc sao?

-Có, truyện mà.

-Truyện gì, ở Củng Sơn ai không biết cô gái đó. Hai trái hỏa châu 75 đã lỗi hẹn với cổ, hơn 40 năm thỉnh thoảng người ta vẫn ngơ ngẩn ngóng chừng hai trái sáng trên đỉnh Hòn Ngang giữa ban ngày...

-Trời! Mày cũng nhập vai rồi.

Bê không cười nữa:

-Tao nói thiệt. Tao ở Củng Sơn mà, tao không biết cổ, nhưng biết chuyện ấy. Tay An Sơn nào đó biết khai thác đó, đó là một câu chuyện cảm động. Nghe nói cổ có đi Tổng Binh thăm mày?

Đặng Kim Côn

TN

TIỂU NGUYỆT

MỘT NGÀY CHỦ NHẬT CỦA LIÊN THI

Sáng sớm hôm qua, trước khi đi làm, Liên Thi bóc một tờ lịch treo trên tường ở phòng khách - thứ bảy, ngày 30 tháng 5. Sáng nay, Liên Thi cảm thấy vui, khi đưa tay nhẹ nhàng bóc tờ lịch của ngày mới: Chủ Nhật - mồng một. Thời gian như trôi qua thong dong với nàng, từ ngày gặp Tâm; thời gian không còn là nỗi ám ảnh đau buồn như xưa nữa.

Một ngày đầu tháng, lại là niềm vui của một ngày được nghỉ làm, không đi đến công ty như mọi ngày. Liên Thi liền dự tính chương trình cho một ngày Chủ Nhật - sẽ hẹn Tâm cùng uống cà phê, sau đó sẽ cùng nhau lên chùa để vấn an Sư ông Giác Tánh đã bệnh hơn tuần nay, mà vì bận đi làm, chưa có dịp lên thăm Sư ông được.

Nàng lấy chiếc điện thoại trong túi xách, vội bấm máy gọi Tâm. Nàng nghe giọng Tâm từ đầu dây xa xôi:

- Chào em! Chúc em buổi sáng an vui!

- Em chào anh! Sáng nay anh có dự định đi đâu không?

- Anh đang chờ em đây mà!

Liên Thi cười vui vẻ:

- Ồ! Vui quá! Anh đi cà phê với em, anh nhé! - nàng dừng một chút như lắng nghe - ở quán "Tre Xanh" như mọi bữa đó. Anh đến đấy trước đi, em sẽ đến liền. Mình uống cà phê một lát rồi sẽ cùng lên chùa "Từ Nhẫn" để vấn an sư ông Giác Tánh đã bệnh hơn tuần nay, anh thấy có được không?

Giọng Tâm hào hứng:

- Được rồi em. Anh sẽ có mặt ở cà phê Tre Xanh mười phút nữa!

- Dạ! Cảm ơn anh, lát nữa mình gặp lại!

Liên Thi tắt máy.

Nàng vội vàng vào phòng lấy hộp trang điểm đến trước gương, thoa một lớp phấn trắng mịn lên má, tô chút son hồng lên môi, rồi đi thay quần áo. Liên Thi vẫn tự "làm đẹp" mình một chút như vậy mỗi khi đi với Tâm. Ngày thường đi làm, nàng không hề dùng đến son phấn, dầu rất nhẹ. Thoa lớp phấn lên đôi má, Liên Thi thoáng có ý nghĩ vui vui: *"Từ ngày gặp Tâm - tình yêu đã làm mình trở nên trẻ đẹp hơn!"*

Liên Thi trong chiếc váy dài màu xanh nước biển mới may, đứng ngắm nghía trước gương mỉm cười hài lòng, rồi lấy xách tay mang lên vai bước ra khỏi nhà.

oOo

Tâm đến quán, đi thẳng vào phía trong, chọn chiếc bàn gần mái hiên có mấy chùm hoa giấy lòa xòa đỏ hồng, mà hai người thường ngồi như những lần trước. Anh gọi một ly cà phê đen, ngồi dõi mắt ra con đường sỏi dẫn vào quán chờ Liên Thi.

Nhìn thấy Liên Thi vừa bước lên bậc tam cấp vào quán anh vội đứng dậy, bước ra đón.

Anh cầm lấy tay nàng, cùng vào.

Liên Thi hỏi - giọng nhỏ nhẹ:

- Anh đến đã lâu chưa?

- Mới một lát thôi em - Tâm nhìn nàng cười. Em uống gì?

- Cho em một cà phê nhiều sữa.

Anh quay gọi cô phục vụ:

- Cho một cà phê sữa nhiều, cô ơi!

- Dạ! Anh chị chờ một lát.

Tâm nhìn nàng, đôi mắt ánh lên tia lạ lẫm, hài lòng:

- Hôm nay trông em xinh lắm! Gương mặt rất tươi, em ạ!

Nàng thoáng cười - ngượng ngùng:

- Chắc là ngày Chủ Nhật được nghỉ ngơi, thư giãn, thăm viếng, làm mình tươi tỉnh - nàng liếc nhìn anh, cũng nhờ anh đấy!

- Trước kia, dù khi em vui cười, vẫn phảng phất cái buồn. Gần đây, lúc nào gương mặt em cũng sáng hồng, tươi vui. Có sự thay đổi "mầu nhiệm" đấy em ạ!

- Em cũng không biết nữa, nhưng nghe anh nói vậy, em rất vui và hạnh phúc. Từ thuở nhỏ, ai cũng nói em có khuôn mặt luôn đượm buồn, đấy anh.

- Khuôn mặt em đoan trang, có một chút nghiêm nghị thì đúng hơn. Cái buồn chỉ phảng phất thôi, đó là cái buồn cuốn hút người đối diện chứ không phải buồn bã, buồn thảm đâu em.

Cô phục vụ mang ly cà phê sữa và một tách trà đá ra đặt trên bàn. Tâm lấy muỗng khuấy đều cà phê, rồi bỏ đá vào.

Anh mời nàng:

- Em uống đi! Mời em!

Liên Thi cười khẽ:

- Cảm ơn anh - nàng mỉm cười - buồn mà cũng nhiều loại thế hở anh? Thôi thì mình không buồn làm chi, cứ vui đón mỗi ngày đến, sống với nó hết lòng và để nó trôi qua tự nhiên - nàng xoay xoay ly cà phê.

Tâm bỗng cười:

- Đúng rồi. Hãy mỉm cười nói với nỗi buồn và nói "buồn ơi chào mi" - ngồi yên nhìn Liên Thi một lúc, Tâm tiếp - anh nhớ hình như một bài hát có tựa như vậy.

- Anh giỏi âm nhạc nhỉ!

- Giỏi gì đâu. Chỉ muốn em vui mỗi ngày thôi. Âm nhạc làm tươi mát đời sống em ạ!

- Cảm ơn anh đã vì em!

Tâm nhìn sâu, thẳng vào mắt nàng, anh thấy long lanh một tình yêu thương dạt dào đang trào dâng. Anh nhớ nghĩ đến tâm trạng của mình từ ngày yêu Liên Thi - dường như ngày nào không nói chuyện với nàng, anh thấy buồn, thấy nhớ, và thấy một ngày trôi qua sao mà dài quá đỗi, dù là chỉ "gặp nhau" qua điện thoại. Vậy mà, mỗi lần gặp nhau, anh không thể nói là yêu nàng biết ngần nào, mà chỉ nói những chuyện quanh lề đời sống. Nỗi e ngại không dám "chạm" đến cảm xúc riêng trước mặt Liên Thi như một mặc định, đương nhiên vậy! Nhiều lúc, dù có cảm thấy mình thật lạ trước mặt nàng, nhưng vẫn phớt lờ - có lẽ tình yêu chân chính tự nhiên đã làm anh trở nên như vậy? Phải *"sống"* với nhau nhiều hơn *"nói"* chăng?

Theo dự tính từ trước, cà phê xong hai người đèo nhau trên chiếc xe máy lên chùa Từ Nhẫn.

Được ngồi phía sau xe anh, đi cùng với anh, Liên Thi cảm thấy thật an lành, hạnh phúc. Nhìn cánh đồng lúa trải dài xa tít hai bên đường, nàng thấy lòng phơi phới, bình yên. Liên Thi nghĩ, mình thật may mắn được gặp anh - một tình yêu thủy chung, trong sáng rất mực, mà mọi người đều mơ ước. Điều may mắn lớn nhất cho đời người, theo nàng - chính là điều ấy! Từ ngày quen biết anh, nàng như một con người mới, sống một cuộc đời mới - không còn buồn lo, nghĩ ngợi, chỉ biết yêu thương và chia sẻ, bằng lòng với những gì mình đang có. Nàng nghe lòng bâng khuâng, cảm nhận cuộc sống này thật tươi đẹp và ý nghĩa biết bao. Tâm hồn nàng như khoảng trời cao xanh lồng lộng gió mát. Bất chợt, đầu nàng ngã vào lưng anh khi qua đoạn khúc cua làm chiếc xe chao đảo; tim nàng đập "thình thịch," rộn ràng; một cảm giác mới lạ, nồng ấm làm nàng ngây ngất.

- Anh chạy từ từ thôi, qua khúc cua làm người ta muốn ngã nè!

Anh cười, tự nhiên:

- Thì em cứ ngã vào lưng anh, ôm thật chặt vào, không té đâu mà lo. - tiếng anh cười thật thoải mái phía trước, nếu có té, thì hai đứa cùng ngã vào nhau.

Nàng đỏ mặt:

- Kỳ cục hà!

- Kỳ gì mà kỳ! Ôm chặt cho chắc ăn nhé!

Liên Thi đấm vào lưng anh:

- Cái "ông tướng" này!

Từ xa, đã thấy một ngôi chùa cổ lặng lẽ hiện ra trong khoảng cây xanh nhỏ bé, nằm hiền hòa giữa cánh đồng lúa xanh mát. Tâm chạy xe trên con đường lát sỏi dẫn vào chùa. Dựng chiếc xe phía hông trái ngôi chùa, hai người đi ngang qua vườn hoa để vào chánh điện lạy Phật trước khi lên phòng riêng vấn an Sư Ông.

Trước tượng Phật trang nghiêm, Liên Thi chắp tay thành kính nguyện cầu. Nàng xúc động , nhớ lại ngày nàng đã thọ giới quy y thuở nào. Cũng tại nơi đây, Sư ông Giác Tánh đã làm lễ đặt cho nàng pháp danh Diệu Minh; và từ đó, nàng thường xuyên về đây lạy Phật rồi làm một số việc đã quen tay như tưới cây, quét dọn sân chùa, lau chùi, dọn dẹp. Những ngày nhà chùa có dịp cúng giỗ, tổ chức đón lễ - nàng luôn đến phụ giúp ở nhà bếp cùng với một số Phật tử gần xa của chùa hội tụ về.

Tâm đưa Liên Thi vào thăm Sư ông Giác Tánh đang nằm ở phòng phía sau chánh điện một khoảng trống, mà nhà chùa đã che mái vòm làm nhà ăn mỗi khi có cúng giỗ. Nhìn thấy Sư ông nằm yên tĩnh, hai tay duỗi thẳng trên giường bệnh, người gầy ốm; nàng thấy càng quý kính vị Thầy đã hiến dâng cả cuộc đời cho đạo pháp, dẫn dắt tăng ni, phật tử, trên con đường tu học để đạt được ước nguyện giải thoát cho mình, cho người, sống đời an lạc ở hiện tại và mai sau. Nhớ hôm nào lên chùa, Sư ông khỏe mạnh vui vẻ cười đón anh và nàng, hỏi han biết bao chuyện lớn nhỏ trong cuộc sống, mà nay thiêm thiếp, tiều tụy đến vậy - cuộc đời thật ngắn ngủi, mong manh biết bao!

Liên Thi thường được ăn cơm trưa ở đây mỗi lần về chùa làm công quả, hay những ngày có cúng giỗ. Những bữa cơm chay ấy làm nàng nhớ mãi, tuy thanh đạm, đơn giản, nhưng nàng thấy ăn ngon lạ lùng. Ăn nhiều, không thấy no. Nàng thích nhất là món cháo của chùa, mà dường như ai cũng thích món này chứ không phải riêng nàng; nó vừa béo, vừa thơm, đậm đà khó mà diễn tả. Bên cạnh món cháo "truyền thống", có muối é, chao đậu, rau dền luộc, ai cũng thường nhắc nhở mỗi khi được ngồi vào bàn ăn. Lần đầu, vừa ăn một muỗng cháo hoa, nàng buột miệng khen, một người bạn đạo ngồi bên cạnh cười đồng tình: *"ở đây, món cháo này như là "đặc sản" của chùa vậy, chị à. Lên chùa mà không ăn món này, thì thật uổng."*

Đang nghỉ trưa ở phòng khách, Liên Thi nghe tiếng điện thoại reo lên, nàng vội vàng bắt máy.

- Liên Thi! Cô Thành bị bệnh mười ngày nay. Tụi mình sẽ đi thăm cô vào đầu giờ chiều, bạn có cùng đi không?

- Cô bệnh gì vậy, Kiều Mi? Có nặng lắm không? Mình sẽ đi cùng với các bạn nhé.

Tiếng Kiều Mi ở đầu dây như vội vã:

- Khoảng hai giờ rưỡi có mặt ở nhà cô Thành nhé! Mình đã hẹn với các bạn rồi. Cô bệnh thế nào mình chưa được rõ, nhưng có lẽ "hơi nặng" đó.

-Ừ! Mình sẽ có mặt đúng giờ. Thương cô quá!

Liên Thi vội vàng chạy qua phòng Tâm đang nghỉ trưa. Nàng gõ cửa:

- Anh Tâm! Anh Tâm!

Tâm đang nằm yên, thiu thiu chưa kịp ngủ. Nghe tiếng Liên Thi gọi, vội dậy mở cửa.

Anh hỏi:

- Gì vậy em? Sao em không nghỉ một lát rồi về cho khỏe?

- Cô Thành - cô giáo ngày trước của em bị bệnh, các bạn rủ em đi thăm cô. Anh có đi cùng tụi em không?

Anh sốt sắng:

- Anh sẽ đưa em đi thăm cô luôn, cô giáo của em cũng là cô giáo của anh mà.

Liên Thi giục:

- Vậy anh dậy rửa mặt rồi lên thưa Sư Ông, quý thầy, mình đi.

Nói xong, nàng quay về phòng.

Nhà cô Thành ở chỗ cũ - một ngôi làng quê, hẻo lánh phải qua một đoạn đường dài, hai bên là ruộng lúa, cách thị xã hơn mười cây số. Những lần đến thăm cô trước đây, nàng cùng các bạn đi chợ mua cá, rau, lên nấu ăn trưa cùng với cô, để cô bớt hiu quạnh; bởi hai người con của cô đi làm ở Sài Gòn, ít có dịp về thăm mẹ. Sống một mình buồn, lâu lâu có học trò đến thăm, cô mừng lắm. Thấy cô vui, nên nàng thường rủ các bạn đến thăm cô, như một lời tri ân, cô đã từng dạy dỗ.

Xe đã chạy qua cánh đồng lúa, vào làng. Liên Thi nhìn thấy Thục, Kiều Mi, Thân và Hiên chạy xe phía trước.

Nàng giục anh:

- Nhanh lên một chút cho kịp các bạn đi anh!

Tâm cho xe chạy nhanh, đuổi kịp các bạn. Liên Thi nói vói theo các bạn phía trước, giọng lo lắng:

- Còn ai nữa không, Kiều Mi? Cô bệnh sao vậy?

Kiều Mi ngồi phía sau Thân, quay lại:

- Còn mấy bạn nữa, hẹn sẽ gặp ở nhà cô. Cô bệnh gì mình không rõ, nghe nói đau cả tuần nay thôi.

Thục chen vào:

- Nghe nói Quỳnh - con gái cô, về chăm sóc mới vô hôm qua để đi làm rồi. Không biết có ai lo cho cô không nữa?

Liên Thi chép miệng, xót xa:

- Thương cô quá! "*Trẻ cậy cha mẹ, già cậy con cháu*" mà có mấy ai được như vậy?

Đến nơi. Nhìn ngôi nhà mái ngói phủ rêu nằm giữa khu vườn rộng, chung quanh là bờ rào tre kín mít, trông quạnh hiu khiến ai cũng có cảm giác lo lắng về sự đơn chiếc của cô. Vừa bước vào nhà, cả nhóm đã trông thấy Hiếu - con trai cô, từ nhà dưới bước lên.

Liên Thi hỏi Hiếu, giọng thân tình:

- Cô đỡ chưa em? Em về chăm sóc cô thay chị Quỳnh hở?

- Dạ! Chị Quỳnh nghỉ cả tuần nay về chăm sóc mẹ. Em phải xin nghỉ một tuần về thay để chị vô đi làm. Mẹ em đang nằm trong phòng, mời các anh chị vào đi.

Mọi người bước vào phòng. Cô Thành đang nằm im vội gượng ngồi dậy khi thấy lố nhố bóng đám học sinh cũ. Cô nói giọng hơi run:

- Các em đến thăm cô đấy à! Cảm ơn các em! Lấy ghế ngồi đi. Ngồi đi.

Liên Thi vội chạy lại đỡ cô, khi thấy cô muốn ngồi dậy. Nàng nói:

- Cô cứ nằm cho khỏe, ngồi làm gì cho mệt. Tụi em đến thăm cô, mong cô mau bình phục.

Cô Thành lấy cái gối kê sau lưng ngồi tựa vào vách, tiếp chuyện học trò. Từ ngày cô nghỉ dạy về sống ở đây - ngôi nhà cũ của ông bà để lại, ít ai lên đây thăm; thỉnh thoảng mấy có cô học trò, tìm đến thăm cô vì quý mến.

Cô Thành cho biết, thỉnh thoảng các khớp xương của cô đau nhức không đi đứng được, nhất là khi "trở trời" đang nắng bỗng chuyển mưa. Bệnh của cô đã thành mãn tính, cho nên cô như cái máy đo thời tiết thật chính xác, không sai. Cô chỉ vào mình, rồi nói vui:

- Cái máy đo thời tiết này thuộc loại tốt, nhưng không ai mua. Nếu có người mua, cô bán cho rồi, để đau nhức không chịu được, các em à!

Thời gian được gần gũi cô, Liên Thi học ở cô rất nhiều về tính cách - vui vẻ, hòa đồng, yêu thương người. Là một cô giáo dạy văn nhiệt tình, lại gần gũi, yêu thương học trò, nên được học trò yêu mến. Trước khi vào phòng thăm cô, biết được hoàn cảnh cô khó khăn, Liên Thi trao đổi riêng với các bạn, nên quyên góp để giúp cô phần nào chi phí thuốc thang. Các bạn của Liên Thi, ai cũng vui vẻ hưởng ứng. Kiều Mi còn nói, sẽ gặp các bạn cùng lớp quyên góp thêm nữa, để giúp cô.

Tâm rất vui khi thấy Liên Thi và các bạn vui mừng cùng nhau làm một việc dầu nhỏ, nhưng rất có ý nghĩa sẻ chia, an ủi như vậy. Anh nói:

- Anh không phải là học trò của cô Thành, vậy anh có thể "chung tay" với các bạn được không?

Kiều Mi cười lớn, nói vui:

- Anh không phải học trò của cô, nhưng anh có thể sẽ là *"học trò rể"* của cô. Tụi em rất hoan nghênh, anh cứ góp phần đi, càng nhiều, càng tốt, không ai có ý kiến gì đâu!

Cả nhóm ai cũng cười vui vì câu nói của Kiều Mi. Tâm nói - giọng chắc nịch:

- Anh rất vui, nếu được làm *"học trò rể"* của cô Thành, em à!

Tâm nói, mắt nhìn sang Liên Thi, làm các bạn cười khiến nàng đỏ mặt ngó sang nơi khác, giả bộ như không nghe lời nói của anh. Trước khi ra về, Liên Thi thay mặt các bạn trao cho cô Thành phong thư.

Nàng hai tay để trước ngực - lễ phép:

-Xin cô cho phép chúng em gởi cô một chút quà nhỏ, đó tấm lòng kính quý, biết ơn của học trò chúng em. Mong cô mau khỏi bệnh, chúng em sẽ thường xuyên đến thăm cô. Xin phép cô chúng em về!

Cô Thành tỏ vẻ bối rối, xúc động trước tấm chân tình của đám học trò cũ. Cô nói - ngập ngừng:

-Cô cảm ơn các em! Cô sẽ rất vui được các em đến đây thăm chơi với cô. Các em về vui nhé!

Liên Thi nghe lòng mình rưng rưng, nhớ nghĩ về cô với hình ảnh một người lái đò cần mẫn, sớm tối đưa đón khách sang sông; nay đã già nua, không còn sức để khua mái chèo, dầu bến sông vẫn vậy. Nàng nhớ lại hình ảnh cô giáo trẻ trung, xinh tươi khi mới về trường ngày nào; mà giờ đây tuổi đã xế chiều, không biết sẽ từ giã lúc nào, đời sống còn lại mong manh tựa sương khói.

Tâm đưa Liên Thi về đến khu phố nơi nàng đang sống thì đã hơn sáu giờ chiều. Anh là một nhà báo, vừa mới ra trường được vài năm, chưa có việc làm ổn định; đang cộng tác cho vài tờ tuần báo, nhật báo, để kiếm sống, chờ quyết định chính thức của Tổng biên tập và ban trị sự. Anh thuê nhà ở trọ một mình. Cả năm nay, anh sống cảnh "*cơm nắm*" (bánh mì - chữ Tâm thường nói), cơm hộp. Anh thoáng nghĩ, về nhà rồi cũng ăn một mình, bây giờ có Liên Thi ăn cùng thì vui và hạnh phúc biết mấy; nên vội mời nàng cùng ăn bữa cơm chiều, trước khi về nhà. Nàng vui vẻ gật đầu, rạng rỡ nhận lời, bởi nàng cũng muốn được chia sẻ cùng anh những ước mơ, dầu nhỏ nhoi hay hoài bão lớn lao sau này trong cuộc đời.

Liên Thi cảm nhận ra lòng mình đang ngập tràn hạnh phúc khi được anh ân cần, chăm sóc từng miếng thức ăn. Nàng nghĩ, cuộc sống của nàng được như vậy là quá đủ, không có ước mơ gì hơn. Cuộc đời thật tươi đẹp và ý nghĩa trong từng giờ, từng ngày, từng giây phút, được bên nhau.

Tâm đưa Liên Thi về đến ngõ, nàng chớm quay đi để vào nhà, nhưng Tâm đã quay xe lại - gọi lớn:

- Liên Thi!

Nàng đứng sững, ngoái nhìn lại.

Tâm vội vàng chạy đến. Anh ôm chầm lấy khuôn mặt của nàng:

- Anh yêu em! Liên Thi!

Tiểu Nguyệt

Bên dòng sông Tắc

quí nương dừng bước giùm nha
dừng tiến gần quá chắc ta giật mình
gói tuổi treo oằn ngọn đinh
gói tình buông bớt thân hình giảm cong
quí nhau xin giữ trong lòng
cũng lắm hãy tặng ít dòng thơ thơm
ta hứa lót vào ổ rơm
nằm chờ thân tiễn linh hồn cười bay
phút vinh quang đang đợi ngày

TÂN VƯƠNG HUY

TIẾNG THỞ DÀI

Sợi nắng chiều bỗng rơi
bầy cò trắng rủ đàn gió
khâu vá.
nỡ sao bụi bay lên
phù du ơi sao nỡ
làm khuyết mảnh chiều
quạnh hiu con đường
xa xa đèn phố hiện
ngày tận

Sau mấy mươi năm
lặng
tiếng gươm
tiếng giáo
tiếng súng
không còn nghe
tiếng thét tiến lên tiến tiến lên.
nghẹn ngào
u uất
chỉ còn biết gửi vào tiếng thở dài
trách ai bây giờ

màn đêm lên đợi chờ vì sao
một
một
một thôi
một ánh sao đêm cũng đủ rồi
Có ai
có ai
có ai không
chậm lại
níu hoàng hôn giúp tôi
để tôi cất vọng
tiếng thở dài được không? ■

LẠI VĂN PHONG

HỒI ỨC THÁNG BA

Tháng Tư về rụt rè tiễn xuân đi
Cơn gió hạ thầm thì ru khe khẽ
Bông bưởi trắng tỏa hương thơm nhè nhẹ
Gửi lời chào tạm biệt nhé mùa xuân

Tháng Ba trôi lời thơ đã lạc vần
Nhành xoan cũng hờn nàng Bân đi vội
Những cánh mỏng vương trên làn tóc rối
Kỷ niệm buồn giăng ngập lối ngày xưa

Tháng Tư về ướt đẫm những cơn mưa
Trang sách kẹp lá thư vừa mới viết
Lời mộc mạc nhưng ấm nồng da diết
Như những gì đặc biệt nghĩ về nhau

Tháng Ba đi mang theo cả tình đầu
Giờ cách biệt tim héo rầu thổn thức
Trong trống vắng lòng chưa thôi rạo rực
Sẽ mãi là ký ức chẳng thể quên. ■

NGUYỄN NGUYÊN PHƯỢNG

Một Chiều Về Thăm Gác Trịnh (1)

Mơ hồ ngọn gió qua sân
những hàng long não trong ngần như xưa!
Đâu là Diễm lặng cung mơ
mưa Thu giăng trắng lối hờ hững qua

Ngân đời mãi khúc tình ca *(2)*
dấu thời gian chợt tan ra với chiều
Còn thơm chén rượu cô liêu
âm đàn vẫn vọng bồng phiêu ngậm ngùi

Ta ngồi cùng Trịnh chiều trôi
men sầu rượt đuổi trên đồi cỏ hoang
Trôi về đâu giấc địa đàng
sự đùa cợt tấu sau cùng cơn mê *(3)*

Biết đi và ngóng buổi về
hương trần gian đượm suối khe ngập ngừng
Gác về nắng thắp thủy tinh
tình ru sỏi đá lung linh một đời... ■

(1) Hiện nay địa chỉ ở tầng 2, số nhà 203/19, dãy nhà C, khu tập thể Nguyễn Trường Tộ – thành phố Huế. Cái tên "Gác Trịnh" được đặt dựa theo cảm hứng từ câu hát "Một đêm bước chân về gác nhỏ..." trong bài "Đêm Thấy Ta Là Thác Đổ" của cố nhạc sĩ. (nguồn Võ Thạnh)
(2) ý ca khúc "Diễm Xưa" của nhạc sĩ Trịnh Công Sơn.
(3) Trịnh Công Sơn từng nói "cái chết chẳng qua chỉ là sự đùa cợt sau cùng của cuộc sống."

TRƯƠNG XUÂN MẪN

TIẾNG VE

Con đường chợt sáng tiếng ve
Trong tôi thấp thoáng bóng về tuổi thơ
Bóng còn bóng mất chơ vơ
Ve kêu ngơ ngẩn ngẩn ngơ hè về.

Tiếng ve thức dậy mùa hè
Buồn vui lẫn lộn chen đè lên nhau
Râm ran kỷ niệm còn đâu
Phải ve ngứa cánh cọ đau tuổi buồn.

Người đi mất hút cuối đường
Bao nhiêu hoài niệm liệm thương nắng chiều
Đâu đây tiếng hát đìu hiu
Treo trên cung bậc sáo diều mênh mông.

Tiếng ve về giữa hư không
Theo cơn mộng dữ bay vờn lên thơ
Ầu ơ tiếng hát ầu ơ
Tiếng ve còn đó tuổi thơ bay rồi. ■

NGÀN THƯƠNG

MỘT THOÁNG BÊN ĐỜI

tặng Anh Hạ Thái - T.Q.P

"Kiếp tha hương"
nâng niu hoài câu hát
Khàn cả cổ vẫn chưa ngừng đeo đẳng
"Đất khách muôn trùng sao nhỏ hẹp" (*)
Lắng trong hồn từng khoảnh khắc mênh mông.

"Thù nước chưa xong đầu đã bạc" (**)
Còn đâu khanh tướng với công hầu
Gươm cùn chí cả lùi sau núi
Trăng treo đầu súng
gió cợt cười

Thục nữ em xưa, đêm gối lả
Cũng tàn theo cuộc bể dâu
Hoa kia rơi rụng theo ngày tháng
Hương tình một thoáng
giấc chiêm bao

Bao giờ ta gặp người trong mộng
Nâng cốc mà say giữa cô phòng
Tưởng tượng cho quên đời lỡ vận
Ôm người mà ngỡ
bóng ma hoang ... ■

(*) Đất khách muôn trùng sao nhỏ hẹp/ Quê nhà một góc nhớ mênh mông" (Thơ Trịnh Bửu Hoài)
(**) Thù nước chưa xong đầu đã bạc/ Gươm mài bóng nguyệt biết bao rày (Thơ Đặng Dung)

LÂM BĂNG PHƯƠNG

THẢ CHỮ VÀO THƠ

Em thả chữ vào thơ anh đọc nhé
Anh thấy không trăng lặng lẽ sầu đau
Soi bóng nước trăng thì thào nỗi nhớ
Giấu niềm riêng vàng võ giọt đêm thâu.

Em thả chữ len vào những hàng cây
Cây đứng lặng chờ ai hoài năm tháng
Em thả chữ đan xen cùng sợi nắng
Để nắng ôm cây nồng ấm suốt cả ngày.

Em thả chữ vào giấc ngủ nồng say
Bao chan chứa dịu dàng tình êm ái
Em thả chữ ngàn lần yêu anh vậy
Cho tình mình mãi mãi đẹp thanh xuân.

Em thả chữ vào đôi mắt của anh
Những ngọt ngào mặn mòi tình ủ mật
Bao ngôn từ chắt chiu và đẹp nhất
Cho đong đầy hương vị thật ngất ngây.

Em thả chữ theo hạnh phúc từng ngày
Những con chữ vui buồn đời xế bóng
Ai nỡ bảo hoàng hôn còn mơ mộng
Cảm ơn anh... chẳng hờn trách... em sai. ■

THANH-THANH

LỆ CHÂU

Đã mấy xuân rồi, hả bể dâu?
Những hình bóng cũ nay về đâu?
Có ai đốt lại lò hương ấy
Mà nhớ vô cùng, hỡi Lệ-Châu!

Ta nhớ em như nhớ tháng Ba:
Ngày giờ có đó, nghĩ không ra!
Chính ta chẳng hiểu mơ hay tỉnh;
Ta ở đây mà nhớ chính ta!

Ta nhớ ta là một tiếng im,
Con thuyền không bến, máu không tim,
Không hoa cho một làn hương quyện,
Không tổ nương nhờ một cánh chim!

Ta có đầu ta – một thánh-thư:
Biết đường, đâu ngại ngã ba, tư!
Lòng ta có lửa mà không bếp,
Như thiếu trùng-dương cho hải-ngư!

Thiếu một thần-giao, một cảm-thông;
Đời không tri-kỷ, không tâm-đồng;
Bơ-vơ như trận kình+nghê-chiến:
Biển cả tung-hoành một lão-ông!

Rồi bỗng đâu đây giữa gió khơi
Có em bỗng gọi, có ta "ơi!"
Thuyền như nhắm bến, chim tìm tổ,
Đêm muốn hừng đông, hận muốn vơi ...

Em đến – gần mà như muôn trùng,
Không tên, không lấy cả hình-dung...
Nhưng em đã đến, bằng xương thịt,
Đã sưởi lòng ta... ấm lạ-lùng!

Em có là tiên... hay là... ma
Thì em cũng đã có yêu ta!
Tình em là một nguồn thi-hứng:
Bút rỉ mười năm... lại nở hoa!

Em đã theo ta mỗi bước chân,
Hòa trong hơi thở, nhập trong gân!
Có em là bạn... nên từ đó
Ta có niềm vui tự bản-thân...

Nhưng, bỗng tư bề nổi bão đêm:
Kình-ngư còn lại bộ xương lem!
Đất thành hoang đảo! dân thành rợ!
Ngư-phủ vào tù, lạc dấu em...

Nỗi nước khôn khuây, lại nỗi nhà,
Nỗi mình khắc-khoải một mình ta!
Bao nhiêu kỷ-niệm vào tro bụi
Như những kê vàng, quá-khứ xa ...

Ôi! Những ngày xanh, những ước mơ
Tan như ảo-ảnh mống trời mưa!
Thời-gian liệm lấp vào quên-lãng
Những mộng vàng son hóa mộng hờ!

Rồi có hôm nào như hôm nay:
Gió nào gợn sóng, lá nào bay...
Cho ta gợi lại trong tâm-tưởng
Một thoáng ân-tình, thoáng rượu say ... ■

T

LÊ HỮU MINH TOÁN

ĐƯỜNG VỀ, NGƯỜI NHỚ KHÔNG

Cuối cùng người đã đi
Biết bao giờ quay lại
Nước mắt có nghĩa gì
Khi tim người hóa đá

Thác nguồn xuôi ra biển
Nghìn năm trôi mãi trôi
Tôi xuôi theo định mệnh
Còn mất đã an bài

Chỉ trách tôi lầm lỡ
Trót yêu người thủy chung
Và hạnh phúc tan vỡ
Là nỗi chết tận cùng

Tôi đau từng sợi nhớ
Người phương nào lãng quên
Ba mươi năm hương lửa
Còn không chút nghĩa tình?

Ngày dài theo vệt nắng
Người bỏ tôi một mình
Đi về với chiếc bóng
Có buồn cũng lặng thinh

Soi gương tôi chợt hiểu
Hương sắc đã phai tàn
Từng vết nhăn héo úa
Ôi! Vết roi thời gian

Người đuổi bắt ảo ảnh
Bơi theo những bóng hồng
Bỏ mình tôi cô quạnh
Đường về, người nhớ không?...! ■

THY AN

HOANG SƠ

như hoang sơ giữa hàng lau sậy
bùn đen và cát ẩm
cỏ cây nghèo bên sông im lặng
mùa nước cạn lên tiếng khóc

nghe tiếng kêu loa kèn
của những con chim cô độc
loanh quanh bên tảng đá buồn thiu
thương nhớ một mảnh trời yêu dấu

về đây suy nghĩ cuộc biển dâu
với thập tự, hoa sen, tiếng kinh cầu
lãng mạn mọc lên nỗi buồn vô cớ
ngôn ngữ trên da thịt kêu đau

chiêm bao ngỡ ngàng đêm trăng lạc
khung cửa mùa đông đón trăng sao
mơ tất cả trở thành thi sĩ
vụng về qua câu chữ ngọt ngào

thi ca sao vẫn mãi trinh nguyên
hát trên đồng bằng thơm lúa
nghiêng tay hứng những tàn phai rơi rụng
trái tim bên trái và nụ hồng bên phải kêu thầm

nương theo gió len qua lau sậy
tiếng hát của chim nghe rất vu vơ
thắp lên cho ấm lửa mỹ miều
soi sáng những thao thức buổi chiều im lặng

vẫn trong khu vườn cổ tích
dòng thơ chảy xuống đất bâng quơ...■

KIỀU HUỆ
CHO XIN MỘT GÓC

Cho xin một góc trốn tìm
Để tôi nương náu khi tim yếu mềm
Chút lòng thanh thản bình yên
Xôn xao khép lại êm đềm giấc mơ

Cho xin một góc vườn thơ
Phiêu hồn lãng mạn vu vơ bồi hồi
Nhớ về ký ức xa xôi
Chuyện tình dang dở một thời đắm mê

Cho xin một góc cà phê
Nhâm nhi vị đắng mơ về dấu xưa
Trời buồn phố vắng chiều mưa
Sợi thương sợi nhớ đan thưa bóng hình

Cho xin một góc riêng mình
Cuộn tròn dĩ vãng mảnh tình trái ngang
Duyên xưa như lá úa vàng
Chạm bờ vai mới ngỡ ngàng mùa thu ■

NGUYÊN CẨN

GIỮA ĐÊM XUÂN CHỢT THỨC

4000 năm đó vinh và nhục
lòng dân như nước thuỷ triều dâng
sông kia có khúc người có lúc
Hoàng Sa đâu dễ vội quy hàng

4000 năm đó suy và thạnh
lòng dân như đất ngỡ như... không
đất bỗng sục sôi trào hóa thạch
vọng bốn phương tiếng gọi non sông

4000 đó lên và xuống
bao triều vua chúa đến rồi đi
khởi sự huy hoàng sau mục ruỗng
đừng hô Vạn Tuế để làm chi ?

4000 đó và sau nữa
lòng dân còn đó vẫn uy linh
sống sao cho xứng ngôi vua chúa
trọn đạo cùng dân một chữ Tình

4000 năm vẫn mơ và ước
đời không còn tiếng khóc oán than
tràn ngập tiếng cười vang khắp nước
ngày quê hương xuân đến đông tàn. ■

T

HỒ CHÍ BỬU

SAU 10 NĂM GỬI NGƯỜI XA XỨ

Thành phố sạch sau một cơn mưa lũ
Những tủi hờn nhơ nhớp đã trôi xa
Tay nắm tay mọi người đang vui thú
Ngẩng đầu cao và cất tiếng vang ca.

Sau mười năm ta không còn mơ mộng
Khi mồ hôi đã rớt xuống ruộng cày
Sau mười năm ta không ngồi bất động
Đã biết rồi đường đi đến tương lai

Ta vẫn sống ở đây như mọi kẻ
Thật thản nhiên và đã quen rồi
Sáng tờ báo - ly cà phê. Quá đã!
Đợi đêm về ta thắp nến làm thơ

Chắc người nghĩ đây không còn áo trắng
Ồ ở đây áo trắng ngập đường mơ
Mắt vẫn ướt môi vẫn hồng say đắm
Nàng vẫn là thi hứng của người thơ

Trời Tây Ninh an nhàn như thế đó
Cũng có mây buồn trên đỉnh Bà Đen
Chiều xuống chậm - Vàm Cỏ Đông phớt gió
Trâu về chuồng gõ nhịp leng keng.

Tây Ninh cũng như nơi người ở
Nhưng có điều ta sống quá tịch cô
Những luống cày đã cuốn từng hơi thở
Ta như người đang lùi quá hư vô

Chắc người hiểu vì sao ta vẫn ở
Dẫu cuộc đời trăm chuyện phũ phàng đau
Bởi những kẻ đã cùng nhau lận đận
Tây Ninh và ta không thích vẫn yêu nhau.. ■

NGUYỄN CHÂU

MÀU BÔNG ĐIÊN ĐIỂN

Nghe T. kể chuyện tình của em mà rơi nước mắt. Ngày ấy T. mười bảy tuổi...

Dù đạn bay súng nổ, không sợ, nhưng di chứng chiến tranh mới khốn nạn làm sao! Ngày cha lên đường giã từ, mẹ đang mang mầm sống của T.

Cha về em lên ba, hình ảnh người đàn ông què quặt, mặt cháy nám lòi hai con mắt trắng dã đã khiến em hoảng sợ khóc thét lên giấu mặt vào ngực mẹ, hai bàn tay nhỏ nhoi bấu cứng.

Người thương binh ấy sống lây lất, cây nạng gỗ thân thiết hơn vợ con mình. Mẹ khóc hết nước mắt rồi thôi, lăn xả vào bất cứ nơi nào, công việc gì để có thể mưu sinh. Mẹ nhặt ve chai, mẹ mò tôm bắt ốc, mẹ mót lúa, mẹ làm đủ thứ nghề...

Căn nhà cuối xóm bật lên tiếng khóc, em Hoan ra đời. Đầu em to như trái bưởi, đôi mắt lồ lộ tròn vo đen nhánh nhưng không kéo màu mây trắng đục như cha, mẹ chết điếng. Lớn thêm chút nữa em bò quanh nhà và không biết nói, lớn thêm chút nữa em ngô nghê cười nhưng em không biết khóc.

Mẹ bồng em Hoan, mẹ dắt cha con T. bỏ xứ. Đường xa vạn dặm đưa bước chân gia đình T. xuôi về phương Nam bạt ngàn rừng tràm, mênh mông sông nước.

Đất cũ trải lòng chở che người mới, rừng U Minh bao dung thấm đậm tình người. Chất phèn loãng pha trong dòng nước sông Bồ Đề hai chiều lớn, ròng không chịu bám vào da em. Càng lớn, T. càng xinh đẹp và trắng hồng rực rỡ như bông súng, bông sen.

Mùa nước nổi ba khía bỏ hang, lìa xa gốc đước gốc mắm, cũng là mùa ba khía "hội." Ba khía leo dần lên nhánh bần, rễ đước để giao hoan. Mẹ lại có thai.

Cu Lạc ngược lại với anh Hoan, không biết cười chỉ biết khóc. Đôi tay như hai càng ba khía nhưng đôi chân không giống chân người! Cha hân hoan sờ sẩm rồi nụ cười tắt lịm trên môi, mẹ không còn nước mắt để xót thương cho giọt máu của mình, T. cuộn tròn nỗi buồn vào trong lòng, thả trôi theo dòng nước, thủy triều xuống thật nhanh vừa xuôi đã ngược.

Lòng T. choáng ngợp vì anh kỹ sư lâm nghiệp dễ thương trong đoàn điều tra quy hoạch rừng, anh chàng mang tên Vũ ấy. Vũ cũng không ngờ nơi căn nhà nhỏ lẻ loi, bên con đường đất nhão nhoẹt trong rừng tràm lại có người con gái xinh đẹp như T.

Thế rồi họ yêu nhau. Nhìn gia cảnh nhà T., Vũ xúc động khôn cùng, ngoài thời gian làm việc Vũ luôn ở bên cạnh T. Những lần vào rừng tràm gác kèo ong lấy mật, sự nhanh nhẹn tháo vát lẫn niềm tin yêu cuộc sống và nụ cười luôn nở trên môi của T. đã khiến Vũ càng quý trọng và cảm phục nghị lực phi thường của cô gái.

Vũ là con trai duy nhất của ông Lê Trọng Lân, chủ hãng xe đò Vạn Phước. Ông đã bao lần vận động để con ông được công tác gần nhà nhưng Vũ vẫn say mê với những cánh rừng ngập mặn của đồng bằng sông Cửu Long. Nhiều loại cá, chim, cua, sò huyết, tôm, ốc, nghêu, hàu, sò huyết, chuột, khỉ, dơi... là nguồn sống của những người dân miền sông nước. Sinh vật phù du sống dưới rễ các cây ngập mặn là nguồn thức ăn dồi dào cho nhiều loại cá. Lá và thân cây ngập mặn bị phân hủy lại cung cấp nguồn thức ăn quý báu cho các loài thủy sinh.

Vũ đã ý thức rừng ngập mặn được thiên nhiên ưu đãi kia đã cung cấp biết bao nhiêu dinh dưỡng cho loài người, giảm ô nhiễm, chống tác động của biến đổi khí hậu, giảm xói lở và bảo vệ bờ biển thân yêu trên đất nước này. Anh đã từ chối sự ưu ái của những người quyền thế vì đồng tiền của cha anh. Những ngày băng rừng khảo sát, quen với muỗi mòng, bao la sông nước, mênh mông tràm đước, sú, vẹt... đã gieo vào lòng anh tình yêu hồn hậu đất nước và con người Nam bộ.

Thương và mong con hạnh phúc với tình yêu của mình, ông bà Lân không ngại ngùng cùng thân tộc về Năm Căn xin chạm ngõ.

Mẹ T. ái ngại với gia cảnh tuềnh toàng của mình, nhìn hai con Hoan, Lạc bò ngang bò dọc đứa khóc, đứa cười ngô nghê trên nền nhà đất nện ẩm mốc, chị thở dài định đưa con sang gởi nhờ nhà hàng xóm.

Hôm nay T. mặc bộ bà ba lụa màu vàng bông điên điển thật đẹp, càng nổi bật làn da trắng mịn màng. Hai em đứa cười đứa khóc có nhận thức được ngày vui của chị?

Kể từ ngày quen Vũ, lần đầu tiên T. rơi nước mắt vì chuyện có liên quan đến số phận mình.

T. mặc cho Hoan, Lạc bộ đồ đẹp nhất. Cài lên ngực hai em chùm bông điên điển vàng tươi. Mẹ nhìn T. ngạc nhiên, không hỏi.

Họ nhà trai đã xôn xao ngoài ngõ, mẹ dìu ba ra tận ngoài sân đón khách. Ông bà Lân cũng đã hình dung gia cảnh của T. qua lời kể của Vũ nhưng không ngờ sau bao nhiêu năm đất nước hòa bình vẫn còn những xóm nghèo xác xơ bên bìa rừng ngút ngàn tràm. Bên kia, ánh đèn rực rỡ của thị trấn Năm Căn phản chiếu những tia sáng lung linh trên mặt nước êm đềm của dòng sông đang thì nước đứng.

...

Ông bà Lân không chê cái nghèo cái khổ của T., thậm chí họ có thể giúp đỡ cho gia đình em qua cơn khốn khó, bà Lân thở dài:

- Anh nói cho con hiểu, mình chỉ có nó để nối dõi tông đường...

Ông Lân thừ người, nếu không có tấm lòng bao dung và hào hiệp của bà con nơi xóm nghèo Ngã Ba Tam Giang trên sông Bồ Đề ngày ấy, ông đâu có ngày hôm nay. Sự giàu nghèo do số mệnh, thiện căn ở tại lòng người, ông nguyện sống đời đạo hạnh, ăn chay trường để phúc cho con, nhưng trời chỉ cho ông một đứa con duy nhất trên đời. Ông không thể nói gì với Vũ...

Chú Tám và cô Năm kéo Vũ ra bờ sông, gió hiu hiu đong đưa những cành lá bần xanh ngát, chú Tám mở lời:

- Con thấy hoàn cảnh gia đình T. ra sao?

- Con quý trọng nghĩa tình và nghị lực của cô ấy. Con chấp nhận tất cả!

Cô Năm sụt sùi than thở:

- Gia cảnh cô ấy thật đáng thương, chiến tranh đã để lại hậu quả khủng khiếp, bao nhiêu đời nữa sẽ còn mang di chứng của nó?

- Không ai nghèo ba họ, không ai khó ba đời! Tuy nhiên con là cháu đích tôn, anh chị Hai chỉ có mình con. Con có nghĩ rằng rồi đây khi thành vợ thành chồng, T. sẽ sinh cho dòng họ nhà mình... Chú Tám bỏ lửng nửa chừng.

Ngày hẹn hỏi cưới đã không được nhắc lại, mẹ xót xa nhìn T. đang ôm hai em Hoan - Lạc vào lòng. Mẹ chỉ cầu mong Trời, Phật ban cho gia đình ta bình an, niềm mong mỏi dung dị của bao người. T. không buồn, không khóc. Hạnh phúc của gia đình T. dù đơn sơ nhưng ấm tình người, mẹ đã chịu cam khổ cả cuộc đời mình. Trào dâng trong lòng T. nghị lực sống mạnh mẽ và tin yêu cuộc đời này.

Mặt trời lặn dần phía rừng U Minh, đàn cò trắng bay về từ cánh đồng xanh um màu lúa...

Nguyễn Châu

NGUYỄN THỴ

BƯỚC HÀNH HƯƠNG LẶNG LẼ

Tôi thường ra đường vào sáng sớm tinh mơ khi phố phường vừa mới cựa mình thức giấc. Tiếng chim sẻ ríu rít trên mái ngói của những ngôi nhà cổ xưa còn sót lại trong thành phố luôn làm tôi bồi hồi xao xuyến (những ngôi nhà gắn liền với tuổi thơ tôi, với một thời thiếu nữ, với bao thăng trầm của cuộc đời).

Đường phố, công viên, hàng quán... bắt đầu thức dậy sau một đêm ngon giấc, sương mai chắc còn đọng lại đâu đó trên những vòm cây, thỉnh thoảng rắc xuống vai áo như những lời tâm tình nhẹ nhàng mà thấm đẫm.

Trong bữa điểm tâm di động qua những ngã đường im vắng trải rộng thênh thang, tôi đã hồn nhiên "ăn" cả buổi bình minh của thành phố! Những con đường 300 năm tuổi đưa về miền ký ức cũ xưa, đâu đây còn nghe tiếng xe thổ mộ gõ đều trên đường mờ sáng, mùi cà-phê thơm ngát, tiếng rao bánh mì lảnh lót như tiếng chim... Đi lang thang, nhìn ngắm, nghĩ ngợi lan man, hạnh phúc thật bình dị (nhưng đôi khi cũng thật khốn khó vì cảm giác lạc lõng ngay trước hiên nhà).

Tôi đang đứng ở một nơi có thời được gọi là công trường Kennedy. Bầu trời cao và xanh biếc, vài đám mây trắng đang lững lờ trôi. Những tia nắng ban mai trong vắt như pha lê và dịu dàng như tơ lụa trải rộng khắp không gian yên ả. Bầy chim bồ câu rộn ràng đang tranh nhau mổ những vụn bánh mì trong lòng bàn tay của cô gái nhỏ. Một cảnh tượng quá đỗi thanh bình tưởng như chưa bao giờ khác.

Giai điệu của bài La Paloma vẳng ra từ quán cà-phê ngang Nhà Thờ Đức Bà bỗng gợi lên những hình ảnh mông lung sương khói. "Những cánh chim bồ câu mang thông điệp của tình yêu vĩnh cửu từ những con tàu tử nạn" (*) bay ngang qua đô thành và dừng lại nơi đây. Ngày đó có những đám mây không lơ đãng trên bầu trời mà thoảng bay từ khói thuốc của người lính trong ngày phép cuối cùng trước khi về đơn vị. Anh ngồi trong quán với bộ quân phục màu xanh ô-liu còn mới, âm nhạc, cà-phê và trầm tưởng... Nán lại dăm phút giây thanh bình quán xá, một chút nữa thôi là ngút trời lửa khói. Ở đó cũng có những đám mây bay lên từ thuốc súng mang về đỉnh trời tuổi mười chín và triết lý hư vô bay bổng. Đó là hình ảnh sau cùng của Khôi trong tôi, một người bạn từ thời niên thiếu.

Trước tòa nhà Bưu Điện là một kiosque bán báo và hoa. Hôm nay chỉ toàn hoa lys vàng, một sắc màu kỷ niệm vẫn chưa nhạt phai. Hình ảnh chú bé con tay cầm một nhánh hoa vàng lon ton chạy theo mẹ đã bay qua đại dương như một áng mây (tại sao luôn là hình ảnh về những đám mây?! Chưa kể chú bé ấy bây giờ đã là một phi công dày dạn của British Airways, thường bay với những đám mây xuyên thế giới!).

Bước chân mỏi rẽ vào đường sách. Kahlil Gibran và bộ sách 25 quyển mới xuất bản lộng lẫy trên kệ. Cuộc hồi sinh ngỡ ngàng làm nhớ đến đống lửa rực rỡ trong khuôn viên một ngôi trường. Rực rỡ vì K. Gibran bị thiêu trong đó, cả Hermann Hesse, cả Nikos Kazantzakis và Nietzsche và Kafka và... không thể nhớ hết (nhưng nhớ rất rõ là cả truyện Kiều của Nguyễn Du!). Từng quyển sách, từng chồng sách bó lại bị quăng vào đống lửa càng lúc càng cao, như một ngọn đồi tri thức đã vô cớ bị hủy hoại một cách vô tri trong thù hận ngây ngô. Tàn tro bay lên trong đêm tối như những ánh ma trơi, khói ám đen những ghế đá, tàn cây và những bóng đèn vàng héo hắt. Một góc hồn tôi cũng cháy xém, còn lại là một vườn cây tật nguyền luôn tự hồi sinh những cơn đau.

Đó là một mảng ký ức rất buồn, một nỗi thất vọng đau đớn, một vết thương sâu không lành. Lúc đó tôi đã đứng sau một cánh cửa lớp học và khóc âm thầm trong bóng tối, hẳn nhiên không phải chỉ vì những cuốn sách quý giá. Một dự cảm ảm đạm về tương lai phủ trùm lên tôi, một nỗi buồn vô hạn không lối thoát khi tôi chợt nhận ra mình mất mát đến trống không và bỗng quá bơ vơ.

Cho đến bây giờ, mỗi khi chạm tay vào một quyển sách, tôi không thể không nhớ tới những chồng sách cũ của mình đã bị đốt cháy trong cái đêm dài vô tận đó.

Những đoạn đời nối tiếp nhau thành một chuỗi dài, điểm cuối cùng sẽ nối với điểm đầu tiên khi vòng tròn khép lại (sự nối tiếp đơn giản và duy nhất giữa cái đầu tiên và cuối cùng- giữa quá khứ và hiện tại, giữa hiện hữu và hư vô). Người ta không thể bứt rời chuỗi đời mình để trở thành một kẻ không có quá khứ hay chỉ có một hiện tại nhạt nhoà vì không còn cội nguồn ký ức. Đó là bi kịch của sự tồn tại trong một thế giới đã chết- ít ra là với chính mình.

Tôi đã len lỏi đi giữa quá khứ và hiện tại, giữa thương nhớ và lãng quên, giữa thứ tha và cố chấp. Chỉ là con đường chênh vênh giữa hai bờ vực thẳm hay đó là sự hủy hoại triền miên thân phận một con người, chỉ có những kẻ tự làm đau mình, tự làm mình chết mới thấu hiểu.

Thật khác với điều đó, thời gian đã chảy như một dòng sông đang trẻ, trẻ lại từng ngày và trẻ mãi, vẫn luôn băng mình về phía trước và tự thanh tẩy mặc cho ai đó nhân danh thời gian để bạc đầu, để lãng quên hay nhớ tiếc, thậm chí để lìa xa... (có biết bao điều cần phải học từ một dòng sông!).

Cuộc sống thật sự quá ngắn ngủi, để còn gặp lại mình sau từng khoảnh khắc, người ta phải tập vượt qua nỗi chết không ngừng ("Khi con người bị thế giới bên ngoài dồn ép vào thế giới bên trong, chỉ còn một cách sống duy nhất, đó là chết không ngừng" - Hégel). Nhưng để tồn tại trong bao lâu?! Câu trả lời chỉ nhận được khi không còn cần thiết nữa!

Dù còn gì của tháng ngày trước đó thì cũng chỉ là hồi tưởng của cánh bướm nhớ về thuở ấu trùng, của áng mây nhớ về những hạt nước ngưng tụ hay những vỉa đá nhớ dòng dung nham nóng bỏng. Những hoài niệm ấy bất chấp thời gian, lúc nào nó cũng tươi như hoa đang nở, như trái đang chín trên cây, như tôi vẫn còn "nguyên vẹn những gì năm cũ" (như cách nói của một người). Đó là một sự hồi tưởng-hoài niệm-tưởng niệm hiền lành của bầy chim câu đường phố, của loài sâu mãi không hóa bướm, của nắng, của mưa, và bia mộ. Lặng thinh, cam đành, ôm trong mình những nỗi niềm không thể giãi bày, đôi khi lòng đầy giông bão, cũng chỉ để tự sụp đổ rồi tàn phai.

Tôi ngồi cà-phê vỉa hè bên một đại lộ rộng lớn, cơn mưa đã bôi xóa ranh giới của không gian và thời gian, giữa buổi trưa và buổi chiều, giữa khung trời đã đi qua và nơi chưa từng in dấu. Tất cả đang mơ màng buông trôi, dịu dàng lan tỏa vào nhau. Giữa miền giao thoa ngọt ngào đó ý thức bỗng chìm sâu một thoáng - và ta như đã quên mình là ai.

Thành phố đầy bê-tông và xăng xe khói bụi, những cơn mưa đầu mùa mịt mờ phố xá vẫn không làm tan đi cái oi nồng bức bối của mùa hè mới chớm.

Giông lốc và sấm chớp, những cây phượng gãy đổ ngay trong mùa vàng son của nó. Chưa có mùa hè nào như mùa hè này, học trò vẫn đến lớp, lạ lẫm hoang mang trong giãn cách - và lần đầu tiên hoa phượng không nói lời chia ly mà lặng im nở hết đời mình, mặc cho những nhát cưa điên cuồng biến sân trường và công viên thành nơi hành quyết. Màu đỏ của những cánh phượng rụng rơi hay chỉ vừa mới hé nở trên cành nhánh xanh biếc bị chặt đứt cũng đều giống hình dạng những vết thương và sẽ còn hoài trong ký ức.

Giữa những cuộc phong tỏa và cách ly, con người bỗng được giải thoát và tự do không giới hạn trong nỗi cô đơn của riêng mình (không phải ai cũng cảm nhận được điều đó). Virus và khẩu trang (hay mặt nạ) từng ngày, từng giờ, bất cứ ở đâu và khi nào... làm trắng xoá chân dung, nhạt nhoà nhân ảnh. Những bàn tay khô dung dịch sát khuẩn chìm sâu trong túi áo. Không được quá gần nhau, không cầm tay, không ôm siết, không hôn nhau... Tuy nhiên trong nguy nan, nhìn ở một phía nào đó, con người có vẻ đã xích lại gần nhau và thương nhau hơn vì có chung một kẻ thù. Trong những ngày cách ly toàn xã hội, được giải thoát khỏi công việc và các mối quan hệ, người ta có thời gian để tìm lại chính mình, chiêm nghiệm nhiều thứ, nghĩ đến nhiều người, làm nhiều điều ý nghĩa hơn cho cuộc sống vốn đã từng vô nghĩa và phù du.

Ngày đã tàn, mưa vẫn triền miên thác đổ. Cuộc hẹn hò với quá khứ xa xưa chưa nỡ dứt, lan man trôi vào tận cùng đêm sâu.

Ngày đó quá nhiều những dở dang, mất mát. Tuổi học trò vừa chín mọng, ước mơ giảng đường đại học, ám ảnh chiến tranh và cái chết giữa mùa xuân non tơ. Một điều gì rất lạ đang len lỏi vào tư duy của thời đại.

Một ngày, Sài Gòn không trang điểm, lang thang như người du mục từ sớm mai đến chiều tà. Và Sài Gòn đi hoang không ngủ, đêm đại lộ đen huyền như tóc dài đã trải ngàn năm trong thênh thang gió lộng. Những quán cà-phê không tên, những hình người sỏi đá... và tôi, một con ve sầu ướt mưa dưới tàn cây sắp đổ. Con ve sầu đâu còn lời ca nào cho mùa hè cuối cùng của cuộc đời. Im lặng bát ngát thinh không.

Rồi Sài Gòn giới nghiêm, bầy chim di trú lang thang không nẻo về. Trong ngôi giáo đường trăm năm tuổi, người đàn ông mặc áo chùng thâm lặng lẽ viết lên trang đầu tiên của quyển sách: "Dung, sự cao cả chỉ có thể thành tựu trong cô liêu. Cái cao quý nhất mà một tu sĩ có thể dâng hiến cho con người và cuộc đời là một linh hồn cô đơn trọn vẹn."

Chúa ơi! Linh hồn cô liêu của người mục tử đã xiêu lạc về đâu giữa điêu tàn đổ nát? Bài thánh ca trong ngày chúa nhật cuối cùng có vang mãi trong đời Dung gần nửa thế kỷ tha hương? Và có phải tôi, cũng từng ấy thời gian như cây nến leo lét cháy dưới chân Ngài với lời nguyện cầu vô thanh. Cho Tình Yêu và Quên lãng.

"Hãy yêu và quên để tồn tại biếc xanh nếu không sẽ rụi tàn cỏ cháy!" Ai đã thì thầm điều ấy khi tôi trống huơ cảm xúc trong những chiều hoang mang bước đi giữa đổ nát của Sài Gòn ngày ấy?! Những tình thân đã xa khơi, những chia cách thăm thẳm bầu trời chẳng khác gì tử biệt. Bao hình bóng đã tan nhòa vào thinh không hoang vắng, tôi chỉ còn như gỗ đá hay tro bụi giữa đời này với quyết định cuối cùng làm người ở lại. Tôi không hề hối tiếc vì đã không rời bỏ Sài Gòn (sao có thể ra đi khi cả tâm hồn còn ở lại, Mẹ tôi, em tôi và tất cả của tôi...). Tôi trong tận cùng hoảng loạn đã tự trấn an, rồi sẽ lại như cũ, tất cả sẽ qua nhanh thôi, những gì đã mất thường vẫn tìm được ở quanh đâu đó, bám víu vào những gì còn sót lại để cố tưởng rằng chỉ như một giấc mơ. Nhưng những gì đã nếm trải suốt từ ngày đó đến giờ đã như một hình phạt, dửng dưng và tàn nhẫn - cho dù tôi đã từng yêu và cũng đã từng quên!

Căn phòng oải hương không khép cửa, những tia sáng màu tím nhạt dịu dàng buông xuống chỗ nằm lõm sâu.

Đêm qua tôi đã đi ngủ cùng với bài hát phổ thơ Trần Trung Đạo.

"Ví mà tôi đổi thời gian được
Đổi cả thiên thu tiếng Mẹ cười"

Tiếng hát như thoát ra từ nỗi mất mát bi ai của những chia lìa muôn thuở.

Đã sắp đến lần thứ 43 ngày giỗ Mẹ tôi. Chỉ hai năm sau ngày 30/4, cơn bệnh trầm kha từ trước đó đã mang Mẹ tôi đi, rời bỏ bầy con thơ dại cho dù tôi và hai chị đã không ai có can đảm bỏ Mẹ và các em mà đi. Bây giờ mình hạc xương mai đã rã tan thành cát bụi, lâu lắm rồi Mẹ không còn về trong giấc mơ tôi. Hoa huệ trắng vẫn thường cắm trước di ảnh, tàn hương rơi trên nỗi buồn muôn thế kỷ. Tôi nhớ Mẹ, nhớ âm ỉ võ vàng. Một kiếp "hồng nhan đa truân," "mỹ nhân tự cổ"... Những điều tưởng như huyễn hoặc đó ám ảnh các các chị và em gái tôi. "Ngũ long công chúa" mồ côi nương vào nhau như cỏ dại, thanh xuân của từng người bỗng chốc phôi phai, vụt trôi như tà huy ngoài cửa. Những giấc mơ tan vỡ phơi bày thực tại phũ phàng, những chân dung quái dị của cuộc đời, những giọng cười khả ố và ngôn ngữ tật nguyền đến sỏi đá cũng đớn đau. Có người lặng lẽ náu mình trong cơn mộng du không một lần tỉnh thức (thà bước mãi trên bờ tường rêu hay nhánh cây khô trên cao còn hơn thức dậy với cuộc đời hư cũ). Có người rong chơi biền biệt phía bên kia cổng trời hay quẩn quanh trong gian bếp với giấc mơ màu lửa và cháy cho đến điêu tàn (mong sao chừng đó cũng đủ đoạn trường rồi!).

Còn đêm nay, một ly vang đỏ ấm ran lồng ngực. Mùi oải hương mênh mang cho những giấc mơ màu tím. Mười ngón tay se lạnh khẽ gọi từng âm thanh đơn độc, tiếng dương cầm chơi vơi...

(Where do I begin
To tell the story
Of how great love can be...)

Đó là âm vang của ngày xa xưa, khi thanh xuân dịu dàng rót vào môi nhau, lướt trên da thịt nhau, ngấm vào tim nhau "Love means never having to say you're sorry"!

Lắng đọng gì sau một ngày rong ruổi, còn lại gì sau một đời đi tìm thỏa hiệp (cho cuộc chiến bên trong con người mình từ khởi nguyên đến khi tàn lụn)?! Những bước chân đang trở về với quá khứ hay bước vào tương lai, hướng nào cũng non mòn biển cạn, chênh vênh bờ bãi. Ta chỉ còn như ảo ảnh, như khói sương thoảng bay qua cõi miền sinh tử. Một ngày nhìn quanh không có ai, không còn ai để nhắc chuyện biển dâu, để sẻ chia nỗi hân hoan hay niềm tuyệt vọng.

Đã gần nửa thế kỷ trôi qua, một ngày rồi sẽ chẳng còn gì, một ai đó, một câu chuyện nào cho mai sau nhớ về, nhắc lại điều đã qua trăm năm, ngàn năm, một cách chân thật như đã từng xảy ra.

Những bước chân đi về miền diệu viễn, những giấc mộng muôn xưa, những xót xa ân hận, những yêu dấu nghìn trùng... Có chăng nơi nào đó - một cõi miền an nhiên thanh tịnh như hoa sứ trong sân vườn Pension Thérèse thuở nào - như vạt áo của người nữ tu trẻ tuổi, Monica - tất cả trắng một màu tinh khôi lộng lẫy đến nhiệm mầu.

Câu thơ khép lại một ngày đã tàn và chìm sâu vào đêm muộn,

"Ta bước đi trên hàng nến thắp
Tìm mãi trăm năm một mặt trời".

Nguyễn Thy

(*) Chủ đề của La Paloma.

Riêng cho những người SG 19 tuổi vào tháng tư 1975.
30/4/2020

VŨ KHẮC TĨNH

LAN CHI VÀ DƯ ÂM MÙA THU

Lan Chi nuốt cái cười cay đắng, chào từ biệt cha mẹ ra đi. Những cánh hoa hồng vẫn vô tư phập phồng trong nắng như không hề hay biết lòng Lan Chi đang dậy sóng. Lan Chi lao đi trên chuyến xe vô định, mà con đường ngày xưa ông Tư Cẩn thường gò lưng chở Lan Chi đi học mỗi buổi sáng. Những cây dâm bụt đang mùa nở hoa rực rỡ khiến lòng Lan Chi thêm tê tái. Con đường ấy bây giờ đã đổi thay, thị trấn cũng đổi thay, chẳng lẽ lòng người cũng phải luôn thay đổi hay sao? Cũng may cha mẹ Lan Chi chỉ nghĩ con đi Sài Gòn để học một cái nghề, để khỏi phải chứng kiến nỗi đau và sự nhục nhã ê chề của Lan Chi, trốn đi vì không muốn lấy thằng Tâm Sún con ông Sáu Lũy như lời hẹn ước của cha mẹ hồi Lan Chi còn nhỏ.

Rốt cuộc Lan Chi cũng đến được Sài Gòn hoa lệ, xin ở nhờ nhà một cô bạn học thuê nhà trọ ở đây. Qua một thời gian tìm hiểu cung cách sống của người Sài Gòn cũng như tiếp cận được công việc làm nhất thời trong nhà hàng ăn uống. Lan Chi là một cô gái chạy bàn, công việc hằng ngày của Lan Chi là trải khăn bàn, đặt ly, đặt chén dĩa vào đúng vị trí trên bàn ăn, bưng bê, rót bia rót rượu, gắp đá bỏ vào ly, và thu dọn chén dĩa sau bữa tiệc nhậu của khách.

Nhà hàng đặc sản món ăn ba miền, nơi Lan Chi làm là một nhà hàng khang trang rộng rãi mát mẻ, đông khách vào mỗi buổi chiều đến mười một giờ đêm. Tuy nhiên với những công việc lâu dần cũng quen tay như thế đó thì Lan Chi túc trực từ sáng đến tối mịt mới về đến nhà, lương hướng cũng đủ trang trải ăn uống, nhà thuê, còn dư dả một chút, không tiêu xài hoang phí ăn chơi gì, hay mua sắm áo quần, vẫn mặc áo quần cũ mẹ mua sắm khi còn ở nhà.
Tài sản duy nhất đáng giá của Lan Chi thực ra lại chính là những giọt máu trinh trắng vào những đêm khách say bí tỉ ôm ấp, dụ dỗ bằng những lời ngon ngọt nhưng Lan Chi vẫn giữ được tấm thân bé bỏng. Đến giờ Lan Chi vẫn không hiểu được sao mình lại liều lĩnh đến thế không biết, vì một chút men bia, vì khuôn mặt dễ mến và cái hào

phóng nên được bạn bè cùng làm chung quí mến, quan tâm giúp đỡ bảo ban nhau.

- Mi lanh lợi, giỏi giang hiểu biết rộng, mắc mó chi đi làm chỗ này, tụi tau làm ở đây quen rồi. Thôi thì rán làm vài tháng kiếm một ít tiền nghỉ đi tìm việc khác làm hợp với khả năng.

Vậy hoá ra Lan Chi là đồng hương của nhiều bạn làm ở đây. Mọi việc sau đó xảy ra như thế nào Lan Chi cũng không còn nhớ nữa. Khi sực nhớ lại Lan Chi lo lắng biết bao vì sự đường đột làm ra vẻ như là Lan Chi đã quá quen với những chuyện như thế này rồi.

Thế nên sau này những lời cằn nhằn, trêu chọc hay phàn nàn của bà chủ quán khó tính và những người khách lắm tiền, những đại gia bụng bự bia, mồm sặc mùi rượu bia nhưng không dễ gì sờ mó được Lan Chi.

Một hôm Lan Chi được một ông đại gia bụng bự cho một số tiền kha khá và hứa giới thiệu cho một việc làm trong công ty may mặc của một ông chủ người Hoa làm Quản đốc. Lan Chi mừng rơn người, dù Lan Chi vẫn biết cho và lấy, chứ dễ gì ăn không của người ta, và người ta cũng không dại gì đem cho không biếu không một số tiền và giới thiệu một công việc làm nhàn rỗi. Lan Chi sung sướng vì đã đặt niềm tin đúng người đúng chỗ.

Ông đại gia không mặc cả, hay đòi hỏi gì. Lan Chi tỏ ra ngạc nhiên, không hiểu chuyện gì đã xảy ra làm sao biết được, diễn ra như một tuồng cải lương không có hồi kết và hạ màn.

Thời gian sau này Lan Chi không còn thấy ông ta đến nhà hàng "Ba Miền" nữa. Lan Chi được người bạn của ông ta nói lại, ông ta đã được gia đình bảo lãnh đi Mỹ định cư bên đó... và Lan Chi cũng nghĩ làm ở nhà hàng đến làm thư ký cho ông Quản đốc công ty may mặc.

Lan Chi tỉ tê với mẹ suốt một đêm không ngủ, nói thiệt nói hết cái ngày bỏ quê đi lang bạt Sài Gòn.

Bà Tám miệng nói trong hốt hoảng:

- Con gái ta giỏi quá, bản lĩnh quá....

Lan Chi rúc đầu vào lòng mẹ như hồi còn nhỏ. Bà Tám ôm đứa con gái vỗ về.

- Mẹ vẫn còn thắc mắc, đến lúc này rồi mà con chưa chịu lấy chồng, trong khi bạn học con đứa nào cũng có chồng con đùm đề.

Lan Chi ngồi ngay ngắn, không còn tựa đầu vào vai mẹ.

- Chuyện chồng con tự nhiên nó sẽ đến, giờ có đi tìm cũng không tìm được. Tìm ở đâu mới được chứ. Mẹ sinh con ra đẹp quá mà còn lanh lợi giỏi giang, mấy chàng thanh niên trong làng thấy sợ đâu có dám nhào vô tán tỉnh.

Bà Tám cảnh cáo con gái:

- Con để đó chống mắt lên mà nhìn mẹ nói có đúng không? Coi chừng ế chồng, ở đó mà đú đởn.

Đôi khi Lan Chi thấy mình như trái táo chín mọng trong khu vườn đang lay lất dưới cơn nắng quái của mùa hè, để một hôm anh thợ làm vườn đứng ngẩn tò te ngắm trái chín mà trào một cơn thèm. Lan Chi đã từng thấy mình như thế, chín mọng, kiêu hãnh trên nền tảng thời gian.

Rồi năm tháng qua nhanh như trở bàn tay. Dù thanh xuân của Lan Chi đã rơi đâu đó trong khu vườn, trên mọi nẻo đường lang bạt, nhưng tại làng quê này. Lan Chi đang đứng với suối nguồn tươi trẻ chảy luân lưu trong khắp các mạch ngầm, lan ra từng tế bào. Lan Chi cảm nhận được sức sống mới đang sục sôi trong mình, khi đứng rất lâu trước tấm gương soi. Lan Chi chỉ à lên một tiếng đầy khí khái.

- Tấm thân vẫn còn hấp dẫn, vẫn còn lôi cuốn.

Những niềm vui bé nhỏ, từ việc giúp mẹ nấu một món ăn, pha sẵn một ly nước mát lạnh khi cha đi làm về, hay pha chế một tách cà phê sữa nóng cho mình mỗi buổi sớm mai, ngồi lặng người bên thềm nhà nhìn mấy con chim sâu sà xuống cây mận hút nhuỵ hoa. Nếu Lan Chi chăm chỉ góp nhặt mỗi ngày một ít, thời gian sẽ dày lên và thành một kho tàng ký ức.

Lan Chi không còn nhớ là thời gian đã trôi qua bao lâu với mẹ, khi Lan Chi đứng dậy đẩy cánh cửa đi ra ngoài ngó mảnh trăng non trên đầu núi và những ngôi sao mọc lưa thưa khi ẩn khi hiện, nhìn nó với sự hoài nghi về thế giới tinh tú trên trời đổi ngôi nhau mỗi đêm, nếu ta để ý đến và tìm hiểu qua sách vở huyền bí khoa học.

Lan Chi đang tích lũy và vận dụng những kiến thức mà mình đã từng đọc để có thể hiểu thêm về thế giới bí ẩn và xa lạ này. Nhưng chắc chắn Lan Chi đã rất may mắn vì định mệnh đã cho Lan Chi một cơ hội về lại miền quê hoang dã, một miền quê của cội nguồn. Dường như tất cả mọi việc đều phải trôi theo một dòng chảy qua lăng kính của những tảng băng kim cổ. Lúc đó Lan Chi nhìn lại mình, và tưởng rằng chỉ có mình mới quyết định được cuộc đời mình. Vì thế Lan Chi không bao giờ xem tử vi, bói toán, hay một ông thầy tướng số nào đó nhận xét qua cảm tính. Nhưng oái oăm thay vận mệnh đời người nằm bí ẩn trong lòng bàn tay hay ở một nơi nào đó bâng quơ dị hờm mà không một ai ngờ đến, tưởng đến….

Lan Chi cảm nhận sự va chạm trong cuộc sống đời thường với bên ngoài bằng một cảm giác nhẹ nhàng, bằng một vòng ôm thân thiện với một ai đó và từ ngày đó Lan Chi thường mang theo bên mình cái cử chỉ mờ mịt hỗn mang ấy trong lúc gặp khó khăn.

Rồi cái ngày đó Lan Chi tin chắc là mình không còn một cơ hội nào để trở về lại miền quê hoang dã để sống đời ở đó. Thế nhưng, định mệnh muốn Lan Chi phải trở về, dù năm tháng lang bạt ở Sài Gòn tam ổn định.

Đối với Lan Chi miền quê là một sự ô hợp hỗn loạn của lũ lụt, giông bão, nắng mưa, nhìn chúng là một tai hoạ gieo rắc xuống trần gian. Tuy vậy, trên làng mạc thôn xóm không thiếu những người nông dân quang gánh trên vai, chiếc nón lá trên đầu và nụ cười hiền hậu thường nở trên môi.

Đi đã khá lâu, thế nhưng Lan Chi còn có một vài nơi phải đến, phải tìm lại ngôi nhà cổ, một bà cụ hàng xóm tốt bụng hay chú Sáu Lũy hứa làm sui gia với ông Tư Cẩn là cha của Lan Chi. Dù không làm dâu được nhà chú Sáu Lũy nhưng Lan Chi vẫn quý trọng, vì chú Sáu Lũy là người luôn ủng hộ và cảm phục sự khí khái sự dũng cảm bảo vệ mặt tích cực đã phá cái sai và dung túng những con người cậy thế cửa quyền của người có chức có quyền thời bao cấp. Riêng bà cụ hàng xóm dám bỏ ra một số tiền bán lúa thóc cho Lan Chi làm lộ phí đi Sài Gòn. Vậy mà, còn chúc Lan Chi đi thượng lộ bình an.

Chắc chắn là Lan Chi sẽ không bao giờ còn gặp lại bà cụ năm nào, vì lúc trước bà cụ đã già yếu lắm rồi. Nhưng không gian và sự yên tĩnh nơi miền quê hoang dã vẫn thế.

Lan Chi bước vào chánh điện ngôi chùa cổ, đầu óc Lan Chi cứ miên man nghĩ ngợi về bà cụ cho tiền mười mấy năm trước. Lan Chi thắp nén nhang cúi đầu trước tượng Quan Thế Âm Bồ Tát bằng cử chỉ tôn kính và cảm ơn. Cầu cho gia đình chú Sáu Lũy luôn luôn được bình an.

Khi ngước mặt lên, dường như Lan Chi nhìn thấy bóng một sư cô đang trong chánh điện đi ra, ngoái đầu lại nhìn Lan Chi. Chỉ trong thoáng chốc thôi, nhưng Lan Chi vẫn bắt gặp ánh mắt mỉm cười hiền hậu, và cúi đầu hai bàn tay để lên ngực. Trong nhang khói bay mù mịt trong thứ ánh sáng lờ mờ, có thể nói đó là một thế giới ảo, thế nhưng Lan Chi vẫn có lời cảm ơn của mình đã được lắng nghe. Lan Chi vẫn còn hy vọng dù là thế giới ảo nhưng vẫn còn hy vọng.

1. THỜI GIAN

Rạng sáng, Lan Chi mở mắt và thấy làng xóm bắt đầu thức giấc lao xao tiếng gà, vịt, trâu bò và tiếng người. Lan Chi muốn chồm dậy nhảy khỏi giường kêu hai đứa em gái dậy đánh răng rửa mặt, ăn cơm rồi chuẩn bị sách vở để đi học. Hôm nay, Lan Chi phải đi lên rẫy với mẹ. Lan Chi cảm thấy dạt dào sung sướng trong việc lặng lẽ buông thả mình vào ánh sáng biến hóa của bình minh, vào những giây phút thăng hoa diệu kỳ này. Toàn bộ sự sống dường như nhẹ lâng lâng trong một buổi rạng đông như thế này. Trời đất không ngừng quay và thay hình đổi dạng như đám mây trôi bềnh bồng từ tháng này qua tháng khác, năm này qua năm khác.

Chưa bao giờ thời gian chạy quanh đây lại chuyển động một cách chậm chạp như vậy. Thời gian bị căng ra như thể dây đàn, bị xé ra những sự kiện vụn vặt, và trong khoảng giữa những sự kiện đó thì nó bỗng dưng dừng lại. Người đi, người đứng, nói năng í ới với nhau khi ra đồng, trẻ em thì đi học, còn thời gian thì không đi. Hình như vậy, nhùng nhằng. Nó ngân đọng lại bên trong không gian chật hẹp, nó cũng không trôi về một nơi nào hết, dường như có một cái nút thắt nào đó thắt lại.

Và mọi người chạy quanh Lan Chi hệt như phải khó nhọc lắm mới chuyển dịch khoảng không gian đặc quạnh ấy, mọi cử động, lời nói của họ đều diễn ra một cách chậm chạp. Lan Chi có sức tưởng tượng mọi thứ trong thời gian đều xảy ra như vậy, mọi thứ lùm xùm và mắc míu nhau trong sự đến rồi đi trong trời đất.

Như phần lớn mọi người trong làng xóm này. Lan Chi chưa từng nghĩ ngợi về bản chất của thời gian, cùng với năm tháng đong đầy, Lan Chi cảm thấy thiếu thời gian, Lan Chi cảm thấy điều này không phải như thời gian ít ỏi, mà là do việc ruộng đồng, làm rẫy quá nhiều, do ngày càng bận rộn thêm. Đôi khi Lan Chi bắt đầu cảm thấy thời gian phần nào đi chậm lại, đôi khi lại thấy thời gian trôi qua rất nhanh, đôi khi lại thấy nó biến đi đâu mất không để lại một dấu vết nào. Điều này có phụ thuộc vào chính Lan Chi không và liệu có tác động đến thời gian của cuộc đời tưởng chừng như mơ hồ rỗng tuếch này, liệu có thể kéo dài hoặc không, làm sao mà biết được.

Thời gian đối với Lan Chi đã trở thành một nơi chứa đựng mọi thứ công việc, chứ không phải thời gian của một cuộc đời riêng lẻ của mình. Lan Chi chưa muốn đi sâu vào vấn đề này một cách máy móc và có giá trị thiết thực mang lại lợi ích thực tế hay chỉ nhằm vào những gì có thể mang lại lợi ích vật chất thiết thực trước mắt cho mình, không cần phải quan tâm đến những mặt khác, hầu như tất cả những thứ ấy như là một thứ triết lý suông, một thứ suy nghĩ hời hợt vô bổ không có một khả năng nào làm thay đổi bất cứ một điều gì tương tự xảy ra, cũng không giúp ích được gì, dù có ngẫm ngợi thâm thuý đến đâu chăng nữa mà mọi công việc trên cõi đời này không vì thế mà nhích thêm được một chút nào cả.

2. MÙA THU HOANG DÃ

Ngôi nhà trước đây trong gia đình Lan Chi chỉ có hai gian, gian nhà bếp và gian nhà trên. Thời gian vừa qua nối dài thêm một gian nữa. Trên chiếc bàn bằng gỗ sưa không sơn, chỉ đánh một lớp verni bóng láng, để trước bàn thờ và bốn chiếc ghế cũng bằng gỗ sưa. Ở trên bàn từng để bộ ly tách trà bằng sành sứ có bông hoa nổi lên rất đẹp. Ông Tư Cẩn, bà Tám chỉ dùng để uống khi có khách đến thăm chơi, còn không thì để vậy, không đụng chi đến, nên lúc nào cũng thấy ly tách trà luôn mới tinh.

Bằng những linh cảm nhạy bén, bằng những cảm thụ Lan Chi đã tiếp nhận sự kích thích của sự vật bên ngoài một cách hoàn hảo hay nhận biết được cái tế nhị bằng cảm tình tinh vi tức là cảm thụ cái hay cái đẹp. Nói đến cảm thụ nghệ thuật là sự miêu tả âm thanh rì rào của gió, êm nhẹ, phát ra đều đều liên tiếp rì rào qua khóm lá hay tiếng kêu réo rắt của lũ côn trùng lúc to lúc nhỏ lúc nhanh lúc chậm nghe rất êm tai, như đã làm lây lan vào từng ngõ ngách trong làng xóm và tâm hồn con người. Tất cả hình như đang chờ đợi một cái gì đó ngồ ngộ, mà Lan Chi liên tưởng đến rất sảng khoái về một mùa thu bàng bạc ở miền quê được ghi nhận, được sống thật với những cảm thụ tươi mát nhẹ nhàng, đầy những chất liệu của thơ ca.

Đó là những linh cảm, được nhận mọi cảm xúc bởi linh tính trong buổi sáng mai đầy thơ mộng.

Điều gì đã khiến cho Lan Chi bước ra khỏi nhà đi dạo lòng vòng quanh vườn hoa, không chờ được một cô bạn thân đến chơi, không chờ được bà Tám mẹ Lan Chi đi chợ về. Hai người đã thoả thuận với nhau từ trước là Lan Chi sẽ gọi điện thoại cho anh chàng viết vẽ bảng hiệu quảng cáo ở thành phố cổ lên chơi, hay tiện hơn hết là sẽ có một cuộc gặp. Nhưng lúc ấy máy điện thoại của anh chàng ấy nói chuyện với một ai đó nên không gặp để thông báo cho nhau. Liên tục liên tục chuông đổ kéo dài, như thể điện thoại bị lỗi hay sao không biết được cớ sự xảy ra.

Từ những cuộc gọi không được đáp ứng, Lan Chi bừng bừng nổi giận, nên không để ý đến thời tiết mưa hay nắng...

Hoá ra ngoài trời đang mưa bay bay. Miền quê lấp loáng ánh nước trên cây lá. Mưa rơi bay bay trên mái nhà trên vườn hoa, những mảng nước nhanh chóng ẩm ướt trên vỉa hè. Vỉa hè mới được tráng một lớp xi măng mỏng trở nên bóng láng có thể soi mặt mình. Cơn mưa như một kẻ tội phạm len lỏi vào các khe hở, tìm ra những chỗ trống để thấm nước vào, chỉ cho thấy, gợi nhớ đến mọi điều. Mùa thu đang đến với miền quê hoang dã, với ruộng đồng, đồi núi một màu khói lam lãng đãng, với những cơn gió thổi vù vù từ vô biên thổi về qua những khóm lá. Lan Chi như có chuẩn bị đón một mùa thu đầy hứng thú. Lan Chi khi nghĩ đến điều này, đã biết bao nhiêu mùa thu đã đi qua trong cái mưa nắng của Sài Gòn không để lại cho Lan Chi một ấn tượng nào cho ra hồn. Bởi vì Sài Gòn không có mùa thu như ở Hà Nội, hay ở quê rất chi tiết và rõ ràng đâu ra đó: mùa Xuân, mùa Hạ, mùa Thu, mùa Đông.

Lan Chi biết ru ngủ mình bằng những bài thơ viết về mùa thu gợi trong ta nhiều cảm xúc bởi thời tiết hơi se lạnh, lá vàng rụng trên các con đường ngõ phố, trên các con đường làng quanh co trong làng xóm. Điển hình như bài "Đây Mùa Thu Tới" – Xuân Diệu.

Rặng liễu đìu hiu đứng chịu tang
Tóc buồn buông xuống lệ hàng ngàn
Đây mùa thu tới – mùa thu tới
Với áo mơ phai dệt lá vàng....

Hay bài Tiếng Thu – Lưu Trọng Lư

Em không nghe mùa thu
Dưới trăng mờ thổn thức?
Em không nghe rạo rực
Hình ảnh kẻ chinh phu
Trong lòng người cô phụ?
Em không nghe rừng thu
Lá thu kêu xào xạc
Con nai vàng ngơ ngác
Đạp trên lá vàng khô?

Nếu tất cả đều kết thúc như thế thì mọi mơ ước mọi sự thật được phơi bày, được cụ thể hóa, cứ cho đó là quy luật tự nhiên của tạo hoá, rồi cũng không giữ lại trong trí nhớ được, bởi vì mùa thu cũng sẽ tàn và chết đi và cái hư vô này sẽ mất đi mọi dấu vết. Rốt cuộc, chỉ còn lại dư âm mùa thu trên nền tảng nghệ thuật mà thôi. Lan Chi nghe thấy và biết được mùi vị với bao cảm xúc ở miền quê hoang dã này....

Vũ Khắc Tĩnh

DS

TRẦN TRUNG THUẦN

HƯƠNG THƠM BỐI RỐI KHI ĐỌC TỰ TRUYỆN "NHỮNG NGƯỜI SỐNG QUANH TÔI" CỦA THÁI LÝ

Tự Truyện "NHỮNG NGƯỜI SỐNG QUANH TÔI" của Thai Lý là một cuốn sách Đẹp, dày 280 trang, in năm 2022 tại Thành Phố Phan Rang - Tháp Chàm, Việt Nam, do tác giả đưa in, 100 cuốn, phát hành. trong vòng thân thuộc và thân hữu. Tôi, có quen biết với vợ chồng tác giả hồi xưa, trước 30 - 4 - 1975, hồi chúng tôi ở Đà Lạt. Tôi đi dạy học, Trần Văn Nghĩa, một người làm thơ trẻ, có thơ đăng trên nhiều báo rất uy tín tại Sài Gòn như Bách Khoa, Thời Nay... mà đặc biệt là báo dành cho thiếu nhi như Tuổi Ngọc, Tuổi Hoa...

Trần Văn Nghĩa học Sư Phạm khóa 1972 - 1975, anh quê Phan Thiết, cùng quê tôi, anh ở bên kia bờ sông Cà Ty, phường Đức Nghĩa, tôi ở bên này sông Cà Ty, phường Hưng Long. Chúng tôi không biết nhau hồi ở quê nhà vì lệch tuổi, hơn nữa tôi xa quê từ năm 1958... Tôi học Sư Phạm và ra đời Gõ Đầu Trẻ trước Trần Văn Nghĩa nhiều năm, từ 1962. Tôi quen nhiều Giáo Sư dạy trường Sư Phạm Đà Lạt nên các bạn tôi có nói chuyện về sự tiến triển của ngành Giáo Dục Việt Nam và sự giỏi giang của lứa Giáo Sinh lớp sau. Trần Văn Nghĩa được ca ngợi vì học hành chuyên cần, phong thái đẹp và có tài Thơ, có tiếng tăm trên văn đàn. Tôi không để ý nhiều về "nhiều người," chơi với các anh Nguyễn Đức Minh, Đặng Vũ Nùng, Cô Lê Thị Tứ, Bà Lê Xuân Phương thì nói chuyện anh em, chị em mình, vậy thôi.

Đà Lạt đổi chủ từ ngày 3 - 4 - 1975, có chuyến bay của Air Việt Nam đáp xuống phi Trường Liên Khương, đổ khách và đón khách về Sài Gòn... nhưng trong vài phút, phi công nghe nói Đà Lạt chính thức Di Tản Chiến Thuật bèn ra lệnh rút thang, đóng cửa, ra phi đạo bay đi với máy bay trống trơn! Đà Lạt và Tuyên Đức xa lạ rồi. Nó không phải được hay bị giải phóng mà loạn quá sau khi Đại Tá Nguyễn Hợp Đoàn Thị Trưởng kiêm cả Tỉnh Trưởng Tỉnh Tuyên Đức, kiêm luôn Tiểu Khu Trưởng Tiểu Khu Tuyên Đức, lên xe chạy về Phan Rang, lên máy bay bay về Sài Gòn.

Ngày đó là ngày 1 tháng Bốn năm 1975. Tất cả cơ quan công quyền ở Đà Lạt đều đóng cửa. Bộ Chỉ Huy Cảnh Sát Quốc Gia Đà Lạt bị đốt cháy. Tù phá cửa nhà giam ra phố cướp phá, đốt nhà thờ luôn (Nhà Thờ Domaine de Marie). Hòa Thượng Trụ Trì Chùa Linh Sơn được dân yêu cầu đi gặp phía-bên-kia về tiếp quản, ngày đó 3 tháng Bốn năm 1975... Việt Cộng lưa thưa, hầu như đều là người địa phương, đông nhất là thành phần Giáo Sư, Nghệ Sĩ tức các nhà trí thức hai mang, đáng nể là Nhà Văn Thái Lãng Chủ Tịch Hội Văn Học Nghệ Thuật Tuyên Đức, Giáo Sư Trần Hữu Lục dạy trường Bùi Thị Xuân, Nghị Viên Huỳnh Chùm Sĩ Quan Tuyên Đức kiêm Nghị Viên Hội Đồng Tỉnh Tuyên Đức. Việt Cộng toàn quen biết! Chu choa ơi là mừng như thấy bác Hồ Chí Minh tái sinh!

Tôi thuộc loại chẳng đáng quan tâm, nhìn tình hình và hết dạy học thì ở nhà. Nhà nghịch đường, trên đồi, lẻ loi. Không ai chộn rộn hay thăm hỏi, rồi sau đó, hơn một tháng được Ủy Ban Quân Quản Khu Phố II mời đi Học Tập Cải Tạo Mười ngày, ngày 8 - 6 - 1975, được thả ra ngày 21 tháng Bốn năm 1981. Mười ngày của Kách Mệnh thật nà thắm thiết! Bây giờ... đã hai Thế Kỷ mà vẫn thấy như chiêm bao! Người người đối xử nhau rất là tao nhã, không có chửi thề vì hổng-dám-đâu!

Tôi xa Đà Lạt sáu năm, nhớ bà con, anh em bè bạn, nhớ cả học trò... mà lòng tôi lạnh ngắt. Người ta kể chuyện đổi đời, nhiều chuyện vui như Giáo Sư Tạ Tất Thắng Phó Ty Giáo Dục Văn Hóa và Thanh Niên Đà Lạt được cho làm ông Cai Trung Tâm Giáo Dục Hùng Vương, cầm chổi quét trường không lần nào không chảy nước mắt. Giáo Sư Ngô Tôn Long thì ở trần truồng ôm hình Bác Hồ đi chơi giữa phố bị các đồng chí Công An rượt đuổi chạy xuống Trại Mát mới bị bắt. Hình bác Hồ được các đồng chí thu hồi nâng niu trong khi Giáo Sư Ngô Tôn Long bị trói ké dẫn về nhốt ở Trung Tâm Thẩm Vấn gần trường Adran tôi từng dạy... Tại Mỹ tôi có gặp Giáo Sư Tạ Tất Thắng, ông qua Mỹ dạy tiếng Việt cho sinh viên Mỹ tại Alabama trong chương trình trao đổi giáo dục giữa Mỹ và Việt Nam. Tôi cũng có gặp Giáo Sư Ngô Tôn Long khi anh từ Úc qua Mỹ dự Đại Hội Trần Hưng Đạo - Bùi Thị Xuân. Tôi quen thân với gia đình bên vợ anh, chị Bùi Ái Lan, ái nữ của ông Bùi Văn Giản Chánh Lục Sự Tòa Án Đà Lạt; anh Ngô Tôn Long dạy Triết tại trường Trần Hưng Đạo. Tha hương kỳ ngộ, vui...

oOo

Hồi nãy giờ tôi lang thang tơ ri... quá lâu nha! Tôi giới thiệu sách của Thái Lý lại bẻ cua qua chồng chị ấy, Trần Văn Nghĩa... rồi lang thang tơ ri! Từ từ tôi đi vào khuôn nếp...

Thái Lý tức là Thái Thị Lý, vợ của nhà thơ Trần Văn Nghĩa. Chồng có tài, có tiếng về Thơ, vợ có tiếng về Văn. Chồng, nhiều người biết đã lâu; vợ thì mới thôi... không phải chị ấy giấu tài mà chỉ vì thích thì làm. Coi bộ cũng thuộc dòng dõi nghịch ngợm. Tôi nói thật đó, Thái Lý rất nghịch, mãi mãi là bé con, chỉ tại thời gian thêm tuổi chớ chị ấy vẫn tuyệt vời: nhan sắc, dáng dấp, lịch sự và lịch lãm. Anh Chị Trần Văn Nghĩa - Thái Lý có sách mới in là gửi qua tặng tôi, cả quà quê hương, phần tôi đã không tặng lại gì còn dụ khôn bấm amazon.com tìm sách của tôi để mua! Ảnh chỉ không hề giận tôi nhưng nói thật tình: mua amazon chờ lâu... thà đợi tôi về dù nghĩ là tôi vĩnh biệt quê nhà! Trớ trêu đủ thứ để "chúng ta" đau cả cái nòng!

Tôi nhận tập Thơ của Trần Văn Nghĩa THƠ GỬI THỜI 16, giữa năm 2023, tôi đã có bài "bình." Trong gói bưu kiện gửi từ Phan Rang - Tháp Chàm có cả cuốn Tự Truyện NHỮNG NGƯỜI SỐNG QUANH TÔI của Thái Lý. Tôi không đá động bằng "văn bản" gì, bây giờ mới "lạm bàn" thật là tôi có lỗi. Cũng tại vì chúng tôi thường có email hỏi thăm nhau rồi tôi cũng quên bẵng đi cái tài tào lao của tôi là viết... lãng xẹt! Chín bỏ làm mười nha bà Phù Thủy!

"Bà Phù Thủy," đúng là "Bà Phù Xỉ," các con, cháu của tác giả cuốn Tự Truyện hay gọi "Mẹ," "Cô," "Dì" của tụi nó như vậy... Thái Lý rất vui và rất hiền; đôi khi cũng đổ quạu, dữ dằn chút xíu. Đàn bà mà. Ai cũng giống nhau. Hết người "tám" thì mới chịu hiền hậu! Thái Lý viết nói về "những người sống quanh" mình nhưng ưu tiên viết cho con cháu đọc. Thời buổi này người lớn không ai ưa đọc Truyện gì của Mỹ Ngụy, chỉ thích đọc báo Nhân Dân thôi. Ai ở miền Nam nước Việt Nam trước ngày 16 tháng Bốn năm Bảy Nhăm (ngày quân đội Cách Mệnh ở Hà Nội vào cứu dân Phan Rang) đều có tội với Lịch Sử. Thái Lý và hầu như tất cả nhà văn nhà thơ miền Nam đều bỏ bút, họ không hề đụng đến chính trị, bây giờ bị áp lực chính trị thì thôi... Thơ Trần Văn Nghĩa toàn những bài vô thưởng vô phạt. Văn của Thái Lý thì gọn một tiếng: Vui!

Ở trang bìa sau, Thái Lý để mấy lời phi lộ rất có cảm tình: *"Tôi đang quay lưng về phía bình minh, bước dần vào bóng hoàng hôn. Trong bóng tối chập choạng, thời thơ ấu sáng bừng, ký ức xa xưa ùa về, chồng chéo, giẫm đạp lên nhau. Tôi muốn ghi lại, ghi lại những ký ức ấy, ký ức của những thâm tình mà trong đó kẻ còn thì ít mà người mất lại nhiều. Tôi muốn ghi lại những chuyện xưa, mà lớp trẻ là con cháu chắc chắn sẽ không được nếm trải. Tôi không mua một "vé trở về tuổi thơ" mà tôi đi về tuổi thơ bằng cách riêng của mình."*

Thái Lý về lại tuổi thơ kiểu... chờ xe lửa! Xe lửa lâu nay bị gọi là tàu nên ga Tháp Chàm không còn đường lên Đà Lạt. Xe lửa thành tàu hay xuồng... bơi ngoài biển chắc vé đắt lắm? Ráng đợi rẻ nha...

Hai mươi sáu truyện dàn trải trong hai trăm sáu mươi trang, coi như mỗi truyện trung bình mười trang sách khổ của cuốn sách bình thường. Là không lê thê! Đọc truyện nào cũng thích... Muốn đọc thêm bèn đi tìm trên Internet, may ra thấy trang T-Van và bạn Hữu... Thấy cả hình của Thái Lý nữa mới thật là mừng. Người sao văn vậy! Thái Lý tuần nào cũng có bài. Nghĩ cái website T-Van xa cách tác giả muôn trùng mà tấm lòng văn chương chỉ là gang tấc...

Bồ Tùng Linh viết Liêu Trai Chí Dị chuyên về ma, một lối viết riêng của Bồ Tùng Linh! Không ai chê Liêu Trai Chí Dị! Tức là pho sách Liêu Trai Hay! Tôi cũng dám nói với bạn cuốn truyện Tự Truyện Những Người Sống Quanh Tôi cũng thuộc loại Chí Dị. Thái Lý thật thà nhưng kể chuyện "tâm linh" cũng rợn người lắm... vì nó thật! Đọc Tự Truyện của Thái Lý khiến nhớ Tây Du Ký. Ngàn ngàn năm rồi chuyện Tây Du vẫn giữ cái hồi hộp của chuyện đến nỗi thành Truyện - Tây Du Ký. Lắt léo là tác giả dẫn dắt người ta đi tìm đạo mà nói là đi chơi! Sách có trăm hồi, hồi sau y chang hồi trước... chẳng ai ngờ, cứ đọc tới đọc tới... tới nhà ga mua một vé về tuổi thơ! Trên thế giới này, Việt Nam tuyệt vời: vé gì cũng hết sớm... Do đó ít người thỏa mãn, thét rồi ngậm băng tấm lòng... nên dân số cả trăm triệu người, Tiến Sĩ có bằng trên 50 ngàn vị... mong có người đọc sách gần như là thất vọng não nề! Thái Lý in cuốn Tự Truyện chỉ có 100 cuốn gửi đi 100 địa chỉ, nhận lại hồi âm rất ít tri âm!

Đừng nói chi ai, ngay tôi cũng là người bạc bẽo: tác giả gửi từ quê nhà sang Mỹ, tôi chỉ email cho tác giả là nhận được rồi, đã đọc, chưa hết, sẽ có "ný nụn" gửi về sau... "Dân trong miền Lam ló thế đấy nhẩy? Nuôn nuôn nà Ný Nụn quèn!" Tức thật chứ, hai Thế Kỷ mình vẫn chưa thành dân Đàng Ngoài... Tôi thường in tác phẩm của tôi, chỉ cần mười cuốn hay hai mươi cuốn thôi, tôi đã "đau" vô cùng: chỉ một, hai hồi âm ẩn chứa "mày làm phiền tao!" Tôi biết tôi không còn là "quân nhân" thật rồi vì "quân đến dân mừng, quân ở dân thương, quân đi dân nhớ" nó trôi về quá khứ, nó nhạt nhòa... Tác giả văn chương, tôi thấy ai cũng cô đơn.

Tôi xin dẫn ra đây một "tự truyện" của Thái Lý: CHUYỆN MỘT ĐÊM TRĂNG:

Ngày Hè sắp đến - rồi sẽ qua nhanh. Dòng ký ức trôi qua nhưng đâu dễ mất. Một câu chuyện thoáng qua... tôi chợt nhớ.

Mùa Hè năm 1976, sau đợt học chính trị thật căng thẳng, tất cả giáo viên đều phải tham gia đi làm thủy lợi; cụ thể là đi "đào mương." Dù biết chắc "sức mình không kham nổi" nhưng có nói họ cũng chẳng tin, vậy nên... đi thì đi... và tôi đi trong tâm trạng "tới đâu thì tới."

Đến nơi, mọi việc theo bố trí của lãnh đạo, hê...hê... tổ lao động theo cụm trường. Tổ tôi gồm cả 3 trường. Từ chỗ dựng láng ra chỗ mương đào cũng xấp xỉ 4km. Chỉ đi bộ đến nơi, rồi về là đã đủ "tiêu tôi" rồi. Quả y vậy. Một ngày, hai ngày trôi qua, tôi vẫn đi, vẫn về... vẫn đội nón, quấn khăn cũng lăng xăng các kiểu... Các chị cứ trầm trồ:

– Nhìn mày không giống đi lao động tí nào. Đội nón, trùm khăn, mà nhìn như đi đóng phim.

Ôi, lẽ nào mình đi làm cảnh sao ta? Tự ái ghê.

"Con kênh ta đào chưa có nước chảy qua, chỉ có nắng mùa hè nóng bỏng... "

Bài hát được làm nền cho các buổi lao động. Và đến ngày thứ ba tôi bỏ cuộc. Hai chân không thể nhấc lên nổi, khi mà nó sưng khá to, đỏ ửng. Bữa cơm, các bạn phải lấy giúp, cô bạn cùng trường, ngại nằm trên các song tre, đem theo cái võng, giờ nó thuộc về tôi, hình như tôi được mọi ưu tiên từ tấm lòng bè bạn. Phải nói, ngày ấy, các cô bán cửa hàng... oai quyền ra phết. Trên núi xa, lũng sâu, cũng có một cửa hàng, nhưng không phải "ai mua cũng bán." Các bạn nữ, trưa mệt, thèm lắm một ly chè, chè chẳng lấy gì làm ngon. Chỉ đậu đen, chính là nước có đường. Ăn tiền là "có đá" lạnh lạnh, đã khát. Chỉ vậy, nhưng trưa nào cũng có cô không kềm chế nổi chửi nhoi lên. Vì họ không bán. Chỉ các thầy mới mua được. Thầy nào đẹp trai tí có khi mua được những hai ly, trong tổ tôi có một thầy thuộc diện mỹ nam tử, và cái ly thứ hai đó... thuộc về tôi. Có lẽ thầy thấy tôi... thảm quá nên mua và tặng. Nhưng chuyện đời mà, một hôm, hai hôm, ba hôm... lời tiếng cũng rì rầm rằng:

– Mấy con bán hàng mê trai, trai... mê con Lý nên mình thua là phải.

Với tôi, chỉ là nói cho vui, nhưng với cô bán hàng là thiệt. Sau, tôi được biết, có hôm anh ấy chỉ mua được mỗi một ly, và người nhịn chính là anh ấy. Mười ngày trôi qua, xong thời hạn, về thôi. Bạn chung trường dìu tôi ra xe, nhường chỗ cho ngồi. Tôi biết, có một đôi mắt dõi theo tôi, thật đằm thắm mà cũng thật thiết tha. Thôi... lờ đi vậy. Bản chất tôi, không thích hoặc là sợ chuyện yêu đương trai gái nên luôn tránh né.

Năm học mới, cụm trường tôi thay đổi nhiều. Có 4 giáo viên chuyển trường. Không hiểu tổ chức của phòng Giáo Dục (PGD) khi ấy tính toán ra sao? Họ nhằm mục đích gì mà chuyển đi một lúc 4 giáo viên, 3 thầy và tôi. Bỏ tôi ra không nói, nhưng ba thầy kia đều rất giỏi, là cốt cán của các trường. Ai cũng thầm hiểu, đây là sự loại trừ của tay hiệu trưởng mới; nhằm dễ điều khiển cụm trường, mà hắn đương nhiên là cụm trưởng. Ngày nhận quyết định, chẳng ai gặp ai, nhưng ngày về nhiệm sở mới thì thật vui. Bốn tôi về chung một trường. Bốn anh em gặp nhau vui lắm; tình cảm bỗng trở nên khăng khít, thân thương như anh em một nhà. Khi phân công, hai ở cấp 2, hai ở Tiểu học. Trường có hai cơ sở, từ trường tiểu học sang cấp 2 khoảng 2km. Hiệu trưởng cho biết: phải có một người dạy tiểu học nhưng phải sang cơ sở 2. Các anh lên tiếng, xin ưu tiên cho tôi ở cơ sở 1. Vậy là rõ, tôi được ưu ái lắm, kèm theo một lời bảo kê: ngó vậy chớ Lý yếu lắm. Cô hiệu trưởng nhìn tôi thoáng phân vân, nửa tin nửa ngờ, bởi tôi có cái "mã ngoài" khá chỉn chu. Thật vô cùng tai hại.

Những chuyện tiếp theo sau đó ở ngôi trường mới khá suôn sẻ. Bốn chúng tôi, 2 anh ở cấp 2; anh còn lại ở cấp 1; tôi và anh C được ở cùng khối lớp, khối lớp 5, thêm 2 bạn mới, khối có 4 lớp. Hai nam, hai nữ, tuổi xấp xỉ nhau. Hai nam yên phận, ván đã đóng thuyền, hai nữ tôi còn son rỗi chỉ tội... lắm mồm, ăn no cứ chọc ghẹo thiên hạ; mà ngày ấy đa phần trẻ trung, vui tính; kể cả cô hiệu trưởng.

Chuyện sinh hoạt tổ thường rất nhàm chán, nhưng với nhóm 4 người tụi tôi thật là thú vị. Đi dạy, mỗi ngày phải "đi- về" qua cơ sở 2 sợ tôi yếu mệt nhưng họp tổ thì cứ chọn buổi tối cho mát. Hai thầy họp xong lại phải đạp xe về Phan Rang, để tiết kiệm thời gian và sức lực đồng đội, hai nữ tôi đưa ra... sáng kiến: họp chuyên môn ở cơ sở 2, trường sát bờ biển, vừa mát mẻ, vừa thú vị trong những đêm trăng, lại được tiếng tốt: tụi tôi cũng biết "chia sẻ" nhọc nhằn với đồng đội, chịu đi qua; quy ước, sau buổi học, cả bọn tranh thủ đi ăn tối, món gì cũng được, xong đâu họp đó, hết việc... tan hàng. Lý thuyết là vậy, đâu chỉ được mấy tuần đầu, sau thì... họp ít, chơi nhiều, quấy quá như là phân công, phân việc xong là rủ nhau ra biển... nói chuyện trên trời dưới biển... cực vui và vô cùng hoà hợp; nhất là những đêm trăng, nhìn ánh trăng bàng bạc trên mặt sóng, lung linh, huyền ảo... trăng mới lên... rồi cao dần... cả bọn như quên hết thời gian. Tình thân càng gắn bó. Theo tôi, đó là chuyện bình thường và đáng mừng, rất đáng mừng khi đồng đội đoàn kết, yêu thương, chia sẻ trách nhiệm, cùng nhau hoàn thành tốt nhiệm vụ. Niên học tiếp theo... vẫn vậy, nhưng tự nhiên tôi có cảm giác... bất an, hình như... trong cái chung đã có cái gì đó... riêng tư, rất riêng tư. Anh C "chăm sóc" tôi hơi kỹ. Anh thường là người nói "câu cuối cùng" khi sắp chia tay. Ân cần dặn dò tôi "đi chậm – khoác áo ấm..." trước khi chia tay ở ngã rẽ; hay nấn ná khi chỉ còn hai người, tôi và anh, chỉ với những câu nói vu vơ hoặc không nói gì. Cho đến một hôm, anh dặn tôi:

– Tối nay, mình họp tổ nhen. Họp ở đây luôn (cơ sở 1), khỏi qua bên kia đi.

Tôi ngạc nhiên đáp lời:

– Ủa, sao vậy? Đêm nay có trăng mà. Uổng vậy.

Anh chỉ cười, không nhìn tôi, đáp và quay vội đi:

– Thay đổi tí, chỉ hôm nay thôi mà. Anh dặn hai đứa kia rồi.

Theo thói quen, tôi thường đến sớm hơn giờ hẹn tầm 5ph, đã thấy anh chờ. Vào phòng học, chưa đủ người, lại nói chuyện phiếm, thường anh ít nói hơn hai nữ tôi, nhưng hôm nay... anh hoàn toàn chủ động. Anh nói, nói toàn là chuyện của chính anh:

– Lần đầu, vừa thấy em anh đã để ý rồi. Sau, đi làm thủy lợi anh mới có dịp quen. Trời ơi, công nhận, người ta trùm khăn thấy già chớ em trùm... hay ghê. Đẹp gì đâu... như tài tử xi – nê....

Tôi hơi chột dạ. Sao chưa thấy hai người kia đến? Vội hỏi:

– Anh hẹn sao mà không thấy L & T?

– Thì từ từ tụi nó đến. Em lo gì, rồi anh tiếp: Lúc em bị đau chân, anh tội em ghê... anh không biết làm gì để giúp em, nếu cần anh... cõng em đi cũng không ngại...

Bất chợt tôi chột dạ, giương mắt nhìn anh, vẻ mặt anh thật chân thành, hiền hậu như vốn có; duy hôm nay, đôi mắt anh long lanh khác thường, chiếu thẳng vào tôi không chút khoan nhượng lại vô cùng đắm đuối. Tôi thoáng rùng mình. Nói nhanh, mà có lẽ không phải tôi muốn nói, mà nói để nhằm khoả lấp câu chuyện đang trên đà nguy hiểm:

– Hai người này thường rất đúng giờ mà. Kỳ vậy ta? Hay anh nhớ nhầm?

Anh không trả lời tôi, tiếp tục dòng suy tưởng của mình, như một đoạn ghi âm sẵn. Bấm nút rồi là phát:

– Biết em ở cùng cụm trường, anh vui lắm. Tin rằng anh lại sẽ gặp em. Gặp để làm gì, anh cũng không biết nữa, chỉ biết gặp trong chiêm bao sao bằng nhìn ngắm ngoài đời. Anh thích nhìn em cười lắm....

Tôi bắt đầu hoang mang, bối rối. Trời ơi. Hai người kia ở đâu? Sao lựa ngày đi trễ vậy?

Giọng anh vẫn đều đều bên tai...

– Nhưng khi nhận quyết định chuyển qua đây, anh như bị sét đánh. Cơ hội gặp em đâu còn? Anh định bỏ việc. Nhưng khi hỏi ra, biết các anh Đ & P cũng chuyển, còn có cả em nữa. Anh vui lắm. Giờ anh em mình lại chung trường, chung khối, anh gặp em thường xuyên hơn, được nghe em nói, được nhìn em cười... thì đi có xa, việc có nhiều mấy anh cũng vui...

Tôi như ngồi trên ổ kiến. Không kềm chế nổi nữa, nói nhanh:

– Hình như L & T không đến hoặc là ....

Tôi chưa dứt câu, giọng anh vang lên khẩn khoản:

– Anh nói vậy mà em không hiểu hở? Anh yêu em. Yêu ngay từ cái nhìn đầu tiên. Anh không thể giữ mãi trong lòng cho riêng mình được.

Anh quay mặt nhìn ra khoảng sân đan đầy bóng dừa lẫn trong bóng trăng, sân trường thật yên ắng. Lòng anh sao, tôi không biết, nhưng lòng tôi đang "bão nổi." Không phải tôi chưa từng có người để lòng yêu thương. Nhưng người dám "thẳng thắn" tỏ bày, mặt đối mặt như hôm nay, anh quả là "người tiên phong." Tự nhiên, tôi bình tĩnh lạ. Tôi chơi luôn "ván bài lật ngửa." Trầm giọng, tôi hỏi:

– Anh đã suy nghĩ kỹ chưa mà nói với em điều này? Anh có nhớ mình là "ván đã đóng thuyền" không?

– Anh vẫn nhớ nhưng "yêu thầm" khổ lắm. Anh không thể im lặng hơn nữa.

– Vậy anh nói để được gì?

– Anh không biết. Chỉ biết không thể giữ trong lòng được nữa.

Tôi chuyển thể cuộc đàm thoại:

– Hồi đó anh bị ép duyên hở?

Trở lại bản tính thật thà, anh kể:

– Đâu có, anh đi học xa nhà, buồn, gặp cô ấy, thường rủ đi chơi, sau anh thương rồi về xin ba má anh ra cưới đó chớ.

– Như vậy là "như ý" rồi, giờ anh còn đòi yêu thương gì nữa? Anh tham lam và rộn ràng quá. Để phần cho người khác với.

Thấy tôi "tỉnh như Quách Tĩnh" anh đâm hoảng, nhìn tôi nói nhanh:

– Giờ anh mới thật sự ân hận, tự trách "mình yêu quá sớm, quá vội."

Vừa đứng lên thật dứt khoát, tôi vừa nói nhanh, kèm theo nụ cười "thông cảm" nhất từ trước đến nay:

– Thôi, đừng ân hận. Anh "đốn thì lo mà vác." Nhớ là: Hôm nay không họp chuyên môn nghe. Em về.

Tôi bước xuống thềm, ra sân, trăng vẫn mênh mông tỏa rạng. Bước chân đưa tôi về nhà trọ theo quán tính. Tâm hồn tôi như đang ở vô định. Tôi có làm anh ấy buồn lòng không? Riêng tôi, tự nghiệm lại lòng mình thì rõ ràng tôi có gì quá lẽ thường để anh ngộ nhận đâu chứ? Thôi, kệ đi. Ổng tự vẽ bùa, tự đeo thì tự mở vậy. Nói theo sách vở thì "Ai buộc chuông người ấy mở." Tôi mỉm cười khi bước chân vào nhà. Ít ra mình cũng đã giúp anh ấy dừng lại một mối tình vô vọng, không đoạn cuối mà có khi còn tội lỗi nữa.

* Hồi kết:

Năm học kết thúc, tôi rộn ràng xin chuyển về thị xã. Hồ sơ được chấp thuận. Tôi lo hoàn tất các thủ tục. Đến thủ tục cuối cùng phải về trường cũ, tôi thật sự nao lòng và thoáng buồn khi biết "anh đã bỏ dạy." Cô bạn cùng khối kéo vội tôi ra ngoài, đôi mắt nhuốm buồn, kể:

– Nhà trường làm công tác tư tưởng với anh nhiều lắm. Nhờ cả mình động viên thêm với tư cách là anh em cùng tổ chuyên môn, sẽ hiểu được tâm tư, tình cảm của ảnh nhưng biết ra cũng thua thôi. Cuối cùng ảnh nói rõ:

– Sở dĩ ảnh tiếp tục đi dạy là vì có "bồ" (là tôi), giờ bồ đã chuyển đi rồi, ảnh không còn động cơ nữa. Ảnh về, làm ăn ngoài sẽ lo cho gia đình tốt hơn.

Chuyện anh "bỏ nghề" khiến tôi suy nghĩ khá nhiều. Tôi khẳng định: mình chẳng có lỗi gì. Anh bỏ nghề, nhưng vẫn có nguồn sinh kế khác. Anh vẫn lo tròn nhiệm vụ với gia đình. Đó là điều cơ bản, bởi dù sao, gia đình vẫn là tế bào của xã hội. Mới đây thôi, sau hơn 40 năm gặp lại, vẫn cái nhìn đằm thắm, ân cần anh cho tôi được biết các con anh đã rất thành đạt, giờ là chỗ dựa cho cha mẹ già, có cháu nội ngoại đầy đủ. Tôi thật sự vui mừng và chúc phúc cho gia đình anh.

ThaiLy

oOo

Thái Lý viết chuyện không phải Truyện. Cái hơi hám của tác phẩm Thái Lý sặc mùi "Kách Mệnh." Thái Lý viết tự nhiên, không văn chương nhưng chắc không ai viết được! Đây không phải là vấn đề "văn học" mà nó là vấn đề... thời gian - Thời nào Thế nấy! Xưa, rất xưa, bên Tàu, Hàn Dũ đã nói: "Bất bình tắc minh," bực bội thì nói ra... Không ai thoải mái sau ba mươi tháng Bốn bảy lăm cả! Phan Rang lọt vào bãi mìn sớm hơn Phan Thiết, Sài Gòn. Phan Rang thành "vùng giải phóng" ngày 16-4-1975. Cái gương tày liếp của Tướng Nguyễn Vĩnh Nghi, Phạm Văn Sang, và Đại Tá Trần Đô Lương bị giặc bắt và nói y như giặc sờ sờ đó... Thái Lý sững sờ sống. Viết văn sững sờ! Không tập luyện, chỉ tập trung viết. Tự truyện là tự truyện vậy thôi. Theo tôi, văn chương Hay ở chỗ chải chuốt, cũng hay ở chỗ chân thành. Thái Lý chân thành, rất chân thành. Trình độ học vấn của Thái Lý cao, Thái Lý không "hạ mình" nhưng sống giữa thời ngốc nghếch thì mình ngô nghê đế chảy nước mắt được! Cô Sinh Viên Năm Ba Đại Học Văn Khoa Đà Lạt hiện thân là Cô Giáo Thời... Sự Ninh Thuận, chuyện bình thường! Có người chịu không nổi, hóa điên, hóa vượt biên, hóa tù nhân...

oOo

Tôi là người "tồ lô." Viết về một tác phẩm Hay mà như là viết cà khịa. Viết với lý do hồi âm người cho mình một món quà mà mình lơ đễnh, nhất là người cho tôi quà ở rất xa tôi, chiều mong sáng đợi, dám lắm. Tôi suy bụng tôi ra bụng người... Tôi bậy bạ! Tôi tin chỉ mình tôi không tốt. Một mình tôi... Bài này tôi xong trễ. Đủ lý do để tôi xin lỗi nhưng chỉ một điều tôi chấp nhận... "Lỗi của tôi mọi đàng!"

Tôi ăn năn! Tôi ăn cái củ đó hoài thôi...

Trần Trung Thuần

em chưa dám hôn thật
thử hôn gió cho vui
em vừa mới háy ngút
là khó ở trong người
ta thinh thinh ít nói
nhưng tinh tế nụ cười
tình yêu chỉ chừng đó
sẽ giúp nhau thành người

cảm ơn đôi môi đẹp
vui tạ cặp mắt ngời
làm cao ý tình quá
tăng duyên dáng
tuyệt vời
yêu em thì chưa thể
nhưng si đã mê rồi...
luânhoán

SONG THAO

ĐỌC "NGÔ THẾ VINH, BẰNG HỮU VÀ VĂN CHƯƠNG"

NGÔ THẾ VINH
Bằng Hữu & Văn Chương
cuốn sách loại tác giả, tác phẩm
rất đáng đọc
nên lưu trữ trong Tủ Sách Gia Đình
Ngôn Ngữ xuất bản
tác giả phát hành
tháng 2-2024

Thời gian gần đây, tạp chí Ngôn Ngữ mỗi kỳ giới thiệu đặc biệt một tác giả. Thường thì số bài dành cho phần đặc biệt này chiếm nửa số báo, khoảng 150 trang. Nhưng có những tác giả có nhiều bài viết, chiếm quá số trang nên phải làm một phụ bản riêng. Mỗi số Ngôn Ngữ dày khoảng 300 trang, thường các phụ bản trước của các tác giả Tô Thùy Yên và Hoàng Ngọc Biên, Cung Tích Biền số trang ngang bằng với Ngôn Ngữ. Kỳ này, cuốn "Ngô Thế Vinh, Bằng Hữu và Văn Chương" chiếm kỷ lục, tới 700 trang lận, gấp đôi số báo thường. Cứ tưởng tượng mỗi số Ngôn Ngữ như một anh chàng khôi ngô tuấn tú vác một phụ bản như vác một cái ba-lô. Anh chàng 300 kí vác cái ba-lô 700 ký, lăn kềnh là cái chắc. Nhưng nhà văn Ngô Thế Vinh xứng đáng với sức nặng này.

Ngô Thế Vinh ham văn chương hơn là học hành. Bước vào năm thứ nhất Y Khoa anh không có cái hớn hở của một sinh viên theo học một ngành học xịn xò nhất thời đó. Anh tâm sự: "*Bước vào năm đầu y khoa, thay vì như các bạn đồng khóa tập trung vào học tập, tôi đã không được gương mẫu như vậy, sớm say mê chuyện viết lách làm báo và cả rong chơi với giới nghệ sĩ nhóm bạn Nghiêu Đề, thường lui tới xóm Bùi Viện gần Ngã Tư Quốc Tế, ngay từ lúc họ như những "viên ngọc ẩn thạch", giới hội họa như Nguyễn Trung, Cù Nguyễn, Lâm Triết,*

Nguyên Khai; nhóm thơ văn Trần Dạ Từ, Nguyễn Đức Sơn/ Sao Trên Rừng, Trần Tuấn Kiệt, Trần Đức Uyển/ Tú Kếu, Nguyễn Nghiệp Nhượng, Nguyễn Thụy Long, mỗi người một vẻ với khao khát nghệ thuật là mẫu số chung mà họ hướng tới". Cố học tới năm thứ tư, anh lại tính buông: *"Bây giờ nhớ lại, tôi không thể không cám ơn anh tôi đã [khuyên tôi cố] hoàn tất hai năm còn lại để ra trường và lúc đó không có ai cản trở tôi làm những công việc mà tôi thích".*

Thứ anh thích không phải là cái danh nhưng là lý tưởng tạo dựng một xã hội công bằng. *"Khi còn là sinh viên, như các bạn đồng trang lứa, chúng tôi quan tâm đến những vấn đề xã hội. Mơ ước và phấn đấu cho công bằng xã hội, tôi nghĩ đó là ước mơ chung của lứa tuổi thanh niên. Dĩ nhiên không đơn giản để tìm một con đường đi tới giấc mơ ấy. Từ những quan niệm khác nhau, phương thức hành động khác nhau, nảy sinh ra những đấu tranh và thuyết phục. Hòa mình vào dòng sinh hoạt chung ấy, bảo rằng đó là hoạt động chính trị, theo một nghĩa rộng điều đó không sai. Nhưng nếu chính trị hiểu theo nghĩa phe nhóm đảng phái thì tôi chưa hề tham gia và cũng không muốn dấn thân vào con đường chông gai ấy."* Để thể hiện ước vọng này, anh cùng bạn bè làm báo Tình Thương, một tờ báo của sinh viên Y Khoa nhưng đã có ảnh hưởng lớn ngoài xã hội.

Ra trường anh dấn thân vào cuộc chiến đang lúc sôi động. Anh tình nguyện phục vụ trong Biệt Cách Dù thuộc Lực Lượng Đặc Biệt, một binh chủng sừng sỏ nhất, có nghĩa là luôn đối đầu với thần chết. Tay ống chích, tay súng nhưng anh không quên dành một bàn tay cầm bút. Năm 1969, anh hoàn tất cuốn "Vòng Đai Xanh." Nhà xuất bản Thái Độ in vào năm 1970 và đoạt giải Văn Học Nghệ Thuật Việt Nam Cộng Hòa vào năm 1971. Giải được phát vào dịp Tết năm 1972 tại Dinh Độc Lập nhưng anh bận hành quân trấn giữ Kontum nên không thể bỏ đơn vị về lãnh giải.

Trớ trêu thay, chỉ vài tháng sau anh phải ra hầu tòa vì bút ký "Mặt Trận Ở Sài Gòn." Bộ Nội Vụ kiện anh tội "có luận điệu phương hại trật tự công cộng và làm suy giảm kỷ luật, tinh thần chiến đấu của quân đội." Bút ký ghi lại thời gian khi đơn vị của anh được điều động từ mặt trận về Sài Gòn dẹp các cuộc xuống đường của sinh viên học sinh. Có điều chi lấn cấn nơi anh khi "hành quân" về thủ đô. *"Ở những năm dài trên đại học, tôi đã từng sống cái tâm trạng của họ và hiện tại tôi cũng lại đang sát cánh với các anh sống giữa hoàn cảnh gai lửa này. Tôi hiểu được nỗi bực dọc của các anh, tôi cũng lại cảm thông với những động lực đấu tranh của họ. Không phải là hoàn toàn vô lý khi họ phải bỏ cả sự học, hy sinh cả tương lai để dấn thân vào những cuộc tranh đấu."* Sài Gòn là một thế giới khác, không có tiếng bom đạn, chỉ có rượu nồng, nước hoa thơm lừng và những người sống ngoài chiến tranh. *"Của một đám người kêu gào chiến tranh nhưng lúc nào cũng ở trên và đứng ngoài cuộc chiến ấy. Rồi những người lính bơ vơ tự hỏi, cầm súng họ bảo vệ cái gì đây? Không lẽ cho một con thuyền xa hoa ngao du trên dòng sông loang máu, nổi trôi đầy những xác chết đồng loại... Người lính chỉ ao ước được cầm súng chiến đấu cho tổ quốc, hy sinh cho một lý tưởng cao cả, một chính nghĩa sáng ngời – mà khỏi cần phải bận tâm suy nghĩ điều gì. Nhưng bây giờ thì họ hiểu rằng, đã thất lạc và qua rồi sự bình an giả tạo sau những mỏi mệt trở về từ rừng rú. Rằng ngoài chiến trường súng đạn quen thuộc, họ còn phải đương đầu với một trận tuyến khác mỏi mệt hơn – đó là cảnh thối nát bất công của xã hội mà dân tộc đang phải hứng chịu trong tối tăm tủi nhục. Từ ba mươi năm nay, đã và đang có quá nhiều* anh-hùng-của-chiến-tranh *trong khi lại quá thiếu vắng những chiến sĩ xã hội. Vậy phải lựa chọn chiến trường nào? Rằng không phải chỉ ở chốn xa xôi biên cương – mà đích thực chiến–trường–thách–đố của họ phải là ở Sài Gòn."* Vụ án bị dư luận đàm tiếu kết thúc vào ngày 18/5/1972 bằng một bản án treo 100 ngàn đồng tiền vạ, bồi thường 1 đồng danh dự cho Bộ Nội Vụ.

Ngày sụp đổ của miền Nam, anh quyết định ở lại vì anh không thể đào ngũ. *"Tôi đã chọn ở lại, để rồi chứng kiến những ngày cuối cùng của những người lính. Thảm kịch không phải trận chiến cuối cùng đã bị thua, nhưng chính là cái nhục và nỗi thất vọng ê chề của những người lính về sự hèn nhát của cấp chỉ huy và giới lãnh đạo của họ... Chia sẻ nỗi khổ với người lính trong chiến trận, chứng kiến nỗi nhục của họ sau đó, giữa một đám người thắng trận nhếch nhác và chẳng hơn gì. Từ đó tôi nhìn tấn thảm kịch trên cả hai miền đất nước. Sống sót qua cơn địa chấn ấy, bảo làm sao mà không có dấu hằn trên cuộc sống thực và cả văn chương."*

Như các sĩ quan thất thế của quân lực Việt Nam Cộng Hòa, anh bị dồn vào cái gọi là trại học tập cải tạo mà thực chất là những trại tù. Cuốc đất trồng rau, đốn tre trảy gỗ trên ngàn, anh được thả về sau ba năm phí phạm của cuộc đời. Cuối năm 1983, anh qua Mỹ. Xa quê nhà, lòng vẫn chưa dứt được những lo âu cho dân tộc. Nhận thấy nguy cơ Trung Quốc xây đập, cải tạo dòng sông Cửu Long, con sông huyết mạch của dân tộc, anh lại... dấn thân! Năm 1995, anh bắt tay vào với ước vọng cứu được dòng sông nuôi sống dân Việt. Ngô Thế Vinh là người rất cẩn tắc, chuyện chi anh cũng làm tới nơi tới chốn. Đọc tài liệu về sông Cửu Long chưa đủ, anh đã tới thục địa để tự tai nghe mắt thấy hầu có những nhận định chính xác. Anh đã đi 4.800 cây số dọc theo dòng sông, từ thượng nguồn tới hạ nguồn, từ Trung Quốc, qua Lào, qua Campuchia tới hạ lưu con sông ở Việt Nam. Ít người có tâm với đất nước như vậy. Hai cuốn sách "Cửu Long Cạn Dòng, Biển Đông Dậy Sóng" do nhà Văn Nghệ xuất bản năm 2000 và cuốn "Mekong – Dòng Sông Nghẽn Mạch" cùng một nhà xuất bản năm 2007 là tâm huyết của anh với đất nước.

Bề bộn trong nhiều vai trò, Ngô Thế Vinh là ai dưới con mắt của bằng hữu? Nguyễn Xuân Hoàng nhận định: *"Ngô Thế Vinh là nhà văn của những ước mơ, hay nói rõ hơn, ông là nhà văn của lương tâm."* Nguyễn văn Tuấn cho Ngô Thế Vinh là một người lính, một nhà văn, một trí thức. Nguyễn Thị Khánh Minh xác tính Ngô Thế Vinh là một chiến sĩ xông pha chiến trường, một bác sĩ, một nhà văn, một nhà báo, một chiến sĩ xã hội.

Không phải ai cũng có thể được nhiều người mến mộ như Ngô Thế vinh. Danh sách các tên tuổi viết về anh trong cuốn "Ngô Thế Vinh – Bằng Hữu và Văn Chương" này dài dằng dặc. Luân Hoán, Trần Thị Nguyệt Mai, Đinh Cường, Nguyễn Vy Khanh, Phạm Phan Long, Nguyễn văn Tuấn, Trang Châu, Lê Chiều Giang, Nguyễn Mạnh Trinh, Lê Quỳnh Mai, Hoàng Xuân Hãn, Lê Ngộ Châu, Nguyễn Mai, Nguyễn Quốc Trụ, Nhật Tiến. Lại Mạnh Cường, Trịnh Y Thư, Hoàng Ngọc Nguyên, Trần Ngọc Ninh, Gerald C. Hickey, Oscar Salemink, José Quiroga, Nguyễn Thuyết Phong, Nguyễn Quỳnh, Mặc Đỗ, Nguyễn Sao Mai, Hoàng Mai Đạt, Nguyễn Xuân Hoàng, Tạ Tỵ, Đoàn Nhã Văn, Trần Huy Bích, Trần Mộng Tú, Nguyễn Thị Khánh Minh, Mark Frankland, Tim Page, Bùi Khiết, Hoàng văn Đức, Dohamide, Long An, Nguyễn Kỳ Hùng, Khánh Trường, Phan Nhật Nam, Đặng Trần Huân, Vũ Văn Dzi, Lương Thư Trung, Nguyễn Đình Toàn, Hoàng Khởi Phong, Nguyễn Ngọc Bích, Nguyễn Xuân Thiệp, Trần Ngươn Phiêu, Nguyễn Văn Lục, Ngã Du Tử, Huỳnh Kim Quang, Ánh Nguyệt, Đỗ Nghê, Phạm Cao Hoàng, Phan Tấn Hải, Phạm Xuân Đài, Nguyễn Tài Ngọc, Trương Vũ, Hà Ngọc Thuần, Trịnh Cung, Song Thao, Trần Thị Diệu Tâm, Huy Văn Trương, Hảo Phạm, Nguyễn Ngọc Dung, Eric Henry. Tôi ghi theo thứ tự xuất hiện trong cuốn sách.

Bằng hữu của anh Ngô Thế Vinh thuộc nhiều lãnh vực hoạt động. Tất cả đều trân quý một người không ngại gian khó, xông pha trong nhiều lãnh vực. Riêng tôi, tôi kết nhất với Ngô Thế Vinh nhà văn. Anh đã cho xuất bản từ năm 1963 các tác phẩm văn chương: Mây Bão, Bóng Đêm, Gió Mùa, Vòng Đai Xanh, Mặt Trận Ở Sài Gòn, Người Đi Tìm Mùa Xuân. Năm 2017, Ngô Thế Vinh đã cho xuất bản "Chân Dung Văn Học Nghệ Thuật và Văn Hóa," tập I và năm 2022 Tập II.

Trong tập I, anh viết về Mặc Đỗ, Như Phong Lê văn Tiến, Võ Phiến, Linh Bảo, Mai Thảo, Dương Nghiễm Mậu, Nhật Tiến, Nguyễn Đình Toàn, Thanh Tâm Tuyền, Nguyễn Xuân Hoàng, Hoàng Ngọc Biên, Đinh Cường, Nghiêu Đề, Nguyên Khai, Cao Xuân Huy, Phùng Nguyễn và hai Giáo Sư Phạm Biểu Tâm và Phạm Hoàng Hộ.

Tập II gồm các tác giả: Nguyễn Tường Bách, Tạ Tỵ, Trần Ngọc Ninh, Lê Ngộ Châu, Nguyễn Văn Trung, Hoàng Tiến Bảo, Lê Ngọc Huệ, Nghiêm Sỹ Tuấn, Đoàn Văn Bá, Mai Chửng, Trần Hoài Thư & Ngọc Yến, Phan Nhật Nam, Dohamide và John Steinbeck.

Nhà văn Phạm Xuân Đài nhận xét về "chân dung" này: *"Dùng hai chữ "chân dung" để đặt tên cho loạt bài viết này của mình, Ngô Thế Vinh đã sáng tạo ra một cách viết mới cho một số nhân vật mà anh lựa chọn. Quyển sách này không thuộc loại phê bình văn học như "Nhà Văn Hiện Đại" của Vũ Ngọc Phan hoặc "Thi Nhân Việt Nam" của Hoài Thanh – Hoài Chân, không, anh không đặt mục tiêu và trách nhiệm của mình rộng đến thế. Trước hết anh không phải là nhà phê bình văn học hay nghệ thuật, anh chỉ tạo nên những "chân dung" theo cách của mình. Một trong những điều kiện đầu tiên để tác giả làm việc này là người được giới thiệu phải là người quen thân của anh, nói đơn giản là bạn anh… Tình bạn ấy không chỉ thuần túy là tình cảm thân thiết giữa hai cá nhân như thường tình, mà trong đó còn lẫn lộn các tác phẩm văn chương hay hội họa, phong cách sáng tác, ý hướng sáng tạo hay con đường hoạt động của mỗi người."*

"Chân dung" do Ngô Thế Vinh vẽ ra không giống các chân dung của các tác giả khác. Đặc biệt là với các cây viết đã khuất núi, anh phân tích chi tiết căn bệnh đưa tới sự ra đi của các bạn này. Như bệnh ung thư cột sống *sarcoma* của Nguyễn Xuân Hoàng, ung thư gan của Nguyễn Mộng Giác, ung thư mắt của Cao Xuân Huy, ung thư tụy tạng của Nghiêu Đề, ung thư tuyến tiền liệt của Đinh Cường. Những chi tiết này sẽ là những tài liệu quý báu cho văn học sử sau này.

Gấp cuốn sách cầm chặt tay dày 700 trang, tôi thấy ấm lòng khi nghĩ tới cái tình của bạn bè dành cho Ngô Thế Vinh và tình của Ngô Thế Vinh dành cho bạn bè. Đó là một thứ tình văn nghệ rất khác biệt. Rất nặng ký. Cuốn "Ngô Thế Vinh, Bằng Hữu và Văn Chương" cũng là một cuốn sách nặng ký do bạn bè viết về một tác giả nặng ký. Tôi không rành về cân nặng của tác giả nhưng cái "nặng ký" của cuốn sách thì tôi rất rành sáu câu. Tôi đã bỏ lên cân tiểu ly. Đúng 922 gram!

Song Thao
04/2024

CAO VỊ KHANH

BIỆT XỨ

Đường lên cực bắc, sa mạc trắng.
Gió ngậm gươm đao xẻ thịt xương.
Người qua đất trích tim khô, cạn
mắt trống, lòng sao quá nhiễu nhương.

Vách núi vây quanh rừng trắng bụi.
Đèo mây ngược gió dốc chênh vênh.
Núi sông đã mấy lần sông núi
thì sá chi thân chuyện thác ghềnh.

Chiều lên Đông Bắc trời âm hiểm,
sỏi đá kêu rêu mỗi dặm đường
Ta đi như xác đời đã lịm
hồn cùm từng xích nợ quê hương.

Ta đi ... Nhưng biết về đâu chứ ?
Đất nước còn chi những miếu đền ! ■

CHU NGUYÊN THẢO

DÒNG ĐỜI

1. Đông tàn hoa nở

Nhiều tuổi nhất Mẹ tôi
Nhỏ tuổi nhất chắt bà
Cháu về mừng tuổi cố
Chắt cố nhận không ra

Cháu bé quá, cụ bà
mất trí nhớ tuổi già
Nụ xuân hồng vừa nở
Giao mùa
... đông phôi pha...!

Cây vườn Mẹ trụi lá
Xuân về trổ đầy hoa.

2. Lối về

Buổi sáng quay về mái ấm tôi
Đường bay không dài đủ mây trôi
Đã mùa đông cạn mưa dầm lạnh
Bếp nhớ chiều nay lửa ấm rồi !!!

Có một niềm vui khi Tết đến
Là cầu mong sum họp gia đình
Bốn con trưởng thành yên bốn hướng
Cám ơn đời
Dâng nén tâm hương

Có một lối về vô cùng tận !?
Gieo an vui
bốn phương là nhà
Ở đâu cũng đất trời hoa lá
Cũng cháu
Cũng con
.... Mình sinh ra ■

Southwest Airlines, San Francisco to San Diego, 2024

ĐIỆP NGUYỄN

CHỜ ĐỢI

Em vẫn chờ mùa xuân
Thêm một mùa lá hát
Nghe vui buồn gieo hạt
Trên nẻo về trăm năm

Bên kia bờ năm tháng
Còn lại gì cho nhau
Mênh mông bờ bến cát
Kiếp này và kiếp sau

Như dòng sông tỉnh giấc
Giữa cơn buồn và say
Đứng bên bờ dâu bể
Xé môi lòng gọi nhau

Thêm một mùa chờ đợi
Là thêm mùa xuân qua
Trên bước về cổ độ
Rụng bao bóng trăng tà... ■

HUỲNH LIỄU NGẠN

LÊN TỚI NGỌN ĐÈO

gió chiều
anh gởi vào lưng
cho em mở áo
dòm chừng
đêm sâu

bờ vai nghiêng
giọt mộng đầu
hàng cây so đũa
dựa sầu
vào theo

anh đi tìm dấu
hoa bèo
chân leo lên tới
ngọn đèo
thì mưa

biết về còn có
ai đưa
chân leo
tới ngọn
thì mưa lên đèo

dòng đời
cứ thế cheo leo
anh đi
em ở
quê nghèo hút heo. ■

21.3.2024

LÊ THANH HÙNG

CHIỀU TRÊN SÔNG ÔNG ĐỐC

Chiều buông thả trên dòng sông Ông Đốc
Tiếng hò rơi, lấp lóa lục bình trôi
Đâu bến đợi mà lững lờ cô độc
Miết dòng đi, còn khắc khoải dặm bồi

Nước triều lớn, nghịch lèn qua thị trấn
Chợt duềnh ngang, như lưu luyến Phong Điền
Nhớ dáng em chèo ngược dòng dấu lẫn
Chiếc xuồng con, lệch nước, đổ trôi nghiêng

Anh khách lạ, mê tiếng hò líu quíu
Đăm đắm xa trong vắt, sắc chiều rơi
Tàu ngược nước, đánh sóng chao, lạc điệu
Rối chèo khua - bát, cậy (*), nhịp buông lơi

Vin chặt be xuồng ngọt ngay, em liếc
Dọc tàu đò, để bất chợt gặp anh
Ơi cô bé ..., sao đắn đo, thầm tiếc
Khúc hồi quang, thấp thoáng một chiều xanh ... ■

(*) Bát, cậy: Bên phải, bên trái

NGUYỄN THÁI DƯƠNG

Nắn Nót Chiều Krông Pắk

Thoạt đầu, quấn lấy Buôn Ma
Rồi duyên rồi nợ, lân la hành trình
Thử chân lần chốn thác ghềnh
Mùa xuân đồng điệu hết mình... phiêu theo

Thử thăm thẳm một đôi điều
Với cây cầu lửng đìu hiu dáng hình
Thử nghi lễ với lòng mình
Thiền hành lên ngọn Chư Kuin rũ phiền

Thử nghiêng nước với bóng thuyền
Hồ Ea Wi biết có điềm nhiên cho
Thử vô ưu mọi tơ vò
Phút chùa Từ Giác nam mô lần tràng

... Tâm đòi tĩnh, trí đòi vang
Bao nhiêu gợi, hỏi đại ngàn... thuận không?
Thơ còn nợ mỗi vần "ông"
Bút ngồi nắn nót cho Krông Pắk chiều... ■

NGUYỄN VŨ SINH

Nửa Thế Kỷ, Nửa Đời Người

Nửa thế kỷ, nửa đời người
Tính bao nhiêu tháng tay chùi lệ khô
Lá ngàn xây vạn hoang mồ
Rừng sâu khơi biển dật dờ hồn đau.

Anh em máu chỉ một màu
Đỏ tươi hằng triệu hồng cầu châu thân
Dù miền xa thấy kề gần
Cũng khăn sô chít cho lần tiễn đưa.

Nửa thế kỷ biết bao mùa
Ngày mưa tháng nắng gió lùa qua song
Làng quê chia mấy nhánh sông
Có pha thấm lệ cho đồng lúa xanh?

Bao người ly biệt lưu vong
Ngỡ nơi đâu cũng dấu chân Việt mình
Quê nhà thắp ánh bình minh
Muôn phương nắng ấm hong tình yêu thương. ■

(Diên Khánh-23-3-2024)

T

TRUNG CHÍNH HỒ

Chạm Phải Niềm Chia Phôi

Tôi - loài dơi trốn ngủ
treo nhẵn cành vô biên
nghe từng cơn sấm dậy
rớt giữa lòng đêm đen

Tôi - là con sâu nhỏ
đo từng nỗi đau xưa
còn đâu ngày hóa bướm
bay giữa chiều mưa thưa

Tôi - là thân cá đuối
bơi giữa dòng sông mê
triều dâng cơn bão nổi
chết trên cành san hô

Tôi - là con nước cạn
chảy không đầy cơn mơ
về đâu mùa sóng cuộn
bọt bèo còn rã tan

Tôi - là mây phải gió
bỏ lại chiều không nhau
trôi về bên kia núi
trắng một trời lao đao

Tôi - là đêm khuyết nguyệt
soi mập mờ bóng tôi
lần theo từng góc tối
chạm phải niềm chia phôi. ■

T

TÔN NỮ MỸ HẠNH

Bản Giao Hưởng Cho Mùa Hạ Cuối

Gởi vào sắc mây mùa hạ
Một màu phượng đỏ như son
Từng hạt nắng vàng óng ả
Vai gầy có nhớ môi hôn.

Ve ơi bao giờ mỏi cánh
Xin đừng hát khúc tiễn đưa
Tóc bay qua dòng sông trắng
Có người ngồi khóc trong mưa.

Một góc sân trường im vắng
Guốc khua thuở ấy u hoài
Phải chăng cánh diều no gió
Nên đành lạc mất đường bay

Dấu chân nơi cầu thang gỗ
Mấy mùa mưa nắng đổi thay
Bao năm đã nhòa nét chữ
Rưng rưng sẻ nhỏ gọi bầy.

Bên hiên góc cà phê cũ
Phượng còn cháy đỏ mùa hoa
Tìm đâu hương đồng cỏ nội
Nồng nàn lối cỏ tình xa.

*

Gởi vào sắc mây mùa hạ
Một màu tím ngát bằng lăng
Con đường rợp bao cánh mỏng
Dối lòng ai đó bâng khuâng.

Xôn xao tiếng chim vòm lá
Lang thang theo bước em về
Cuối mùa trên tàn sao cũ
Có còn sót lại tiếng ve.

Hồn nhiên trong từng trang giấy
Một màu mực tím thân quen
Bằng lăng gợi bao nỗi nhớ
Quyện vào giấc ngủ từng đêm.

Lắng nghe mưa trên mái phố
Bâng khuâng nhịp đập tim mình
Dòng đời ngược xuôi muôn nẻo
Đi qua trong nỗi vô tình.

Người qua trăm sông nghìn suối
Nên tình phai cả nắng mưa
Bản giao hưởng mùa hạ cuối
Gọi thầm hai tiếng hoa xưa. ■

THANH TRẮC NGUYỄN VĂN

SÔNG SÂU GIỜ ĐÃ CẠN RỒI!

Sông sâu giờ đã cạn rồi
Trương Chi bẻ sáo trên đồi cỏ khô
Mỵ Nương nhảy nhót phát rồ
Mê nhạc hip hop hết chờ đợi ai.

Con thuyền lở lói nằm dài
Quắt queo hạn hán u hoài khát mưa
Đâu rồi Chợ Nổi bến xưa
Cá tôm quẩy sóng gọi mùa giao duyên?

Bóng cò lảo đảo truân chuyên
Đồng khan, ruộng cháy chao nghiêng cánh buồn
Suối cao ai nỡ lấp nguồn?
Đêm nằm lại nhớ tiếng guồng nước quay ■

BEN OH

Gửi Vào Ngày Mai

Ta đếm dốc đời trên sỏi đá
Mưa rơi từng hạt giữa thu tàn
Ngóng đợi ngày dài nơi xứ lạ
Bên bờ lau sậy giữa mùa hoang

Suối reo khúc nhạc một nỗi lòng
Để lại bao nhiêu những vết thương
Chuỗi hạt lăn tròn trên khoé mắt
Lấy thân che bóng một nỗi buồn

Ngồi đếm đất trời sao lạ hoắc
Tay trắng về không một kiếp người
Từng giọt mưa buồn rơi lác đác
Bâng khuâng cuối ngõ giữa cuộc đời

Thượng Đế trên cao đang nhìn xuống
Vô hình một bóng cuối trời mây
Giữa lúc trăng mờ đời vô hướng
Đêm tàn thu cũ gửi vào đây

Bao dòng lệ đắng đã xót đầy
Tro tàn lửa khói như gió bay
Ngẫm nghĩ đời vẫn là hư thật
Có còn nhau chuyện cũ tháng ngày ■

NGUYỄN HÀN CHUNG

CƯNG ANH

1
Cưng anh, em nói dịu dàng
tôi nghe mà mắt bàng hoàng ngấn mưa
biết đâu em nỏ nói đùa
với tên không biết a dua với tình

Từ ta nghe tiếng: Cưng anh
soi gương cứ tưởng mặt mình bảnh trai
hiên ngang tán tỉnh trang đài
rủ rê trống mái hươu nai các nàng

Biết đâu tới lúc điêu tàn
vẫn còn một tấm hường nhan cưng mình
khớp xương nổi trận lôi đình
mới thương em nói cưng anh muộn màng

Cưng anh, em nói dịu dàng!

2
Anh là cưng của em à?
nghe ơi sướng tét người ra rộn ràng
tự phong tước bạc tình lang
vẫn còn một trái tim vàng cưng ta

Sấm thêm khuynh diệp cù là
bôi lên cho nóng bóng tà héo hon ■

6/3/2024

HOÀNG XUÂN SƠN

Nếu Như Tỳ Vết

nếu anh ngủ được thì mây bay
nếu anh thao thức sẽ đêm gầy
mà em thật trẻ em rất trẻ
anh gầy gò như một ngón tay

anh rất hoang anh đi trong sương
nắm khư khư một khoảnh lạc đường
ai biết ngoài sân mầu sỏi cuội
đã tối sầm khúc nhạc du dương

ai huýt sáo. không. ai thinh lặng
ráng chiều đã vội với tà huy
khi không mùa nhỏ nhẻ mây trắng
để lại trong nhau một vết tỳ

nếu như tỳ vết là thiên bẩm
ta xanh nhau trên những luống tình
một hôm cởi hết già nâu tưởng
để niệm vô thường câu tụng xinh ■

6.2.24

Thanh Niên

Khóc tới vực đời
Rỏ xuống đen thẳm
Lịm dần cơ ngơi
Sáo hồn đã ngậm

Vi vu cành lan
Gió tràm muối đá
Phơ phất bên đàng
Niên thanh tàn tạ

Dây đã quấn leo
Quận về chi chít
Đi riết một lèo
Thân thồ tối mịt

Em cứ bịt mắt
Thấy. không thấy gì
Kẻ gian bịt mặt
Địa hình lụy bi

Đường cong của chữ
Gánh nặng hai đầu
Khúc gầy củi lẻ
Trắng ởn khô lâu

Con đường hủy diệt
Trứng nước bóp chết
Loăng quăng ngoài rừng
Suối nguồn cạn kiệt

Hãy khóc đi em
Giọt mắt cò lả
Núi đồi bóc tem
Dất mình biển lạ ■

LÊ HÂN

TẠ ƠN

những chồi lá be bé
nứt xanh cành tươi non
những cặp mắt he hé
ẩm ướt khi lọt lòng

trên mặt trang giấy trắng
gạch đoạn thẳng đầu tay
chập chững vẽ thay viết
khai dòng trí thơ ngây

tôi vào đời sách vở
trên tàu lá chuối già
ngón tay thay ngòi bút
viết chữ thành ra hoa

buổi sáng trên tảng đá
buổi chiều sân đất nhà
chăm chỉ tôi ngồi viết
bên những dấu chân gà

và chừ trên màn ảnh
ngón tay nặng tuổi đời
cảm ơn trời cha mẹ
cho tôi vui cuộc chơi ■

2024

ĐINH VĂN TUẤN

Ý NGHĨA CỦA "VẮT NÓC" TRONG TRUYỆN KIỀU

Trong *Truyện Kiều*, ở câu 物縟 950: "Tú bà *vắt nóc* lên giường ngồi ngay", hai chữ VẮT NÓC được viết là 扨蓐 xuất hiện sớm nhất ở bản Nôm *Đoạn trường tân thanh* do Nguyễn Hữu Lập chép tay năm 1870, bản *Kim Vân Kiều tân truyện* do Liễu Văn Đường khắc in năm 1871 và *Kim Vân Kiều tân truyện* do Duy Minh Thị khắc in năm 1872 khắc là 勿耨, đa số các bản *Truyện Kiều* chữ Nôm sau đó đều khắc, viết như các bản trên. Có lẽ chính vì VẮT NÓC là một từ tối nghĩa nên đến bản *Đoạn Trường Tân Thanh* do Kiều Oánh Mậu khắc in năm 1902, đã khắc là *vắt vẻo* 物 𢬦, Bùi Kỷ và Trần Trọng Kim cũng nhắc đến bản này nên trong *Truyện Thúy Kiều* đã ghi chú: "có bản chép là *vắt vẻo*" (Tản Đà trong *Vương Thúy Kiều chú giải tân truyện*, in năm 1941 cũng không đồng ý chữ "*vắt nóc*" nên sửa là "*vắt vẻo*" (chắc là theo bản Kiều Oánh Mậu) và Chiêm Vân Thị trong *Thúy Kiều truyện tường chú* đã viết là *vắt chéo*

Xưa nay, các nhà chú giải *Truyện Kiều* vẫn tỏ ra lúng túng, mơ hồ khi chú giải, giảng nghĩa về hai chữ VẮT NÓC. Trong bản quốc ngữ *Kim Vân Kiều truyện* in năm 1875, Trương Vĩnh Ký đã không cho chữ 蓐 là chữ Nôm nên đã hiểu đó là chữ Hán, *nhục* 蓐 nghĩa là cái nệm để đọc là "*vắt **nhục***" chứ không đọc là "*vắt **nóc***" và ông đã chú giải: "Nhục: - Mã nhục - Nệm - Xách cái nệm bả trải mà khẩn đem lên giường lót mà ngồi" nhưng rõ ràng nghĩa lý này không phù hợp với văn cảnh (sau đến Abel des Michels trong bản quốc ngữ *Kim Vân Kiều tân truyện* in năm 1898 cũng đọc là *vắt nhục*). Âm đọc VẮT NÓC lần đầu tiên xuất hiện trong bản quốc ngữ *Kim Vân Kiều tân chuyện* của Edmond Nordemann in vào năm 1897, nhưng không thấy chú giải gì. Bùi Khánh Diễn trong *Kim Vân Kiều chú thích* in năm 1923, đã chú thích: "*Vắt nóc*: tục ngữ có nói ngồi vắt nóc"; Hồ Đắc Hàm trong *Kiều Truyện dẫn giải* Đắc Lập in 1929 có lẽ là người chú giải sớm nhất về VẮT NÓC: "*Vắt nóc*: lên ngồi trên cao vắt chéo chân này qua chân kia; ngồi vắt mảy"; trong *Việt Nam tự điển* do Hội Khai Trí Tiến Đức khởi thảo in năm 1931 đã giải nghĩa: "Vắt nóc. Nhảy tọt lên cao mà ngồi", *ý nghĩa này không xác nhận tư thế ngồi vắt chéo chân lên nhau*. Lê Văn Hòe trong *Truyện Kiều chú giải* in năm 1953 chú giải: "*Vắt nóc*: tiếng miền Trung, nghĩa là vắt chân nọ lên chân kia, nghĩa cũng gần như vắt vẻo", Đào Duy Anh, *Từ điển Truyện Kiều*, in năm 1974 chú giải: "*Vắt nóc*: Ngồi vắt vẻo ở chỗ cao nhất. Tả thái độ làm chủ của Tú Bà", Đàm Duy Tạo, *Truyện Kim Vân Kiều - Giảo đính & tường giải* biên soạn năm 1976 chú thích: "*Vắt nóc*: là lên ngồi oai vệ ở một chỗ cao quý nhất để tỏ ra mặt bà chủ tôn trọng nhất trong nhà, trùm lợp cả mọi người như nóc nhà trùm lợp cả nhà vậy", *nghĩa lý này cũng không xác nhận tư thế ngồi vắt chéo chân lên nhau.* Đáng chú ý là Nguyễn Trọng Thạt trong *Túy Kiều truyện - Kim Vân Kiều* – Dò thật kỹ theo bản Kinh và bản Bắc - in năm 1938 lại không đọc là "*vắt nóc*" nhưng là "vích đóc," nhưng chúng tôi không tìm ra bản Kiều Nôm nào có hai chữ "vích đóc"! Theo *Đại Nam Quốc Âm tự vị* của Huỳnh Tịnh Của in năm 1896, "vích đóc" là "vếch đốc" (= vếch mảy), cùng nghĩa là ngồi tréo mảy (ở Huế): ngồi co xếp, gác chân lên trên bắp vế. Làm mặt tự đắc, vênh vang. Gần đây, *Truyện Kiều* của Hội Kiều Học in năm 2015 đã chú giải: "*Vắt nóc*: ngồi vắt chéo chân ở chỗ cao nhất trên giường. Ý chỉ sự hống hách của Tú Bà."

Nói chung đa số các nhà chú giải Truyện Kiều hiện đại đều suy diễn *vắt nóc = vắt vẻo* nghĩa là ngồi với chân này gác chéo lên chân kia, hoặc ngồi lên chỗ cao nhất một cách hống hách. Tuy nhiên, không một nhà nào giảng giải một cách thỏa đáng và dẫn ra bằng chứng thuyết phục. Đáng lưu ý là, tư thế ngồi vắt chéo / vắt vẻo chân như thế chỉ có thể xảy ra khi người ta *ngồi ở mép, cạnh ghế với một chân buông xuống đất, một chân gác chéo lên chân kia chứ không thể xảy ra ngay ở trên giường* như ở câu Kiều: "Tú bà *vắt nóc lên giường* ngồi ngay." Ở văn cảnh này, Nguyễn Du tả Tú Bà leo ngay lên giường ngồi với tư thế "*vắt nóc*" chứ không phải là Tú Bà ngồi ở cạnh mép ghế vắt chéo/vắt vẻo chân lên. Ở câu Kiều 1724: "*Trên giường thất bảo ngồi lên một bà*" cũng cho biết bà mẹ của Hoạn Thư *ngồi lên trên cái giường*, Nguyễn Du đã tả Mã Giám Sinh *ngồi lên ghế* ở câu 631: "*Ghế trên ngồi tót sẵn sàng,*" *giường* và *ghế* thật khác nhau không thể lẫn lộn. Còn nếu hiểu theo "vắt nóc" là ngồi lên chỗ cao nhất một cách hống hách (không phải *vắt vẻo, vắt chéo*) lại không hợp lý, bởi vì Tú

Bà đang ở trong chính nhà (lầu xanh) của mình, dĩ nhiên vị trí ngồi cao nhất trên giường phải là của bà chủ rồi, Nguyễn Du không việc gì phải nói đến cho thừa!

Ngày xưa, nhà khá giả, ở gian nhà chính (có bàn thờ gia tiên) thường kê (ở giữa hay hai bên trái phải) cái sập gụ hay cái phản gỗ có mặt phẳng rộng và bốn chân quỳ (cũng có thể là cái giường gỗ, trải chiếu) để tiếp khách, uống trà, đàm đạo, bày cỗ...Cả chủ nhà và khách đều ngồi lên trên cái sập, cái phản, cái giường đó để trò chuyện, ăn uống... Phụ nữ miền Bắc ngày xưa đúng là thường lên ngồi trên giường (sập gụ, phản gỗ) theo dáng điệu: một chân để nằm ngang sát mặt bằng, một chân co lên cao (hình 1).

Hình 1

Như vậy, theo chúng tôi, có thể hiểu ý nghĩa hai chữ VẮT NÓC của Nguyễn Du như sau: Thúy Kiều sau khi *"Lễ xong hương hỏa gia đường, c.949"*, Tú Bà ngay tức khắc leo lên trên giường ngồi với tư thế một chân để nằm ngang, một chân co lên cao, vươn cao như một hình chóp (đỉnh nóc) hay như cái nóc nhà. Cái "giường" mà Nguyễn Du nói đến không phải là loại ghế hay trường kỷ nhưng chính là giường (sập, phản) nói trên. Chúng tôi đã tìm thấy bức tranh minh họa sách *Kim Vân Kiều tân truyện* do họa sĩ Việt Nam vẽ, có thể vào hàng xưa nhất (bản Kiều Nôm chép tay, minh họa này hiện lưu trữ tại thư viện Anh Quốc không rõ tên người biên soạn cũng như niên đại nhưng gáy sách có ghi năm 1894) đã mô tả Tú Bà ngồi với tư thế VẮT NÓC trên giường (xem hình 2). Rõ ràng, qua tranh vẽ này, ngày xưa ngồi VẮT

NÓC chính là ngồi theo tư thế một chân để nằm ngang và một chân co lên cao.

Hình 2

Hai chữ VẮT NÓC 扨蓐/勿耨 ở câu 950 trong *Truyện Kiều*: "Tú bà *vắt nóc* lên giường ngồi ngay" từ đó đến nay vẫn chưa được các nhà nghiên cứu *Truyện Kiều* chú giải đúng đắn, thuyết phục. Nay, chúng tôi đã tìm hiểu kỹ lại thì thấy rằng, thực ra VẮT NÓC không phải ngồi trên ghế vắt vẻo theo kiểu chân này vắt chéo qua chân kia nhưng là một kiểu ngồi thông thường của phụ nữ ngày xưa. Kiểu ngồi VẮT NÓC này chỉ thực hiện khi ngồi lên trên giường, sập, phản với một chân để nằm ngang sát mặt phẳng và một chân để co lên cao, bàn chân hơi đưa ra phía trước, hình dáng trông như cái chóp (đỉnh nóc) hay như cái nóc nhà.

Đinh Văn Tuấn

NGUYỄN LÊ HỒNG HƯNG

GÓC BIỂN XANH

(Chương 8)

ĂN CHƠI

Tháng trước lúc tàu trên đường qua Valencia có hẹn với Frans và Musli khi tàu ghé bến sẽ lên bờ chơi. Nhưng chiều hôm đó tàu vừa ghé chưa kịp tắt máy thì cần cẩu đã thả xuống, câu lên liền mấy chục cái containers và thả xuống mấy chục cái, chưa đầy bốn tiếng đồng hồ tàu lại hải hành. Cũng từ đó tàu chạy liên tục qua lại giữa Ma Rốc và Tây Ban Nha, mỗi cảng đậu lại nhiều lắm là một ngày, chừng đó thời gian thì đâu có đủ cho thủy thủ lên bờ.

Tôi xuống tàu tháng cuối mùa hè, bây giờ đã vào mùa thu, mới đó đã hơn hai tháng lênh đênh trong vùng Địa Trung Hải. Hôm nay tàu ghé cảng Vigo, đậu lại được ba ngày, nhờ vậy mới có thời gian cho thủy thủ đổ bộ xả hơi. Vigo là một đô thị trong tỉnh Pontevedra thuộc khu tự trị Galicia, nằm về phía tây bắc của bán đảo Iberia, trên bờ phía nam trong vịnh Ria de Vigo của Tây Ban Nha. Gió Đại Tây Dương thổi về làm dịu mát buổi xế chiều, tôi bận chiếc áo lót bên trong áo sơ mi,

bên ngoài khoác chiếc áo khoác hai lớp cho hợp với khí hậu mùa thu. Ngồi xuống băng ghế mang giày và cột dây giày xong, tôi đứng dậy, mang lô lên vai, đi ra sau lái thấy Frans và Musli, cũng ba lô trên vai, áo quần bảnh bao, đứng trên đầu cầu thang lóng ngóng có vẻ nóng ruột. Tôi vừa cười vừa nói:
– Y chang khách du lịch.
Musli ngước mặt hinh hỉnh nói:
– Dĩ nhiên.
Frans đi tới chìa passport của tôi ra trước mặt tôi, nói:
– Của chú nè.

Trên tàu, passport của thủy thủ đoàn được giữ trong phòng thuyền trưởng, Frans lên lấy passport tiện tay nó lấy cho tôi luôn. Đúng ra ở vùng này tôi không cần passport, vì tôi có quốc tịch Hoà Lan và được phép đi qua nhiều nước Âu Châu với thẻ căn cước, nhưng thế giới bây giờ đương hỗn loạn, sự tự do trên những quốc gia tự do cũng hạn chế, con người ta luôn nghi ngờ và rình rập nhau. Nhiều khi lên bờ trình giấy cho nhân viên gát cổng, thấy tôi không phải là người da trắng mà hổng có passport, họ bắt phải trở xuống tàu lấy. Cầm passport nhét vô túi ba lô, tôi ngước lên khoát tay nói với hai đứa:
– Ok, chúng ta đi.

Trước đây tôi có thói quen, hễ mỗi lần tới một thành phố đẹp, có thời gian rảnh tôi dành hết cho ngoài đường. Đối với tôi thời gian lang thang ngoài trời là bác sĩ chữa lành mọi bịnh tật, hơn nữa đi bộ giữa thế giới tự do và không gian mở rộng cũng làm cho tinh thần thoải mái, nó cho ta có thời gian để suy ngẫm và sắp xếp nội tâm cho hoà hợp với sự hào phóng của thiên nhiên, nhưng đó là chuyện hơn chục năm trước, bây giờ tuổi đời cũng khá bộn, đi bộ nhiều bị mỏi chưn. Quen lâu rồi, Frans biết tánh tôi nên nhìn tôi cười cười và nói:
– Tắc xi sắp tới rồi chú.

Phần đông người trẻ ngày nay đi thì như chạy và ngại con đường, đoạn đường đi bộ chừng mười lăm hai mươi phút đối với chúng đã là xa lắm rồi. Có lần mấy đứa ngồi trong tắc xi, thấy tôi đi bộ bên đường, chúng kêu tài xế dừng lại rồi hai đứa nhào xuống xốc nách rinh tôi nhét vô xe, muốn cho tôi đi tắc xi mà làm như cảnh sát bắt tội phạm vậy.

Chúng tôi ngồi tắc xi vô phố, chú tài xế dừng lại khuôn viên rộng, cạnh một bến nước. Sau khi trả tiền tắc xi chúng tôi xuống xe rồi đi dọc theo bờ nước, ngoài kia hổng biết sông hay là vịnh mà giữa dòng có vài chiếc tàu buồm vô ra ? Bên kia bờ là núi đồi thâm thấp, ẩn trong rừng cây lúp thúp những mái nhà, dưới chưn đồi là một dãy phố

sừng sững hướng ra bến nước, nơi lố nhố nhiều cột buồm của những tàu du lịch từ bốn phương tới đậu. Frans đứng lại, nó đưa điện thoại cho tôi và nói:
– Chú chụp dùm tụi con.

Tôi đón lấy điện thoại, hai đứa đi tới đứng choàng tay qua vai nhau làm dáng trước hàng cây cổ thụ có tàn lá xanh um và cạnh dưới những gốc cây có vài bồn hoa với nhiều màu sắc. Chụp xong cho hai đứa, Musli kéo tôi lại đứng với nó và đưa máy qua Frans nhờ chụp, chụp xong thấy tôi dợm bước ra Frans liền nói:
– Chú chờ chút.

Frans moi trong ba lô ra cái chưn gắn máy ảnh bằng nhựa, nó kéo chưn ra rồi kêu tôi đưa điện thoại của nó cho nó kẹp vô chưn, xong nó đặt chưn lên mặt đường rồi kêu tôi và Musli đứng ngay cho nó nhắm, Frans để năm giây tự động, bấm máy và liền đi nhanh tới đứng cạnh bên để chụp chung ba đứa. Chụp xong tôi hỏi:
– Tụi con muốn chụp chỗ nào nữa không?
Frans vừa tháo điện thoại, xếp chưn nhét vô ba lô và nói:
– Cảnh ở đây đẹp quá, để con tự chụp.
Tôi chỉ chiếc băng đá bên đường, cạnh những bồn hoa, nói:
– Chú qua đó ngồi chờ, tụi con tự nhiên, chụp hình xong rồi mình đi tiếp:
Musli hỏi:
– Chú không chụp nữa sao?
– Chụp chung được rồi, chú đã già chụp mình ên hổng đẹp đâu.
Musli vỗ vai tôi:
– Chú đâu có già.

Câu này tôi nghe nhàm quá nên không đính chánh làm gì. Tôi đi qua chiếc băng đá, tháo ba lô để lên mặt chiếc băng rồi ngồi cạnh ba lô hít thở, định thần và đưa mắt ngắm cảnh. Khách du lịch cũng đông nhưng khuôn viên quá rộng nên không chen chúc ồn ào và sự yên ắng đến nghe rõ tiếng chim kêu trong nhữn tàn lá trên hàng cây.

Tôi thích thành phố Vigo có những con đường thoai thoải dốc và cạnh bên những ngọn đồi thấp, làm tôi nhớ tới núi rừng Tây Nguyên-Việt Nam, nơi đó mùa này hoa dã quỳ nở vàng khắp núi rừng. Chợt nghĩ lan man về những năm đầu lang bạt, tôi chỉ có cái radio bằng bàn tay, mang tiếng loại radio bắt được các đài trên thế giới nhưng thiệt ra là tùy vùng, tùy lúc, nếu đi bên vùng châu Á, thì nghe được vài giờ của mấy đài nước ngoài phát tiếng Việt và đài Hà Nội. Qua Phi châu hay Nam Mỹ, những lúc tàu ra khơi thì không nghe được, có khi cả năm hổng nghe tiếng Việt và chẳng biết tin tức quê nhà. Có lẽ dạo đó tôi chưa biết nhiều về thế giới bên ngoài, nên mới thấy không nước nào trên trái đất này đẹp hơn nước Việt Nam, vì vậy trong lòng luôn canh cánh nhớ về quê hương sông nước, biển đảo, đồng bằng cho tới Đại Ngàn của miền Cao Nguyên nước Việt. Những năm sau này nhờ internet mà tôi biết khá đầy đủ những chuyện xảy ra trong nước Việt Nam mình và luôn cả thế giới, tất cả đều nằm gọn trong lòng bàn tay, muốn biết bất cứ thứ gì, chỉ cần mở điện thoại thông minh ra bấm bấm, quẹt quẹt vài cái thì nghe và đọc được hết những chuyện đã xảy ra từ phố thị cho tới Hóc-Bò-Tó trên quê hương, có lẽ vì vậy mà niềm nhớ thương quê hương chỉ thoáng qua, chớ không còn thiết tha như ngày trước nữa.

Những chuyện trước kia như bóng mây bay qua bầu trời. Tôi đưa mắt nhìn ra bờ sông, người ta ăn bận kín đáo hơn những ngày hè, đàn bà bận áo đầm, vai mang túi xách trông sang trọng làm sao, đàn ông nai nịt bảnh bao và mang máy chụp hình, thỉnh thoảng đưa máy lên chụp mấy bà hoặc chụp chung một nhóm. Ai cũng có cặp có đôi chỉ có Frans và Musli, hai thằng đực rựa loay hoay trên bến tàu, lúc đứng, lúc khom, lúc ngồi và day qua, day lại, tay cầm điện thoại đưa lên mắt nhắm chụp cảnh. Chụp đã rồi hai đứa mới chịu đi lên, tới bên tôi Musli hỏi:

– Mình đi đâu chú?

Tôi chưa kịp nói gì thì Frans kề miệng gần tai tôi nhưng không nói nhỏ, nó cố ý nói cho Muisli nghe luôn:

– Musli muốn đi kiếm gái.

Tôi nhìn qua Musli, nó cười cười không nói gì. Thiệt ra những thủy thủ trẻ đổ bộ, ngoài chuyện gái gộc, nhậu nhẹt ra thì đâu còn gì nữa. Nhớ lại những ngày tôi mới tập tễnh hải hành, con người ta dễ gần nhau lắm, lên hội quán thì đàn bà, con gái lúc nào cũng sẵn sàng và mỗi khi tàu ghé bến, vừa hạ cầu thang thì các cô leo lên tàu ở chơi với thủy thủ cho tới khi tàu khởi hành các cô mới chịu chia tay, thủy thủ ra khơi tên nào cũng phờ phạc và tiền bạc trong túi cũng sạch trơn. Từ khi có HIV thì các cô, các bà không xuống tàu nữa và lên hội quán thì ngoài vài cô bán hàng ra, còn lại toàn là đực rựa, thủy thủ có muốn xả-súp-páp thì chịu khó lên bờ vô những khu đèn đỏ, nhưng dù sao đi nữa thời gian này cũng còn có những khu đèn đỏ để cho thủy thủ giải quyết vấn đề. Đến khi dịch cô-vít tràn lan khắp thế giới thì những khu đèn đỏ đóng cửa luôn, chuyện liên hệ người và người không còn nữa, thủy thủ đành phải chịu, tên nào hổng chịu nổi thì tự sướng cho qua cơn.

Nếu tương lai thủy thủ không còn liên hệ với người trên đất liền nữa thì những tháng hải hành buồn bã biết bao. Tưởng chừng như bế tắc, nhưng dịch cô vít chỉ qua một thời gian, con người cũng có phần cởi mở hơn. Lâu lắm rồi tôi không vô những khu ăn chơi nữa nên hổng biết mấy khu đèn đỏ và những nhà chứa có sinh hoạt lại bình thường không? Tuy nhiên trong phố của những quốc gia nằm trong vùng Địa Trung Hải, thỉnh thoảng cũng thấy vài cô đứng đường chào hỏi và vô mấy hộp đêm cũng có các cô tới rạ rẫm xin ngồi chung, thường là các cô tị nạn từ châu Phi qua. Đi chơi với mấy đứa nhỏ tôi biết vậy thôi, chớ thiệt ra chuyện gái gú lâu rồi tôi không còn thiết tha nữa nên không biết được nhiều. Tôi đứng lên và khom xuống lấy ba lô mang lên lưng rồi day qua để tay lên vai Musli cười thông cảm:

– Con khỏi lo, ăn thì để chú lo, chơi thì để Frans dẫn đường, bây giờ mình cứ đi, hễ thấy chỗ nào vui thì tấp vô.

Chúng tôi rời công viên băng qua con đường hướng về trung tâm. Đi ngang một con đường thấy những quán ăn treo bảng hiệu khắc trên tấm bảng gỗ giống như furanchos, có mái che bằng những tấm kiếng và có rất nhiều người ngồi ăn uống bên những chiếc bàn đặt cạnh nhau trước hiên. Tò mò tôi men vô xem thì thấy hai bên trước nhà hàng bàn ghế xếp ngay ngắn. Ở Tây Ban Nha có những chỗ ăn uống gọi là furanchos, nơi đây bán thức ăn truyền thống của gia đình tự chế biến và rượu nho cũng tự ủ để gia đình dùng, khi nào uống không hết mới đem ra bán lại, nối tiếp nhau đời này qua đời khác cả mấy trăm năm, sau này được nhà nước bảo tồn và đưa lên thành tập quán, lâu ngày nó nổi tiếng và phổ biến cho khách du lịch nước ngoài đến đây và được công nhận là văn hoá ẩm thực đặc thù của Tây Ban Nha. Furanchos mở cửa tối đa ba tháng trong năm, thực đơn chỉ có năm sáu món và thực khách ngồi ăn trước sân có tàn cây bóng mát hay dưới một giàn nho hoặc trong mái hiên nhà, nhưng ở đây xô bồ xô bộn không giống như furanchos mà tôi biết.

Tôi đi trước, Frans và Musli đi theo sau vô con đường hai bên nhà hàng bàn ghế sắp ngay ngắn và thực khách cũng khá đông, nghe họ trao đổi với nhau bằng tiếng Anh, tôi ngờ rằng những thực khách ngồi trong đây, họ đến từ những chiếc tàu buồm đậu dưới bến kia. Có một khoảng dành cho những người bán hàu, gian bán hàu trông riêng lẻ nhưng nó có liên hệ với các nhà hàng, khách mua một dĩa hàu có thể ngồi vào bàn của một trong những nhà hàng nào cũng được, cứ gọi nhân viên hoặc người bán hàu bưng tới. Những con hàu tươi sống được các bà cạo, rửa sạch sẽ và tách ra trưng bày trên dĩa để ngay ngắn trên chiếc bàn trông hấp dẫn vô cùng, giá tiền mỗi dĩa tám con,

con nhỏ giá mười tám euro, con lớn hai mươi lăm euro. Tuy Vigo nổi tiếng hàu tươi được quảng cáo là ngon nhứt, không biết nó có "nhứt" như quảng cáo không? Nhưng nhìn dĩa hàu tươi, sống được tách ra sạch sẽ, ruột mập, trắng sắp ngay ngắn trên dĩa lót nước đá và kèm theo nửa trái chanh để cạnh bên trông rất hấp dẫn, nhìn là muốn ăn ngay.

Tôi đứng lại trước những chiếc bàn trống của một nhà hàng, day qua hỏi hai đứa:

– Tụi con thích ăn đồ biển không?

Frans lưỡng lự nhưng Musli liền nói:

– Được đó chú.

Frans cũng gật đầu theo:

– Ô kê.

Chúng tôi bước vô vừa tới cửa quán, anh phục vụ ôm mấy quyển thực đơn bước ra vui vẻ chào và mời chúng tôi ngồi xuống chiếc bàn trống ở dưới hiên nhà, trên bàn đã sắp sẵn giấy xếp, ly, dao, nĩa. Chúng tôi vừa ngồi xuống thì anh ta đưa chúng tôi mỗi đứa một quyển thực đơn và hỏi:

– Các anh uống gì?

Tôi day qua nói với hai đứa:

– Đồ biển hợp với rượu vang trắng hoặc bia, đứa nào thích uống gì thì cứ kêu.

Hai đứa đồng ý uống rượu vang trắng. Tôi ngước lên nói với anh phục vụ.

– Cho chai vang trắng.

Anh nhân viên vô trong lấy rượu, chúng tôi mở menu ra xem, phải nói là ở Tây Ban Nha đồ biển rất phong phú. Nhứt là ở Vigo hải sản tươi sống nhờ vùng nước Đại Tây Dương chưa bị ô nhiễn, còn giàu chất dinh dưỡng cho các loại cá và nhiều loại động vật có vỏ. Những nhà hàng hải sản Tây Ban Nha đầu bếp chế biến đồ biển rất ngon và trang trí dĩa thức ăn trông bắt mắt. Tôi gấp quyển menu lại để lên bàn, Frans và Musli đang đọc menu, thấy tôi không đọc menu nữa nên ngước lên hỏi:

– Chú thích món gì vậy?

Tôi trả lời:

– Vô nhà hàng hải sản thì phải ăn cá, tôm.

Frans nói:

– Con thấy món nào cũng mắc.

Tôi cười dí dỏm nói:

– Cứ kêu ăn cho đã, ăn xong không tiền trả thì chú vô phụ bếp, còn hai đứa rửa chén trừ tiền.

Chúng tôi cười ha hả. Musli gấp quyển thực đơn lại để lên bàn, nói:

– Vậy chú gọi đi, tiệc này con trả.

Tôi khều nhẹ lên vai Frans cười và nói:

– Nghe chưa, yên tâm ăn, uống cho đã, phần sau cùng có Musli lo.

Frans cũng để quyển thực đơn lên bàn và nói:

– Đâu phải con ngại trả tiền, nhưng hồi biết chú tới giờ, đi với chú vô mấy quán bình dân không à.

– Hơn cả tháng nay không đổ bộ, tiền dư ra, ăn sang một bữa cũng đâu sao.

Lúc đó anh bồi bàn cầm chai rượu đi ra rót cho mỗi người một ly, xong anh để chai rượu lên bàn, day qua hỏi chúng tôi chọn thức ăn chưa.

Tôi liền nói:

– Một dĩa mariscada cho ba người.

Anh bồi hỏi:

– Thêm gì nữa không?

– Không.

Anh bồi bàn đi rồi tôi mới day qua giải thích với hai đứa:

– Nếu muốn biết vùng biển đó có loại hải sản gì thì vô nhà hàng nơi đó gọi một dĩa mariscada thì sẽ biết.

Frans ồ lên nói:

– Món này có nghe chú nói nhưng con chỉ biết nó qua hình ảnh thôi.

Tôi cười và nói:

– Thiệt ra thì cũng các món hải sản thôi, nhưng người có tâm hồn ăn uống thì nhìn dĩa mariscada tha hồ mà hình dung ra các động vật dưới đáy biển.

Frans co cánh tay phải và gồng lên, tay trái đập mạnh qua bắp tay phải một cái bụp. Nó cao giọng nói:

– Ăn đồ biển rất khoẻ!

Musli đưa ngón tay cái ra gặt gặt và hoạ theo:

– Nhứt là ăn hàu.

Tôi cười nói:

– Hai đứa còn trẻ, còn khoẻ, không ăn gì thì cũng mạnh như dê, cứng như cây, còn chú có uống cả bụm Viagra chưa chắc gì thằng nhỏ ngóc đầu lên nổi, nói chi ba cái đồ biển này thì nhằm nhò gì.

Chúng tôi cười ha hả và đưa ly rượu vang lên cụng. Lúc đó bồi bàn vụ bưng mâm ra, anh lấy ba cái dĩa hấp nóng để trước mặt cho mỗi đứa một cái, anh dọn ra bàn dĩa mariscada kèm theo rổ nhỏ đựng bánh mì và mấy hộp sốt, xong anh ta chúc chúng tôi ăn ngon rồi day lưng đi trở vô. Trong dĩa mariscada có ghẹ, chem chép, tôm thẻ, tôm tích, sò, mực ống và có bốn con hàu, con nào cũng mập và trắng tươi, tôi lấy bỏ qua dĩa mỗi đứa hai con hàu, nói:

– Ăn hàu để nạp thêm năng lượng.

Hai đứa ngạc nhiên nhìn qua tôi:

– Chú không ăn hàu hả.

Tôi lấy nĩa vừa ghim con tôm thẻ bỏ vô dĩa mình vừa nói:

– Hai đứa tự nhiên ăn đi, khỏi phải lo cho chú.

Tôi chỉ tay qua phía mấy người bán hàu nói:

– Nếu ăn không đủ thì gọi thêm vài dĩa.

Musli và Frans đớp mấy cái hết hai con hàu, Musli ngó ra chỗ bán hàu rồi dợm đứng lên nói:

– Để ra mua thêm dĩa hàu.

Tôi đưa tay lên ra dấu kêu nó ngồi xuống và nói:

– Ngồi đó ăn đi.

Tôi lấy chai rượu rót phần còn lại chia ra ba ly rồi nhìn qua thấy anh bồi bàn đứng trong góc bèn đưa tay ngoắc ngoắc, anh bồi bàn đi tới, tôi kêu thêm chai rượu, một dĩa hàu con lớn. Anh ta đi vô trong, tôi ngồi xuống bưng ly lên mời hai đứa. Nhấp ly rượu rồi để xuống, cầm nĩa ghim con tôm cắn một cái và nhìn hai đứa đang cắm cúi ăn mực ống ngon lành. Tôi cười thầm trong bụng, đúng là ăn để nạp thêm năng lượng! Người In Đô có ý nghĩ giống như người Việt, họ nghĩ đồ biển, nhứt là hàu là một loại thực phẩm kích thích và nó chứa các hợp chất để nâng cao vấn đề tình dục, theo tôi biết thì khoa học chưa chứng minh được điều này. Tôi vừa nhâm nhi rượu vừa nhìn người ta ăn uống mà nghĩ ngợi mông lung, những khách đến từ bốn phương họ ăn uống no nê để hưởng thụ chuyến đi du lịch, không biết họ nghĩ gì khi thức ăn và rượu trên bàn của họ đã gần hết? Nhìn Musli và Frans chú tâm ăn, uống ngon lành, có lẽ hai đứa vừa ăn vừa nghĩ tới lát nữa đây sẽ gặp mấy cô gái đang chờ trong các hộp đêm. Anh phục vụ bưng dĩa hàu để lên bàn và nói lời chúc ăn ngon. Lúc này Musli mới ngước lên ngó qua tôi hỏi:

– Chú không ăn hàu?

Tôi xoa tay lên bụng nói:

– Bụng chú không tốt, tụi con ăn đi.

Tôi day qua Frans nói:

– Ăn xong con dẫn Musli đi chơi đi.

Frans hỏi:

– Chú hổng đi với tụi con sao?

– Không, tụi con đi đi.

Musli ngạc nhiên day ngang hỏi:
– Sao vậy, sao chú hông đi?
– Tụi con đi chơi tới sáng mai cũng không sao, còn chú thức sau mười hai giờ thì coi như thức luôn tới sáng.
Có lẽ Frans quen với tôi lâu và hay nói chuyện với nhau nên nó hiểu ý tôi, nó chen vô:
– Ô kê.

Nó day qua nói với Musli bằng tiếng In Đô. Musli ừ hử rồi hai đứa lấy hàu bỏ lên dĩa, nặn chanh và rắc thêm tiêu, trước khi ăn hai đứa bưng ly lên cụng. Ba người ăn gần hết dĩa mariscada, thiệt ra tôi chỉ ăn mấy con tôm với bánh mì và nhâm nhi rượu, còn lại hai đứa cắm cúi ăn nhiều hơn. Frans và Musli ăn hết chục hàu, mười hai con và uống hết rượu trong ly. Hai đứa có vẻ hả hê, lấy khăn giấy lau miệng, chùi tay, xong Frans day qua tôi hỏi:
– Vậy chú chờ tụi con ở đâu?
Tôi khoát tay, vui vẻ nói:
– Khỏi chờ, xong chỗ này, chú đi dạo phố, lát tối chú tự xuống tàu, tụi con thong thả chơi đi, chơi đến khi cạn tiền, hết năng lượng thì về.
Ba người cười ha hả... Xong Musli ngoắt tay kêu anh bồi bàn lại, thấy nó ra dấu cho anh ta tính tiền. Tôi chỉ tay vô bàn ăn nói:
– Tụi con đi chơi đi, chỗ này để chú.
Frans nói:
– Đâu được, hôm nay chú để tụi con.

Lúc đó anh phục vụ đi tới để dĩa hoá đơn lên bàn, Musli xem thực đơn xong, nó lẹ làng móc ra một sấp đô la Mỹ với vẻ tự nhiên và bình thản đưa cho anh phục vụ, phần đông thủy thủ người In Đô có vẻ nghèo nàn và tính toán từng đồng, nhưng Musli rất hào phóng, chơi xả láng không tính toán với anh em, quả là phong cách của dân anh chị. Có lẽ trước khi giã từ nghề đòi nợ mướn nó tóm được mối xộp nào đó và được người ta trả công bằng đô la cho nó mang theo để làm lại cuộc đời, tôi mỉm cười và hài lòng với sự suy đoán khôi hài của mình. Nhưng anh bồi bàn xua tay cho biết là nhà hàng không nhận đô la. Tôi liền móc bóp ra nói:
– Vậy để chú trả.
Frans đưa tay chặn tay tôi và nói:
– Đâu được chú.
Frans liền móc bóp, mở ra rút tiền euro đưa cho người phục vụ. Trả tiền xong hai đứa đứng lên đi vô toilet, lát sau hai đứa trở ra, tóc tai gọn gàng, mặc mày sáng sủa. Tới bên tôi Frans lên tiếng:
– Hổng ấy chú đi với tụi con vô ba uống vài ly rồi đi đâu thì đi.

Tôi chỉ tay xuống dĩa thức ăn còn dư và chai rượu còn hơn phân nửa vui vẻ nói:

– Chú ăn và uống hết chỗ này đủ rồi

Frans hiểu ý tôi nó ừ hử mỉm cười. Musli tỏ vẻ ái náy, ngập ngừng nói:

– Nhưng chú...

Tôi cười vui vẻ và đưa tay ra đẩy nhẹ lên vai Musli:

– Đừng lo cho chú, hai đứa tự nhiên chơi vui vẻ.

Hai đứa đi rồi tôi mới thấy người nhẹ nhõm, té ra cỡ tuổi tôi bây giờ ở mình ên lúc nào cũng thấy thoải mái, không như hồi trẻ sôi nổi, đi đâu cũng muốn có bạn, có bè cặp kè cho vui. Nhìn dĩa mariscada còn lại hai con tôm tích, một con mực, một con ghẹ đã tách ra sẵn, mu ghẹ đầy gạch vàng vàng, và vài ba con chem chém, hai đứa chú ý ăn hàu nên không đụng tới ghẹ. Tôi lấy phần mu ghẹ bỏ vô dĩa và lấy chai rượu rót vô ly. Vừa nhấm nháp rượu và thưởng thưởng thức hương vị béo béo, mặn mặn của gạch ghẹ, làm tôi nghĩ tới các loài thủy tộc như tôm thẻ, tôm hùm, mực, bạch tuộc, các loài cá nhiều màu sắc đang bơi lội và những loài có vỏ như chem chép, nghêu, sò, ốc, hến trầm mình dưới đất, cát của lòng biển sâu, nơi đó có cả một thế giới rực rỡ đầy màu sắc sắc... Nghĩ tới đây chợt nhiên cổ họng tôi ơn ớn, muốn ọi ra, tôi bèn đưa ly rượu vang lên miệng hớp một cái để dằn cơn buồn nôn. Để ly rượu xuống bàn rồi đưa tay ngoắt anh bồi bàn lại, nói:

– Nhờ anh dọn hết dĩa dơ và đĩa thức ăn thừa đem vô, chừa lại cho tôi chai rượu vang được rồi !

(Còn tiếp)

Nguyễn Lê Hồng Hưng

Bắc Đại Tây Dương 29 11 2023

www.ingramcontent.com/pod-product-compliance
Lightning Source LLC
LaVergne TN
LVHW032023041026
849517LV00008B/2714